पालावरचं जग

लक्ष्मण माने

मेहता पब्लिशिंग हाउस

Please contact us at **Mehta Publishing House Pvt. Ltd.**
✆ +91 020-24476924 / 24460313 / Mob. No. 9545000513
Email : production@mehtapublishinghouse.com
Website : www.mehtapublishinghouse.com

- *या पुस्तकातील लेखकाची मते, घटना, वर्णने ही त्या लेखकाची असून त्याच्याशी प्रकाशक सहमत असतीलच असे नाही.*

PALAVARACH JAG by LAXMAN MANE

पालावरचं जग : लक्ष्मण माने / लेखसंग्रह

author@mehtapublishinghouse.com

संस्थापक : सुनील अनिल मेहता

प्रकाशक : मेहता पब्लिशिंग हाऊस प्रा. लि.
१९४१, सदाशिव पेठ, माडीवाले कॉलनी, पुणे ४११०३०

मुद्रक : ट्रिनिटी ॲकॅडमी फॉर कॉर्पोरेट ट्रेनिंग लिमिटेड

मुखपृष्ठ : सतीश भावसार

प्रकाशनकाल : पहिली आवृत्ती : २६ जानेवारी, १९९० /
दुसरी आवृत्ती : २५ डिसेंबर, २००३ / मेहता पब्लिशिंग हाऊस प्रा. लि. यांची तिसरी आवृत्ती : डिसेंबर, २०२२

किंमत : ₹ २८०

P Book ISBN 9789395477116
E Book ISBN 9789395477123
E Books available on : amazonkindle Apple Books Google Play Books

---

आदरणीय
पु. ल. देशपांडे तथा भाई,
डॉ. होमी भाभा फेलोशिप कौन्सिल, मुंबई
दै. केसरी, पुणे
यांना कृतज्ञतापूर्वक अर्पण

मनोगत

'उपरा' हा मीच माझा घेतलेला शोध होता. एका माणसाच्या वाट्याला आलेला भोगवटा मी 'उपरा'त मांडला होता. त्यानंतर 'बंद दरवाजा' हा भटक्या-विमुक्तांच्या चळवळी उभ्या राहत असतानाचा रेखाटलेला आलेख होता. १९८० मध्ये 'उपरा' आले, त्याला आता दहा वर्षं झाली आहेत. गेली दहा वर्षं मी चळवळीत कार्यकर्ता म्हणून काम करतो आहे आणि चळवळीच्या यशापयशाचा भागीदारही आहे. 'उपरा'च्या प्रकाशनानंतर मी महाराष्ट्रभर भटकलो. ठिकठिकाणी, भटक्या जमातींशी त्यांच्यावरील अन्याय-अत्याचारांविरुद्ध बोलू लागलो. त्यांच्या समाजातून प्रतिक्रिया येत राहिल्या. नवनवीन अस्वस्थ कार्यकर्ते भेटत राहिले. त्यातून चळवळीने मूळ धरले. मग आम्ही सारे एका नव्या उत्साहाने कामाला लागलो. भटक्या-विमुक्तांच्या प्रश्नांना समाजाच्या व्यासपीठावर वाचा फुटून संवाद सुरू झाला. ठिकठिकाणचे उठाव समाजाच्या चावडीवर मांडले ते 'बंद दरवाजा' या नावाने. १९८४ मध्ये 'बंद दरवाजा' ठोठावला. पुस्तकाचे उत्तम स्वागत झाले. भटक्या-विमुक्त जमाती म्हणजे काय? या प्रश्नाचे स्वरूप माझ्यापरीने मी मांडले; पण वृत्तान्त कथन करण्याचे मी सोडून दिले. अपेक्षा अशी होती, की नवनव्या लोकांनी लिहावे.

भटक्या-विमुक्तांच्या चळवळीत तोपर्यंत शे-दोनशे कार्यकर्ते उभे राहिले होते. त्यांतील अनेक जणांना लिहिण्याची इच्छा होती. अनेकांची पुस्तकेही आली होती

आणि नवनव्या लोकांनी लिहिण्याची इच्छाही दर्शवली होती; परंतु चळवळीचा वृत्तान्त काही नीट होईना. अनेक चळवळी केवळ बातमीवर थांबू लागल्या. खरे तर, आजही समाजाचा तळ ढवळून निघतो आहे; परंतु त्याचे चित्रण कोणी करत नाही. एकेकाळी डॉ. अनिल अवचटांनी परिवर्तनाच्या चळवळीतल्या अशा समाजाचा तळ ढवळून काढणाऱ्या वृत्तान्तांनी लोकांचे प्रबोधन केले होते. ते काम भटक्या-विमुक्तांच्या चळवळीत होत नाही. अशी खंत अनेकांना होती. 'केसरी'चे त्या वेळचे संपादक व आमचे मित्र चंद्रकांत घोरपडे यांनी तगादा लावून पुन्हा वृत्तान्तवजा लेखनाकडे मला वळवले. 'केसरी'त 'पालावरचं जग' हे सदर सुरू झाले.

हे सदर सुरू असताना मराठीतले ख्यातनाम साहित्यिक पु. ल. देशपांडे तथा भाई आणि सुनीताबाई या दोघांनी माझी धावपळ पाहून मला मदत करण्याचे ठरवले. 'फोर्ड फाउंडेशन'ची शिष्यवृत्ती संपली होती. भाई म्हणाले, "कामं चालू राहायलाच हवीत. चळवळीत राहून लेखन करायलाही पर्याय नाही. तू डॉ. भाभा फेलोशिपसाठी प्रयत्न करून तर बघ." डॉ. य. दि. फडके, डॉ. सुमा चिटणीस, डॉ. बाबा आढाव, डॉ. अनिल अवचट, डॉ. व. द. देशपांडे, प्रा. मे. पुं. रेगे या सर्व, माझ्यावर प्रेम करणाऱ्या मित्रांनी आग्रह केला. मी डॉ. भाभा फेलोशिपसाठी प्रयत्न केला. कागदोपत्री सारे जमवून आणले. तरी मुख्य अडचण होती ती मुलाखत घेणारी सर्व मंडळी भारतातल्या वेगवेगळ्या प्रांतांतून येणार. माझे इंग्रजी बेताचे. मी पळ काढण्याचे ठरवले. ही राष्ट्रीय शिष्यवृत्ती मिळणे मला कठीण तर होतेच; पण मुलाखतीला तरी बोलावतील की नाही असा प्रश्न होता, पण डॉ. होमी भाभा फेलोशिप कौन्सिलचे सचिव, भारतातील नामवंत शास्त्रज्ञ डॉ. बी. एम. उदगावकर यांचे पत्र आले आणि मुलाखतीला तर बोलावले गेले. माझी तारांबळ उडाली.

नेहमीप्रमाणे डॉ. बाबा आढावांना अडचण सांगितली. ते म्हणाले, "भाईंच्या कानावर घाल." मी भाईंच्या कानावर घातले. त्यांनी नेमकी अडचण हेरली. त्या दिवशी भेटलेला, 'मराठी सारस्वतात'ला हा फार मोठा माणूस! मी आयुष्यात कधीच त्यांना विसरणार नाही. त्यांनी वडिलकीच्या नात्याने सल्ला तर दिलाच; पण मुलाखतीच्या वेळी स्वतः हजर राहिले आणि माझ्यासारख्या सामान्य कार्यकर्त्याला त्यांनी इंग्रजीतून मुलाखतकारांपर्यंत पोहोचवले. मी मराठीतून बोलत होतो. डॉ. सुमा चिटणीस आणि भाई इंग्रजीतून त्यांना वृत्तान्त सांगत होते. माझे मन भरून आले होते. पु. ल. नसते तर मुलाखतीत माझे काही चालले नसते. पुढील अभ्यासासाठी व लेखनासाठी एक लाख रुपयांची डॉ. होमी भाभा फेलोशिप मिळाली. पु. ल., डॉ. उदगावकर, सुमाताई यांचे न फिटणारे ऋण मान्य करून त्यातच राहणे मी पसंत करतो.

'केसरी'त 'पालावरचं जग' सुरू झालं. त्यानंतर पाच वर्षं भटक्या-विमुक्तांनी चळवळी करून, मोर्चे काढून, सभा-परिषदा भरवून, धरणे धरून, सत्याग्रह करूनही शासन साधी नोंद घेत नव्हते, की त्या वेळेचे मुख्यमंत्री साधे भेटायलाही मागत नव्हते! चळवळी सुरू होत्याच, पण आता कार्यकर्ते दमले होते. चळवळीत थोडी मरगळ आली होती. ती झटकावी, परिवर्तनाच्या चळवळीला गती यावी आणि सलग महिना-दीड महिना रोज भटक्या-विमुक्तांच्या प्रश्नांचे व्यापक चित्रण व्हावे, झालेली कोंडी फुटून काही नवीन माणसं चळवळीत आणावीत, आपणच आपला आत्मशोध घ्यावा, म्हणून लातूर ते मुंबई अशी 'शोधयात्रा' आम्ही काढली. चाळीस दिवस महाराष्ट्रात भटक्या-विमुक्तांच्या प्रश्नांचे जागरण घातले. जागरणात हवसे, नवसे, गवसे सारे आले. लोकांचे प्रश्न समाजाच्या ऐरणीवर मांडले गेले. प्रश्नांची जाहीर चर्चा सुरू झाली. एक नवी जाणीव भटक्या-विमुक्तांच्या चळवळीत निर्माण झाली.

आता, मी एकटा नव्हतो. शेकडो कार्यकर्ते धडपडीने उभे होते. त्यांतले अनेक जण आजच्या चळवळीचे नेतृत्व करत आहेत. बेचाळीस जमातींत आज कार्यकर्त्यांचे मोहोळ तयार झाले आहे. चळवळ एका नव्या टप्प्यावर उभी राहिली. व्यंकप्पा, यल्लप्पा, मुरचंद, विलास, शिवलाल, ना. वी. अण्णाप्पा अशी कितीतरी माणसे आज तेथे आहेत. अनेक लेखक या कालखंडात घडत होते. पुढे, भटक्या-विमुक्तांची आठ-दहा आत्मचरित्रे आली. ही सारी माणसे आपापल्यापरीने याच कालखंडात घडत होती.

चळवळ काही अंशाने फुलत होती. आता, मला प्रत्येक ठिकाणी जाऊन ताशा वाजवावा लागत नव्हता. एक फौज तयार झाली होती. अत्यंत प्रतिकूल परिस्थितीचा सामना करत हे सामान्य कार्यकर्ते शेवटच्या माणसापर्यंत पोहोचत होते. त्यांतल्या काही कार्यकर्त्यांच्या कामाची नोंद 'पालावरचं जग' या सदरात मी घेत होतो. काहींची घेता आली नाही. 'शोधयात्रा' यशस्वी झाली. मी 'उपरा'च्या प्रकाशनाला फ्रान्सला जाऊन आलो. 'उपरा'च्या फ्रेंच आवृत्तीचेही स्वागत झाले. साहित्य अकादमी भारतातल्या सर्व भाषांमध्ये 'उपरा' भाषांतरित करत आहे. परदेशी भाषांतही भाषांतरे चालू आहेत. एका कैकाड्याच्या पोराला जेवढे मिळायला हवे त्याच्या लाख पटीने मराठी भाषिक माणसांनी मला भरभरून प्रेम दिले. मी तक्रार करावी, कुरकुर करावी असे काही उरले नाही.

मी समाधानी होतो. लोकांसाठी करता येईल ते प्रामाणिकपणे करत होतो; पण दलित चळवळीला नेतृत्वस्पर्धेचा शाप असावा असे दिसते. अनेक मनस्तापही झाले. माझ्या विरुद्ध चारित्र्यहननाचे उद्योग झाले; पण सामान्य कार्यकर्ता विचलित झाला नाही. या काळात मी अनेक मनस्ताप देणारे पाहिले आणि जिवापाड प्रेम

करणारेही पाहिले. सामान्य माणसाच्या पाठबळावर ही चळवळ उभी आहे. क्रियाशील कार्यकर्ते, जाणकार लोक यांनी मला धीर दिला. तोवर 'राजकारण' किती सडलेले आहे, हे मला नुसते भाषणांपुरते माहीत होते. त्याचाही प्रसाद मिळाला. मी मोडून पडलो नाही. याचे सारे श्रेय माझी जीवनसाथी शशी व मुले-भाई व समता-यांच्या प्रेमाला आणि चळवळीत खांद्याला खांदा लावून लढणाऱ्या मित्रांना.

याच काळात महाराष्ट्राचे आजचे मुख्यमंत्री, माझे स्नेही मा. शरदराव पवार यांचाही संबंध घनिष्ठ वाढला. कै. यशवंतराव चव्हाण यांच्याप्रमाणे त्यांनीही या प्रश्नात लक्ष घातले. त्यांनी मोलाची मदत केली. भटक्या-विमुक्तांचा प्रश्न दिल्लीपर्यंत पोहोचवला. चार-पाच लाख लोक सोलापूरला जमवले. या साऱ्या मन उल्हासित करणाऱ्या घटना आणि काही घायाळ करून, रक्तबंबाळ करून टाकणाऱ्या, मनाचे शतशः तुकडे करणाऱ्या घटना. या सर्वांतून मी उभा आहे, तावून-सुलावून उभा आहे, तो मराठी भाषिक रसिकांच्या, मित्रांच्या प्रेमामुळेच. यात महंमद खडस, श्रीमती फातिमा खडस यांसारखे निर्व्याज, निर्मळ प्रेम करणारे स्नेही मिळाले. प्रमोद कोपर्डे या मित्राबद्दल तर काय सांगावे? 'पालावरचं जग' असो, 'बंद दरवाजा' असो, का 'उपरा' या साऱ्या प्रवासात तो भागीदार आहे. मनाने तो चळवळीचाच भाग झाला. त्याचे आभार मानणे त्याला बिलकूल रुचणार नाही. हे पुस्तक आपल्या हाती देताना हा सारा भोगवटा बरोबर आहे.

चळवळीनं बळ द्यावं, मित्रांनी प्रेम द्यावं. वाचक-रसिकांनी आशीर्वाद, शुभेच्छा द्याव्यात. कारण त्याशिवाय ही चळवळ पुढे जाऊ शकणार नाही. 'उपरा'पासून आपल्या साक्षीने इथवर आलोय. चळवळ एका नव्या वळणावर उभी आहे. ती समृद्ध व्हावी. शोषित-पीडितांसाठी ती वाढावी. संख्यात्मक आणि गुणात्मकही बदल व्हावेत, म्हणून आपल्या आशीर्वादांचे बळ पाठीशी घेऊन मी उभा आहे.

– लक्ष्मण माने

सातारा, १६ जानेवारी १९९०

अनुक्रमणिका

वैदूंना बदलण्यासाठी यल्लप्पाचा चंग

भर उन्हाळ्याचे दिवस. त्यात सूर्य माथ्यावर आलेला. त्यानं सारी सृष्टी निपचित पडलेली. झाडांच्या सावल्या गुरांनी, माणसांनी पकडलेल्या; नाही म्हणायला मध्येच केव्हातरी कोकिळा, साळुंख्या गलका करत. एखादा कावळा काव-काव करत या फांदीवरून त्या फांदीवर उडत जाई. कुठल्या तरी फांदीवर चिमण्यांचा चिवचिवाट चाललेला असे. रस्त्याच्या कडेचं वडाचं झाड मात्र याला अपवाद होतं.

रस्ता भर वाहतुकीचा. रस्त्यावरनं मालट्रक, टेम्पो, एसट्या, आरामगाड्या, दुचाकी, तीनचाकी, चारचाकी जाणाऱ्या-येणाऱ्या साऱ्या गाड्याच गाड्या. त्यांची आपापसातली रेटारेटी, मध्येच उठणारे हॉर्नचे कर्कश आवाज, शांततेला गालबोट लावत असत. गाड्यांचे हॉर्न, इंजिनांची घरघर, गाड्यांनी उडवलेली धूळ आणि या धुळीचे लोटच्या लोट रस्त्यावर पसरलेले.

रस्त्याला लागून पण जरा तुटाक हजारो पारंब्यांनी कवळं घालून उभं असलेलं हे कैक वर्षांचं वडाचं झाड. डेरेदार झाडाच्या पारंब्यांनी लेकुरवाळीसारखी माती घट्ट धरून ठेवलेली. त्यानं नदी समुद्राला मिळताना जशी अनेक तोंडांनी मिळते, तसं वडाच्या पारंब्या जमिनीला टेकलेल्या. त्यानं मूळचं खोड कोणतं अन् नंतर पारंब्यांनी तयार झालेलं खोड कोणतं? याचा अंदाज घेणं कठीण वाटावं, असं हे विस्तीर्ण खोड. खोडाला लागून चार-पाच गुरं रवंथ करत बसलेली. गुराखी पोरगा मुळीवर डुलक्या घेत बसलेला. मध्येच त्याच्या डोक्यावरची टोपी पटकन खाली पडे. हातांतल्या काठीचा तोल जाई आणि त्याची डुलकी मोडे. तो किंचित डोळे किलकिले करून गुरांकडे पाहत असे आणि गाई सावलीला रवंथ करताना पाहून पुन्हा डोळे मिटून डुलक्या घेत असे. आता तर, त्याने चक्क दोन्ही पाय पसरून,

अंग मुळीवर टाकून दिले होते. जसं काही त्याचा या जगाशी संबंधच तुटला होता! त्याच्या शेजारी एक कुत्रं धपापून, हातभर जीभ काढून लाळ गाळत बसलेलं. दोन्ही डोळे झाकलेले. कान खाली पडलेले. नुसतं तोंड उघडं. छातीचा भाता चालू. जशी काही ब्रह्मानंदी टाळी लागलीय. नाही म्हणायला, अंगावर एखादी मुंगी वळवळली तरच त्याची समाधी मोडत असे आणि पुन्हा स्पंजसारखं ते पूर्वस्थितीत जाऊन बसे. आसपास मुंग्यांचा राऊंडच्या राऊंड निघाला होता आणि खोडाला डांबरी रस्ता समजून त्या शिस्तीनं वर-खाली जा-ये करत होत्या. बाजूनं रस्ता वाहतोय याचं यांपैकी कुणालाही भान नाही. किंबहुना, या रहदारीची सवयच त्यांच्या इंद्रियांना झाली असावी. त्यानं कुणाचीही तंद्री मोडत नव्हती.

शेजारून वाहणारा ओढा. ओढ्याला नुकतंच पडलेल्या वळिवाचं गढूळ पाणी, खळाळून वाहतंय. पाण्यावर मध्येच एखादा बगळा उतरतोय, माशांची टेहळणी करण्यासाठी.

तर रस्त्याच्या दुसऱ्या कडेलाही असंच प्रचंड वडाचं झाड. तिथं मात्र बिन भिकाऱ्यांचं जग कालव्या कज्जात विसावलंय. शे-पाचशे बाया-पोरं, म्हातारे-कोतारे तरणे-ताठे, घोळक्याघोळक्यानं बसलेले. तीन दगडांच्या चुलीवर हांडं मांडून गर्ती बाया त्याला जाळ घालत बसलेल्या. काय-बाय बायांनी वायल्या चुली पेटवून हारीनं भाकऱ्या बडवणं चालू केलेलं, तर काय-बाय नाकं, डोळं पुशीत आईच्या निवद-नारोळाचं सामान ताटात काढून बसलेल्या. कुणी धुराला, कुणी जाळाला, शिव्यांची लाखोली वाहत आपापली कामं चालू ठेवलेली. मगाशी पडलेल्या पावसानं वलं चिंब भिजलेलं बाभळीच्या काटक्यांचं सरपान. त्यानं धुराचा कोंब उसळलेला अन् साऱ्या वडाच्या झाडाखाली धुराचा नुसता कोंब झालेला. अन् रोजचंच मढं त्याला कोण रडं, म्हणून गुराखी पोरगा निवांत डुलक्या घेत बसलेला.

तर, यळ्ळम्मकळ ताई, दुर्गम्मा, साती आसराया, यांची ही वैदूंची जत्रा चाललेली. सावलीत पंचांनी बैठक सुरू केलेली. पंचांच्या मध्ये तरण्या पोरांचा घोळका बसलेला. या घोळक्यात मुंबईची पॅण्टवाली पोरं उठून दिसत असतात. मध्येच, जुन्या मळक्या कापडांतला एखादा मिश्यावाला वैदू आपला फाटका तांबडा पटका आपटून जोरात बोलू लागे, तर मध्येच दुसरा एखादा पंच ओरडून आपलंच खरं म्हणून हातघाईवर येत असे. कालवा वाढला की गाई कान टवकारून कुशी बदलत अन् कुत्रा डोळे उघडून-बघून पुन्हा आपल्या पूर्वस्थितीत जात असे.

सावलीत कालवा वाढत असतो.

कुणाचा पायपोस कुणाला नाही. वैदूंची जत्रा अन् कारभारी सतरा. सारे बोलू लागले का काय चाललंय म्हणून रस्त्यानं जाणारे प्रवासी थांबून बघत अन् पुन्हा पुढे जात. तर कालवा फारच वाढला म्हणून चाळिशीतला एक तरुण उभा राहिला.

हा यलप्पा वैदू. याला वैदू समाजात भलता मान. गुरुजी उभा राहिला तसा कालवा संपला. सडपातळ अंगाचा, नाकेला, काळासावळा यल्लप्पा वैदू हा एकेकाळचा तरुण कार्यकर्ता आता प्रौढ झालाय. डोक्याला केसांनी सोडचिठ्ठी दिलीय. विरळ लांब केस वाऱ्यानं उडतायत. तो हातवारे करकरून आपला मुद्दा पंच-प्रमुखांना पटवतोय. सारं तेलगूत चालू. ऐकणाऱ्यांना काय कॅड-मॅड चाललंय ते सुतराम समजत नाही. मध्येच, गुरुजींना जुने पुढारी अडवून पेचात टाकत असत. तरुण पोरं एकदम कालवा करत. पंचांना ओरडून ओरडून गप्प बसायला लावतात. गुरुजी आपण आता पंचात बसलोय, हे लक्षात घेऊन मराठीत बोलू लागतात. यल्लप्पा वैदूनं अगदी पोरसवदा वयात असताना १९६० मध्ये 'सत्यशोधक वैदू सेवा समाज संघ' नावाची तरुण मुलांची संघटना काढलेली असते. या संघटनेनं गेली वीस-पंचवीस वर्षं मोठ्या तळमळीनं सामाजिक सुधारणा आरंभलेली असते. लंगोटी लावून वाईचं औषध, वाताचं औषध, मणि-पोत, सुई-दोरा विकणारा वैदू, माणसांच्या सावलीला बिचकणारा वैदू, गाढवाच्या पाठीवर बिऱ्हाड घालून कुत्र्यांची खांडंच्या खांडं घेऊन फिरणारा वैदू, ठेच लागली तरी नवस बोलणारा वैदू, पोटाला कुंकवाचा टिळा लावून लग्न ठरवणारा वैदू, पाळण्यातच बाशिंग बांधणारा वैदू, पैशानं मुली विकणारा वैदू, एकेका मुलीची किंमत पाच हजारापासून पंचवीस हजारापर्यंत पोहोचलेली. गरिबाला लग्नाला बाई मिळेना का त्यानं कुणाही जातीची गरिबाची पोरगी विकत घ्यावी. तर एखाद्या परजातीच्या श्रीमंतानं यांची चुणचुणीत मुलगी पैशानं विकत घ्यावी, अशी स्थिती. यल्लप्पानं हे सारं बदलण्याचा चंग बांधला आहे. याला भेटलं की हा याचे नवनवे संकल्प सांगत असतो. दर वेळी पंचांशी झटापटीत हा काही ना काही मिळवतच असतो. त्यामुळे तेवढंच एक पाऊल पुढं पडतं. जेजुरीच्या, मढीच्या यात्रांतून हा भाषणं करतो. पंचांच्या समजुती काढतो. पंचायतीनं याला अनेकदा अत्यंत वाईट वागवलं; परंतु हा याचं काम तेवढ्याच जोमानं करत असतो. आताही तो तेच काम करतो आहे.

जत्रा म्हणजे या जमातीला मोठं व्यासपीठ. सारी जमात जमते. उणीदुणी निघत असतात. उकाळ्यापाकाळ्या निघतात. दिलं-घेतलं निघतं. पोरी-बाळी बघणं सुरू असतं. लग्नं जमत असतात. सोडचिठ्ठ्या होत असतात. यल्लम्मकळा ताई म्हणजे साती आसराया. यांना प्रत्येक कुटुंबानं सात बकरी कापायचीच. त्यांची वाटणी अशी-दोन बकरी साती आसरायांना, तीन बकरी दुर्गादेवीला, दोन बकरी जगदंबेला कापायचीच. त्याला पर्याय नाही आणि ही सात जाता उरलेली नवसाची. एका भेटलेल्या बाईने पदराच्या दोन्ही बाजूंना सगळ्या लुगड्याला नुसत्या गाठीच गाठी मारलेल्या. लुगडं तर कसलं नुसतं धडुतं. ठिगाळ न्हाय का दंड न्हाय, मंग गाठी कशाला मारल्यात? म्हणून विचारलं, बाई म्हणाली, "दादा, आपण आडाणी

माणसं. डोस्क्यात कायबी ऱ्हात नाय. ताईचा नवस बोललं आन् या बकऱ्याच्या नवसांनी काही गुण येईना तर मग रेड्यांचे नवस. दोन रेडे मारीन, चार रेडे मारीन, ही रेडे-जत्रा. पोत्यांनी लिंब आन् नारोळ आणणार.''

हा औषध विकणारा वैदू. शिंक आली तरी नवस बोलणार आन् बकरं कापणार. याशिवाय पारजीम म्हणजे फुटकळ, किरकोळ नवस. उदबत्ती, खडीसाखर, पेढे, मिठाई, फुटाणे, वजनाएवढा गूळ, साखर, बत्तासे वाटणार. याशिवाय अंक्कावा, तायम्मा यांना डुकरं बळी देणार, ती वेगळीच. अशी घरटी पाच-पन्नास बकरी करता करता शे-पाचशे बकरी पडणार, रक्ताचा चिखल होणार. रक्त फार जोरात वाहू लागलं तर खड्डा खणायचा आणि त्यात रक्ताचा पाट सोडायचा. मांस, हाडं, कातडी, आन् मुंडकी यांचा ढीग साठायचा. हे सारं पुन्हा घराच्या बाहेर, गावाच्या बाहेर, नदीला-ओढ्याला जाऊन करायचं. साऱ्यांनी मांस मसकट खाऊनपिऊन उरल्यालं वाटून टाकून, आंगोळीपांघोळी करून, कपडेलत्ते धुऊन, उजाळ होऊन मागारी यायचं. इटाळ-चांडाळ फार. चार दिवस जत्रा असली तर चारी दिवस बाया पोरांनिशी डोक्यावरून आंघोळी करायच्या. हा काळ इटाळाचा काळ. शिवताशिवत फार. कुणीही घरी यायचं नाही. आला तर कशाला म्हणं शिवायचं न्हाई, शिवताशिवत करायची न्हाई. काही कुटुंबं मांस वाळवत बसत. या वाळलेल्या मांसाला कंड म्हणायचं. तेलकट मांसाचा तुकडा तसा खायला चांगला लागतो. मांस-मटण खाऊन खाऊन दमले तरी दोन दोन महिने ही जत्रा चालणार. ज्येष्ठ आषाढ म्हणजे मटणाचा नुसता पूर. बरं, एवढं करण्याएवढा पैसा या जमातीकडे कुठून असणार? हे वर्षभर भीक मागणार. चूल अशी पेटवायचीच नाही. पेटवली तरी अपवाद म्हणून. सारी उसाभरी.[१] दिवस उगवल्यापासून मावळेपर्यंत सारखं वणवण हिंडायचं. या दारातून त्या दारात. बिलोली वाजवायची.[२] नकला करायच्या. लाचारीनं तोंड वेंगाडीत 'द्धबुरगुंडा व्हईल,'[३] म्हणत ऱ्हायचं. असं म्हणणं म्हणजे समोरच्या बाईला तुझं कल्याण होईल असं भविष्य वर्तवून, ही वैदू बाई भीक मागते. एका लयीत तिचं गाणं चालू असतं -

---

१. उसाभरी - वणवण हिंडणे

२. बिलोली - एक वाद्य.

३. द्धबुरगुंडा व्हईल - समोरच्याला तुझं कल्याण होईल, असा आशीर्वाद देणे.

गंगाई बय्या
भागाई बय्या
यमुनाई बय्या
कृष्णाई बय्या,
येणायी बय्या
तुकाई बय्या
लक्ष्मीआई बय्या बुरगुंडा व्हईल!
सख्याची आय
तुक्याची आय
यमनाची आय, वाढ गं माय!
बब्याची आय, चिंगीची आय
राधेची आय,
वाढ गं माय!
बुरगुंडा व्हईल.

असं हातांतली काठी वाजवत ताल धरून म्हणत ऱ्हायचं. सुई-दोरा देऊन भाकरतुकडा मिळवायचा. काखेत चार पदरी झोळी. एका झोळीत ताजा तुकडा. दुसरीत रात्रीचा आपण खायचा. तिसरीतला वाळवून ठेवायचा आन् चौथीतला खंडीभर कुत्री दारात असत त्यांना. कुत्र्यावरनं वैदूंची श्रीमंती ठरणार. ज्याच्या घरी कुत्री जास्त तो श्रीमंत. त्याला पोरगी देणार. जो चार जनावरं पाळतो, तो माझी पोरगी सांभाळील, ही खात्री. याउलट, नोकरी करून उत्तम राहत असेल आणि दारात कुत्री नसतील तर याला चार जनावरं सांभाळता येत नाहीत, मग हा काय माईलेक सांभाळील? असं म्हणून पोरगी भिकाऱ्याला देईल; पण नोकरदाराला देणार नाहीत.

तर यल्लपाचा घसा अक्षरशः भरडून-खरवडून गेलेला. बोलून बोलून तोंडाला फेस आलेला. अनेक काळाचा कचरा साफ करायचा. त्यात कालवाच कालवा. एकेक प्रकरण मिटत असतं. आन् दुसरं सुरू होत असतं. सावकारी तर जीवघेणी. आपसातल्या शोषणाचे पदर पाहिले म्हणजे जीव गुदमरून जातो. बाई देखणी असली तरी शोषण आन् कुरूप असली तरी शोषण. सारा हिशेब गाई, म्हशी, शेळ्या यांसारख्या जनावरांच्या बाजारातल्या दलालासारखा. व्याजाचंही तेच. पठाणी व्याज म्हटलं तर पठाणांचाही अपमान व्हावा! शेकडा तीस-चाळीस रुपये आणि तेही रक्कम हातात देत असतानाच व्याज कापून घेणार. आठवड्याला दहा रुपये घेतले तर पुढल्या रविवारी वीस रुपये द्यायचे. आठवड्यात दामदुप्पट आणि असे

व्याजाने पैसे घेऊन या जत्रा चालू.

यल्लप्पा मोठा कर्तृत्ववान माणूस, या जमातीतलाच एक; पण यांच्या थोडा पुढे. रयत शिक्षण संस्थेत शिकला आणि तो तिथंच नोकरी करतो. उरलेला वेळ, पैसा, या कामाला लावतो. तर या पंचायतीत आता चालू असते लग्नाची बात. यल्लप्पानं टप्प्या-टप्प्यानं जत्रा काबूत आणल्या. पूर्वी घरटी पाच-पन्नास बकरी कापली जात. आता, साताऱ्यातला वैदू तांडा अख्ख्या वस्तीची फक्त पाच बकरी कापतो, तीही सामूहिक. वैयक्तिक नवस बंद. यल्लप्पा, रमेश, दुर्गा, उत्तम, गोविंद अशी तरुणांची पलटण आज यल्लप्पानं उभी केलीय. ही तरुण पोरं आता पंचांत बसतात. पंचांना निर्णय बदलायला भाग पाडतात. आता बकरी, लिंबं, नारळ इतकं कमी झालंय, की विश्वास बसत नाही. जेवढे नवस तेवढ्या वेळेला बकऱ्याला पाणी पाजावं म्हणजे झालं, असा उतारा आलाय. गेली दहा-पंधरा वर्षं यल्लप्पानं साताऱ्यात या जमातीत सामुदायिक विवाह रूढ केले. गावगन्ना फिरणारा वैदू मे महिन्यात सातारला येतो. वर्षभर ओस पडलेला वैदुवाडा गजबजू लागतो. वर्षभर कमाई करून आल्यानं अंगावर कापडंचोपडं नीट असतात. पूर्वी भयकंर दारुबाजी चाले. आता पंचायतीनं बंदी केलीय.

यल्लप्पा आता पंचांना लग्नातले तिडे सांगत असतो. "गेली दहा वर्षं आपण पोरीला पाचशे रुपये देत होतो. असा पोरींना पैसा देणं चूक, पोरांनाही पैसा देणं चूक. लग्न ही दोघांची गरज आहे. खर्च दोघांनी करायचा. यंदापासून नवा पैसा घ्यायचा नाही, की द्यायचा नाही." यल्लप्पा सांगत असतो, सारे पंच नाराज! कुणीच मान हालवेना. पुन्हा तरुण पोरांनी गलका केला. पंच तयार झाले. या पंचायतीत अकरा लग्नं ठरली. हुंडा द्यायचा नाही घ्यायचा नाही. मानपान काही नाही. प्रत्येकानं आपला खर्च करायचा. जेवणं, स्पीकर, मंडप, इत्यादी खर्च पंचांनी सामुदायिक करायचा. पूर्वी लग्नं 'सत्यशोधकी पद्धती'नं लावली जायची. खर्च कमीत कमी करायचा. लग्नाला अध्यक्ष म्हणून डॉ. बाबा आढाव यांना बोलवायचं. प्रमुख अतिथी म्हणून रयत शिक्षण संस्थेचे सचिव प्राचार्य एस. डी. पाटील, यांना बोलवायचं. जोतिरावांनी सांगितलेली मंगलाष्टकं म्हणायची. शाहीर फरांदे यांना पुरोहित म्हणून बोलवायचं. यल्लप्पानं दिवसभर घसा फोडून हे सारं पटवून दिलं. जुळवून आणलं. पोटात रक्त पडणं म्हणजे काय, ते मी बघत होतो. चार वेळा पंचायत मोडली आन् चार वेळा मिनतवारीनं पुन्हा चालू झाली. लग्नं ठरली, दिवस ठरला, तरुण पोरं उत्साहानं कामाला लागली. बस्ते झाले.

अगदी पंचायत उठताना अखेरी-अखेरीला वाटावं लग्न जमता जमता राहिलं; तसं मध्येच एक झेंगट उपाटलं. एका इसमानं त्याच्या लहान मुलीचं लग्न कुठंतरी

बाहेरगावी जाऊन लावलं होतं. त्याचं खटलं सुरू झालं. चौकश्या-तपासण्या झाल्या. झाली गोष्ट संबंधितानं कबूल केली. त्याला जातीनं वर्षासाठी वाळीत टाकलं. आता वर्षभर संगत बंद, पंगत बंद, हुक्कापाणी बंद, लहान मुलीचं लगीन करायचं नाही, असा आता कायदा केलाय. तो जो कुणी मोडील, त्याला वाळीत टाकायची शिक्षा आहे.

तर पंचायत उठली. दिवस मावळतीला गेला होता. मगाची गाई-गुरं उठून गेली होती. रस्त्यानं वर्दळ आणखी वाढली होती. धापा टाकणारा कुत्रा, गुराखी, सारे आपापल्या घरी परतले होते. वडाच्या झाडावर साळुंख्या, कावळे, आपापल्या घरट्यात परतत होते. कावळ्यांची कावकाव वाढली होती आणि आमच्या पंगती बसल्या होत्या. मटण-भाकऱ्या ताटल्यांत चुरल्या जात होत्या, आग्रहानं एकमेकांना वाढणं चालू होतं. शेजारच्या ओढ्यातली विहीर पाणी पाजत होती. मध्येच, कुणाची बाचाबाच झाली, का सारा कालवा उसळायचा. कालवा म्हणजे तर नुसता धिंगाणा. कोण कशासाठी भांडतंय-ओरडतंय, हे काही आपल्याला कळायचं नाही. तर अशा या रानजत्रेपासून मंडळी लग्नाच्या तयारीला लागली. सगळी लग्नं सामुदायिक करण्याचा निकाल यल्लप्पानं घेतलेला. आता, यल्लप्पाबरोबर माझीही राबणूक सुरू झाली.

बघता बघता लग्नाचा दिवस उजाडला. सारी तयारी होत आली. बाया-पोरं नटूनथटून बसलेली. उकाडा मरणाचा वाढलेला. डॉ. बाबा आढाव येत असल्याचा निरोप डॉ. नरेंद्र दाभोळकरांनी दिला. मंडप झाला. तरुण पोरांनी रात्रभर जागून लाडूचं जेवण तयार केलं. दिवस नुसता लगबगीत गेला. अचानक आभाळ भरून आलं. आता पाऊस कोसळणार आणि यल्लप्पाच्या धावपळीवर पाऊस पाणी पाडणार, असं वाटत होतं. सारी तयारी झाली. शाहीर फरांदेंना निरोप दिला. रयत शिक्षण संस्थेच्या सचिवांना निमंत्रण दिलं. त्यांच्याकडूनच जोतिराव फुले, राजर्षी शाहू महाराज, डॉ. बाबासाहेब आंबेडकर, कर्मवीर भाऊराव पाटील यांच्या तसबिरी आणल्या. सायंकाळी पाच वाजता मंडप अकरा जोडप्यांनी भरून गेला. जोडपी बाशिंगं बांधून तयार होती. आभाळात ढगांनी, विजांनी गडगडाट मांडलेला. मंडपात तुडुंब गर्दी. खेचाखेची, बाया-पोरांचा कालवा. प्रमुख अतिथींचं स्वागत तरुण पोरं करत असतात. पाहुणे आले. डॉ. दाभोळकर, डॉ. शैला दाभोळकर, प्राचार्य एस. डी. पाटील, डॉ. बाबा आढाव, श्री. लंके आदी मंडळी आली आणि शाहीर फरांदेंनी 'सत्यशोधकी पद्धती'नं विवाहाला सुरुवात केली. मंडळी अक्षता-फुलं उधळू लागली आणि आभाळातल्या ढगांनीही आपल्या सहस्त्रहस्ते जलपुष्पांजली वाहिली. अगदी भुरू-भुरू पाऊस पडू लागला. टाळ्यांचा कडकडाट झाला. लग्नसोहळा संपला आणि पाऊसही पांगला. डॉ. बाबा आढाव आणि प्राचार्य एस. डी. पाटील यांनी

वधु-वरांना आशीर्वादपर चार शब्द सांगितले.

यंदाच्या वर्षीचा डॉ. अरुण लिमये पुरस्कार यल्लप्पा वैदू यांना नुकताच मिळाला. त्यांचा सत्कार डॉ. बाबा आढाव यांच्या हस्ते झाला. आज अरुण असता तर त्यालाही केवढा आनंद झाला असता! त्यानंही या मेळाव्यात आम्हा सर्वांना उत्साहानं मदत केली असती. त्याच्या आठवणींनी थोडं मन भरून आलं; पण यल्लप्पासारख्या जाणत्या तरुणांच्या रूपात पुनः पुन्हा त्यांचं दर्शन होईल, हा इसार घेऊन हे कार्य संपलं. यल्लप्पाचा उदंड उत्साह ही परिवर्तनाच्या चळवळीतली मोलाची देणगी. जोतिरावांच्या विचारांना कृतीत आणण्याची धडपड ही मोलाची कमाई.

❖

मरण येत नाही म्हणून जगायचं!

अल्लखऽऽ निरंजन!बंमऽऽ भोलेनाथ! मच्छिंद्रनाथ, कानिफनाथ, गोरखनाथ, जयऽ गुरुदत्त! अशी भीक मागणारा गोसावी हा बिनभिकाऱ्यांच्या जगात अतिशय कुतूहलाचा विषय असायचा. इतर जमातींचं बरं. ते सोंगंढोंगं करून दयाबुद्धी जागी करून भीक मागत असत, तसं या बैराग्यांचं नसतं. एक बैरागी मला आठवतो. तो लहानपणी आमच्याच पुढ्यात असायचा. सदान्कदा कसल्या तरी धुंदीत असायचा. 'शंभो शिवशंकरऽ पार्वतिपते हरकांती! तत् स्मरम् जयजय राम कृष्ण हरेऽ हरयेऽ नमः!' तो तासन्तास म्हणत असे. डोक्याला प्रचंड जटा. वाढलेली दाढी. अन् डोक्याचे केस तो अशा स्टाईलनं बांधत असे जसं काही पूर्वीचा ऋषि-मुनी असावा, ब्रह्मचारी असावा. नाही म्हणायला चिलीम ओढण्याचा शोक या बुवाला फार होता. तो फार कमी बोलत असे. 'जय शिवशंकर' असं म्हणून तो सर्वांना अभिवादन करत असे. कुणीही त्याला हात जोडले, तरी तो 'जय शिवशंकर' एवढंच बोलत असे. हा हाटा-तटाला पेटलेला जटाधारी बैरागी आम्हा लहान मुलांचं मोठं आकर्षण असे. त्यात त्याची भीक मागण्याची पद्धती विलक्षण होती. त्या काळी आम्ही पोरं त्याची टवाळी करत असू. आम्ही कितीही त्याला त्रास दिला, तरी तो 'जय शिवशंकर,' एवढंच म्हणे. मोठी माणसं आम्हाला माराची भीती घालून हुसकावत असत. आम्ही लांब पळायचो. मग आई कधीमधी सांगे, "त्या बुवा महाराजाला तरास दिवू नका. त्यो लय वाईट हाय. बारा वर्सं तपाला बसला होता. त्याला देव प्रसन्न हाय. त्याला तरास दिला तर देव तुमाला सजा करील." तेव्हा आम्ही मनातनं टरकायचो.

हा भीक मागताना क्वचित दिसे. सकाळी हा पाच घरी भीक मागत असे. याची

विशेष गंमत अशी की, याने ब्रह्मचर्य पाळण्यासाठी स्वतःचं लिंग छाटून घेतलं होतं. सर्व वासनांचं दमन करून हा बैरागी जगत होता. भीक मागताना तो लुंगी वर करून दाखवत असे. त्याने अख्खा गाव त्याला 'सिद्धपुरुष' समजून फार मानत असे. त्यात त्याने उरलेल्या लिंगाला दोरी बांधून ती दोरी एका कानात अडकवलेली. त्याने आम्हा मुलांची मोठी करमणूक व्हायची. आज या सगळ्याचीच शरम वाटू लागते. देवाच्या आणि धर्माच्या नावाने अशी खच्ची झालेली हजारो माणसं आज जेव्हा पाहतो, तेव्हा देवधर्म या सगळ्यांचीच शिसारी येते. या बुवासारखी माणसं अज्ञान व अहंकार यात बुडालेली आहेत. त्यामुळे आजही यांच्याशी सुधारणांची साधी चर्चाही करता येत नाही.

मला आठवला हा बावा-बुवा, बैरागी, जमातीचा. तर या गोसाव्यांच्या अनेक जाती आहेत. बाबा, बुवा, बैरागी : हे गोसावी तसे आम्हासारखे. भटकत फिरणारे. गोसाव्यांचाच दुसरा पंथ जोग्यांचा. हा जोगीही मोठा विलक्षण असतो.

सर्वांगाला विभूती फासलेली. केसांच्या जटा मोकळ्या सोडलेल्या. छातीपासून खाली कमरेपर्यंत काळी लोकरीची मेखला गुंडाळलेली. मेखला वीस-पंचवीस हात लांबीची. लोकरीची दोरी एका विशिष्ट पद्धतीनं गुंडाळतात. ही कटबंधिनी मोळाच्या किंवा मेंढीच्या लोकरीची दोरी. याला 'मेखला' म्हणतात. दंडात, मनगटात वीर कंगण घातलेले. चेहऱ्यावर डोळ्यांच्या भुवयांभोवती गालावर शेंदराचे पट्टे ओढलेले. कंबरेखाली गुडघ्यापर्यंत लोंबती मोठी घंटा बांधलेली. भगवं धोतर नेसलेले. सोगा आखूड सोडलेला. एका हातात त्रिशूळ किंवा चिमटा अन् दुसऱ्या हातात भिक्षा घेण्यासाठी मातीचं पात्र. काखेत झोळी. कानात कुंडलं डुलतायेत. तोंडानं 'अल्लखनिरंजन'चा ध्वनी विशिष्ट पद्धतीनं सुरू आहे आणि चालताना पायांवर आदळल्यामुळे होणाऱ्या घंटेचा नाद करत रस्त्यानं चाललेले बुवा खरे हटवादी. भिक्षा आपणहून आली तर घेणार. भीक मागणार नाहीत. मान ताठ, छाती पुढे काढलेली. चेहऱ्यावर वैराग्याचे भाव. डोळे सतत तारवटलेले. असं रूप पाहिलं की तामसी वैराग्य समोर पाहून आपण मंडळी दबकून वागू-बोलू लागतो. हा बुवा म्हणजे गोसावी. यांना मंत्रसिद्धी प्राप्त असते. हे दुःखी-कष्टी लोकांना विभूती अंगारा लावून दुःखमुक्त करतात. आजारापासून मुक्त करतील. बाहेरची भूतबाधा उतरवतील. अंगाराधुपारा, मंत्रतंत्र करून दुःखमुक्त करतील, अशी समजूत. तर हे ढोंगी लोक सोंग घेऊन लुबाडतात. मंत्रसिद्धीने लोकांची दिशाभूल करून, विभूती अंगारा देऊन आपल्याला लुबाडतील. चोऱ्या करतील. स्त्रियांना फूस लावतील. जादूटोणा करतील. भानामती करतील, हे भय. तर हे महाराज सतत गांजा ओढून अंगाला राख फासून धुंद. मद्यमांस यांना जीव की प्राण. हे योगी... क्रोधी, शीघ्रकोपी, डोळे सदैव तांबरलेले. हे शाप देऊन भस्म करू शकतात, अशी या

गोसाव्यांबद्दल समजूत, समाज माणसांत अगदी ठाम पक्की बसलेली. यांचा वेश, त्यांचं भीक मागण्याचं तंत्र व कसब, जटाभस्म, भगवाबान, सारं मनात ठेवून गेली. कैक वर्षं यांच्या शोधात माझी पायपीट चालूच आहे. मिळतील तेवढे संदर्भ जमा करतो आहे. काही सुसंगत मांडणी करता येते का हे पाहतोय.

कराडच्या 'नाथपंथी डवरी गोसावी' समाजाच्या मित्रांनी त्यांच्या अधिवेशनाला आवर्जून निमंत्रण दिलेलं म्हणून 'डवरी समाजा'च्या महाराष्ट्र पातळीवरच्या अधिवेशनाला कराडला पोहोचलो.

पत्रिका वैशिष्ट्यपूर्ण. वक्त्यांच्या नावाबरोबर 'कानचिऱ्या'च्या दीक्षाविधी समारंभाची वेळ छापलेली. सकाळी नऊ वाजता दीक्षाविधी. ही दीक्षा काय भानगड असेल, हे मनात कुतूहल. एकूण ही जमात फार गुंतागुंतीची. कुणीही सोम्यागोम्या अंगाला विभूती फासून गोसावी होऊ शकतो आणि सवलती लुबाडू शकतो, हे मी अनुभवतोय. त्याने कुतूहल वाटत होतं. हरिभाऊ नाथ सांगत होते. नगरपालिकेच्या शाळेपुढं मोठा मंडप घातलेला. स्पीकरवर गाण्यांचा रतीब घालतोय. टेबलावर नवनाथांचा फोटो लावलाय. एका मोठ्या टेबलावर मच्छिंद्रनाथांचा फोटो, त्याला हार घातलेला. त्रिशूळ, डवर पूजलेला, महाराष्ट्रातून 'नाथपंथी डवरी गोसावी' मंडळी जमलेली. प्रत्येकाचं एक समान चिन्ह. म्हणजे प्रत्येकाच्या कानाच्या खालच्या पाळीत मुद्रा किंवा कुंडलं घातलेली. कपाळाला गुलाल. अशी शे-पाचशे बाया-पोरं मंडपात. धांदल उडालेली. नुकताच 'कानचिऱ्याचा समारंभ'[१] संपलाय आणि मी गडबडीनं पोहोचलो.

वीस-पंचवीस लहान मुलं. वयं साधारणतः दहा-बारा वर्षांची असावीत. भगव्या वस्त्रांनी प्रत्येकाचं अंग झाकलेलं. कानावरून भगवं कापड बांधलेलं, तर डोक्यालाही भगव्या कापडाची कफनी गुंडाळलेली. कपाळाला विभूती, हातात त्रिशूळ, डमरू अगदी नवनाथांच्या फोटोतल्या चित्रासारखं हुबेहूब. शांत चेहऱ्यानं बसलेली. निरागस लहान पोरं अकाली प्रौढ झाल्यासारखी धरून बसवलीत असं वाटावं. असं एकूण गंभीर वातावरण. आमचं आगतस्वागत झालं आणि मी मिसळून गेलो. हरिभाऊ नाथ हे आमचे कार्यकर्ते. नाथपंथाची माहिती देत असतात. साठीकडे झुकलेला काळा-सावळा रंग, झोकदार मिश्या, चमकणारे डोळे, कपाळाला विभूती, कानात कुंडलं, उंचापुरा धिप्पाड माणूस करड्या आवाजात सांगू लागला. संयमानं बोलणारा. चिडवलं तरी न चिडणारा. समाजाची कळकळ असलेला हरिभाऊ.

---

१. कानचिऱ्याचा समारंभ - मुलाचा १० व्या वर्षीचा दीक्षाविधी, मुलाची कानाची मधली पाळी चिरून त्यांत कुंडल घालणे.

तर हरिभाऊ सांगू लागला, "आमची जात लय जुनी. लय पुराणी. जोगी अन् गोसावी अशा दोन बाजू हाईत. गोसाव्यांच्यात बाबा, बैरागी, भारती, गिरीगोसावी, भारती गोसावी, सरस्वती, पर्वत, सागर बन, तीर्थ आश्रम, अरण्य, घरभारी, संन्यासी, अशा पोटजाती हायेत. त्यांचा आमचा रोटी-बेटी येव्हार नाही. ते लोक श्रीमंत आहेत. त्यांचे जागोजागी मठ आहेत. मठांना शेकडो एकर जमिनी आहेत. त्यांचा अध्यात्माचा वारसा आमच्याहून येगळा. ते लोक बामणावाणी ऱ्हातेत. आवं ती गोष्ट नाय का? म्हाजूरच हाय की. आपल्या धर्माचे गुरू, काय त्यांचं नाव?" मी माहिती पुरवली, 'शंकराचार्य'. "हां. आता आठवलं, तर शंकराचार्य आणि मंडनमिश्र या दोघांचा अटीतटीचा वाद झाला. त्या वक्ताला मंडनमिश्राची बायको भारती हिनं पंचाचं काम करून न्यायनिवाडा दिला होता. ती येवढी इद्वान बाई व्हती का शंकराचार्य आन् मंडनमिश्र दोगंबी तिला मानीत व्हते. ती त्या दोगास्नी भारी होती. तिनं शंकराचार्यांचा वादात पराभव केला व्हता. बाई लई इद्वान. म्हणतानं शंकराचार्य आन् मंडनमिश्रांनी तिला पंच नेमलेलं. या बाईनं दोघांच्या भांडणात न्याय केला. त्यो न्या नवऱ्याच्या विरोधी गेला. म्हणजे शंकराचार्यांच्या बाजूनं दिला. तेव्हा शंकराचार्याला लय आनंद झाला. त्यानं तिथल्या तिथं म्हाजूर केलं का बाईनं न्यायाचा निवाडा खरा केला. म्हणं आजपासनं म्या माज्या नावाम्होरं भारती आसं लावतो. तवापास्नं शंकराचार्य भारती झाले आन् आठ दिशाला आठ मठ केले. आठ मठांत हे गिरी, पुरी, भारती, बन, सागर, पर्बत, आश्रम, तीर्थ, आरण्य, अशा ऋषि-मुनींच्या नावानी मठांची वंशपरंपरा चालू झाली. या मठांना शेकडो एकर जमिनी आहेत. आवं आपलं ते राष्ट्रपती 'गिरी' ते बी ह्यांच्यापैकीच. आन् मनोजकुमार! हिंदी सिनेमातला, त्यो बी ह्यांच्यातलाच!" हरिभाऊंच्या या शोधाचा खरोखर मला धक्का बसला.

हरिभाऊ सांगत होते, "या गिरी गोसाव्यांना पेशवे गुरू मानत होते. पुण्यातल्या गोसावपुऱ्यातनं पेशवे जोडे हातांत घेऊन जात होते, अशी म्हण आहे. हा तसा पुरोहितांचा वर्ग. अलीकडे वशिल्यानं भटक्या-जमातीत आलाय. त्यानं तो भटका म्हणायचा."

मी हरिभाऊंना छेडत असतो. हरिभाऊ शांतपणे सांगत असतात. "आम्ही जोगी. आम्हाला 'नाथपंथी डवरी गोसावी' म्हणत्यात. आमच्यातबी पोटजाती आहेतच. बारा पोटजाती आहेत. आम्ही नाथपंथी आहोत. आम्हाला 'डवरी' म्हणत्यात. 'भराडी' म्हणत्यात, काय भागात 'कानफाटे' म्हणत्यात. कोंगा वाजवून, भराडं घालून पोट भरणारांना किंग्रीवाले, बालसंतोषी, नाथबावा, नाथजोशी, नाथजोगी, नाथगोसावी, डौरी गोसावी, लवंगी गोसावी अशा पोटजाती आहेत; पण आम्हाला लोक 'कानफाटे'च म्हणत्यात. कानाचा खालचा भाग चिरून त्यात मोठी कुंडलं

घालतात. त्याला 'मुद्रा'[२] म्हणतात. यावरूनच आम्हाला 'कानफाटे' म्हणत्यात.''

हरिभाऊंना मी 'कानचिऱ्या'बद्दल विचारलं तसं ते सांगू लागले.

'' हा 'कानचिऱ्या'चा समारंभ म्हणजे लय खर्चिक. साऱ्या भावकीचा हात वला करावा लागतो. बकरी कापावी लागत्यात. पै-पावणं जमत्यात. बामणांच्या मुंजीसारखाच हाय. ह्याला आम्ही 'दीक्षाविधी' म्हणतू. ह्यो विधी झाल्याबिगार त्याला आमच्या पंथात जागा न्हाय. दहाव्या साली हा 'कानचिरा' झाला तर बरं, न्हाय तर त्या पोराचं लगीनच होत नाय. त्याला संगत-पंगत नाही. राजा गोरक्षनाथांनी नाथपंथाची दीक्षा दिली तवापासून हा विधी होतोय. गळ्यात सिंगी घालतात. ती तांब्याची असते. ही सिंगी पूजेला वाजवतात. मोठ्या चिऱ्याचाही विधी असतो. हा विधी मठात होतो. तीन महिने मठात राहून उपासतापास करून हा विधी होतो. यात कानाची मधली पाळी चिरून त्यात कुंडल घातलं जातं. या विधीपासून पोरगा गुरूचं नाव लावतो. दोन गुरू असतात. एक उपदेशी गुरू आणि दुसरा चिरा देणारा गुरू.'' गुरूच्या आशीर्वादाने संन्याशी होता येतं आणि संसारीही होता येतं? आता हरिभाऊ मंडपात घेऊन जातात, दाखवू लागतात. ''हे दोन चौरंग. ह्यांच्यावर गादी भरलेली आहे म्हणजे धान्यांचा चौक भरलेला आहे. सव्वाशेर गूळ, सव्वाशेर तांदूळ, दोन नारळ, तूप, तेल, काकडे, प्रसादाला खडीसाखर, ४-५ शंख हारीने ठेवतात. एका चौरंगावर मूल आणि दुसऱ्या चौरंगावर नाथगुरू असे बसतात. नाथगुरू विधीसंबंधी सूचना करतो व जमातीला विचारून विधी करू लागतो. खेंगट[३] नसलं तर लगेच विधी होतो. खेंगट असलं तर बोंबाबोंब. मुलगा व त्याचे आई-वडील पूजा करतात. बकरी पडतात. अंगाला भस्म लावतात. 'गायत्री मंत्र' म्हणून तीक्ष्ण सुरीने मुलाच्या कानाच्या पाळीला छिद्र पाडतात. बाकीचे 'शिव गोरक्ष' असा गजर करतात. याच विधीच्या वेळी गुरू शिष्याला झोळी, शैली, सिंगी इ. देतात. मंत्रतंत्र गुरू शिष्याला शिकवतो. हे आदेश प्रत्येक शिष्याला यावे लागतात. ते पूजाविधीच्या वेळी म्हणावे लागतात. असा मंत्र आल्याशिवाय तो खरा नाथपंथी नव्हे. त्यामुळे भोंदू साधू आम्ही चटकन ओळखतो. ज्याला आमचे विधी येत नाहीत, तो भैरव झोळी घेऊ शकत नाही. मेखला घालू शकत नाही. मेखलाला 'नागीन' किंवा 'हालमटंगा' असंही म्हणतात. आमच्यात 'जानवं' पण असतं. ते पाच ते सात पदरांचं असतं. त्याला 'शैली'[४] असंही म्हणतात. ते लोकरीचं असतं. त्यात शंकाची चकती अडकवलेली असते आणि त्याच्या एका टोकाला गोंडा असतो, तर दुसऱ्या टोकाला 'सिंगी'

---

२. मुद्रा - कानांतील कुंडल.

३. खेंगट - भिन्न जातीची मासळी.

४. शैली - ५ ते ७ पदरांचं लोकरीचं जानवं.

असते. या जानवेधारीला 'सिंगीनाथ'[५] असं म्हणतात. हा हातांत काठी घेतो. या काठीला 'भैरव दंडा'[६] म्हणतात. 'सामर्थ्यसिद्धी' झाली, की चिमटा- त्रिशूळ वापरतात. गळ्यात रुद्राक्षांच्या माळा घालतात. दंडावरच्या रुद्राक्षांच्या माळा एकशेआठ मण्यांच्या असतात. लहान माळ अठ्ठावीस, बत्तीस, चौसष्ट, चौऱ्यांऐंशी रुद्राक्षांची असते. त्याला 'सुमराणी'[७] म्हणतात. म्हणून आमच्यात 'मुद्रा' धारण करण्यास फार महत्त्व आहे. याला 'दर्शनीनाथ' असं म्हणतात. जे कुंडलं धारण करत नाहीत, त्यांना 'अवधडनाथ'[८] म्हणतात. याशिवाय खापरी, अधारी, किंगरी, धधारी ही साधनं असतात; पण पूर्वीचं आता पुसट व्हायला लागलंय. कंदुरी[९]तली संख्या कमी व्हायला लागलीय. महागाईनं कंबरडं मोडलंय. त्यानं आता सेपरेट 'कानचिरा' करायच्या ऐवजी 'सामुदायिक दीक्षान्तविधी' होऊ लागलेत. त्यानं रिन होत न्हाय. उलट खर्च समद्यांत वाटला जातो. तसा हा भिकारी समाज. कोणाकडं दातावर मारायला टिकली नसतीया; पर नुसताच रुबाब. ऱ्हायाला घर न्हाय आन् खायाला आन्न न्हाय. खाली धरित्रीचं हाथरून आन् वर आभाळीचं पांघरून, सारं सोसायचं. सारा परपंच वाटंवर. त्यानं वाट फुटल तिकडं, पोट नेईल तिकडं फिरायचं घेऊन बिऱ्हाड पाठीवर, इचवावाणी. एक घरं उणं तर दस घर पुनं. पायाला पाय टेकायचा न्हाय. बरं भीक तरी आता कोण घालतंय? पयल्या काळी आम्ही तोंडानं 'भीक वाढ गं माय,' म्हणायचे न्हाय. लोक आपून हून देत्याल ते घियाचं. मागं वळून बघायचं न्हाय. न्हाई मिळाली तर न्हाई, पण भीक मागायची न्हाय. 'न माँगे मोती मिले, माँगे मिले ना भीक!' असं म्हणायचं, नाहीतर 'न माँगे भीक मिली वो दूध बराबर माँगे वो भिक्षा पाणी बराबर. रगडझगडके भिक्षा लिया वो भिक्षा रगत बराबर,' अशी स्वाभिमानानं भीक मागायची; पण आता काळ बदलला. आता कुणीबी त्रिशूळ हाती घेतो, कपाळाला उदी लावतो, भस्म लावतो, झोळी अडकवतो आन् ऊठसूट घर ना घर पालथं घालतो. घावल त्यो चाराचुरा पोराबाळास्नी घालतो. लोकांची न्हयात[१०] बिघडली. कुणी आता पयल्यावाणी वाढत न्हाय. पूर्वीचे लोक रोजचा शिधा, ताजा शिधा समजून संपवायचे. रोजच्या रोज भिक्षा संपली न्हाय, तर तिला

---

५. सिंगीनाथ - जानवेधारीने जानव्याला शंकांची चकती/गोंडा/सिंगी अडकवलेला.
६. भैरव दंडा - सिंगीनाथच्या हातांतील काठी.
७. सुमराणी - गळ्यातील रुद्राक्षमाळ (लहान माळ-२८/३२/६४/८४ रुद्रांक्षांची असते. दंडावरची माळ-१०८ रुद्रांक्षांची असते.
८. अवधडनाथ - कुंडले धारण न करणारे.
९. कंदुरी - गळ्यातील मंतरलेला दोरा, नवस फेडण्याचा कार्यक्रम.
१०. न्हयात बिघडली - नियत बिघडली.

दुसरा दिस दावायचा न्हाय. दुसरी शीव दावायची न्हाय. सांच्याला खाऊन-पिऊन जे काय शिधा-सामग्री उरंल ती राच्यालाच खड्डा काढून पुरून टाकायची. ठिवायची न्हाय. न्हायतर गुरूचा कोप होणार आन् दुसऱ्या दिशी उरल्यालं खाल्लं तर हागवण होणार. त्यो पापाचा सिधा. काहीबी साठवायचं न्हाय. साठावलं तर माज ईल. पुन्हा भीक मागणार न्हाय. पर आता काय उरलंय. आता ज्यो-त्यो कमावतूय. साठावतूय. परपंचा करतूय आन् तेच चांगलं हाय.

- आता पुण्या-मुंबईत आमच्यात बी लोक शिकाय लागल्यात. कणी खाटं जनवार घिवून त्यानला सांभाळून मंग जनावर येताला आलं का इकून पैका मिळवतोय. तर कुणी गवत इकून पॉट भरतूय. तर कुणी मोलमजुरी करतो. तर कुणी कागद-काचा इचतोय. आसं आता धंदा बदलाय लागलेत. रोजी-रोटी मिळंल ते काम करायचं. त्यासाठी आता कुणी वाळीत टाकत न्हाय. पंचाचा निकाल माणसं आता पयल्यावाणी मानत न्हाय. ज्याच्याजवळ पैसा आसंल त्यो पुढारी व्हतोय. भैरवनाथाची काय वतनं व्होती ती गेली. आता वतनं म्हंजी जमीनजुमला इस्टन न्हवं, तर वतान म्हंजी 'भैरवनाथाची झोळी फिरवायची गावं.' त्याला इनामबी म्हणत आन् भावकीत त्याला आमी 'वतना' म्हणायचो. त्या गावाला दुसरं कोण जाणार न्हाय. आता आमच्यातबी कायबाय पोरं शिकून, सुधारणा कराय लागल्यात बगा.''

दुपारची जेवण झाली. मांडवातला कालवा वाढत होता. आमक्या-तमक्या गावची मंडळी आली म्हणं बोलवा व्हायची का संयोजक तिकडं पळत सुटायचे. मानपान सारं सांभाळायचं. संयोजन नावाची बाब अजून माहिती नसल्याने आपलं पूर्वीचंच कानचिऱ्याचं स्वरूप. हरिभाऊ पाहुण्यांना भेटायला गेले अन् मी शाळेच्या एका खोलीत घुसलो. निरनिराळ्या जिल्ह्यांतून प्रतिनिधी आलेले. त्यांच्यात भटक्या-विमुक्तांच्या प्रश्नांची चर्चा सुरू असते. मला सतत फिरण्याचा हल्ली एक मोठा फायदा होतो. सर्व जमातींमध्ये ओळखणारा कार्यकर्त्यांचा वर्ग तरी असतो. त्यानं पुन्हा चर्चा सुरू होते. महागाई, चळवळ यावरून सवलतींचा गैरफायदा कसा घेतला जातो. एखादी विशिष्ट जात सत्तेच्या जवळ गेली, का ती कसा फायदा उपटते अशी चर्चा चाललेली असते. तेवढ्यात नाथ नावाचे बँकेतले एक अधिकारी आपला परिचय करून देऊन बोलायला लागतात. शासनाच्या अनेक सवलती कशा लुबाडल्या जातायत, याविषयी बोलताना ते म्हणाले, ''शासनाची एन. आर. डी. पी. ची स्कीम आहे. या स्कीममधून तळगाळातल्या लोकांना विकासाच्या अनेक संधी उपलब्ध होऊ शकतात; परंतु त्यासाठी दारिद्र्यरेषेखाली त्या कुटुंबाची नोंद झाली पाहिजे. ज्या कुटुंबाला अशी नोंद झाल्याचा दाखला आणता येतो, त्यालाच शासकीय सवलती मिळू शकतात. अर्थातच, असा दाखला भटक्या-विमुक्तांना

मिळणं शक्य नाही. कारण हे लोक एका जागेला राहत नसल्याने त्यांची मतदार यादीत नोंद नसते. त्यामुळे ग्रामपंचायतीकडे यांचं कसलंही रेकॉर्ड नसतं. एका गावात हे लोक तीन दिवस राहत नाहीत तर तीन वर्षं कसे राहणार? शासनाची बेघरांच्यासाठी 'घरकुल योजना' आहे, परंतु बेघरांची व्याख्याही शासनाने मोठी चमत्कारिक केली आहे. जे कुटुंब तीन वर्षांहून अधिक काळ गावामध्ये राहते आणि तरीही त्याला घर नसते, अशा कुटुंबाला बेघर समजावं. आता अशी व्याख्या करणाऱ्या महाभागांना काय म्हणावं?'' हे बँक अधिकारी अनेक गोष्टी सांगत होते. त्यांना बँकेसंबंधी विचारलं तर ते म्हणाले, ''बँकांमधला पैसा वस्तुतः आम जनतेचा आहे; परंतु त्याचा फायदा समाजातल्या धनिक वर्गानेच आजपर्यंत उपटला आहे. ज्याची बाजारात पत आहे, ज्याला बँकेकडे ठेवायला तारण आहे. त्यालाच बँक कर्ज देते. बँक पाहते ते तारण! कारण नव्हे. आता बँकेने कारण पाहून कर्ज द्यावं, असे शासनाचे अनेक हुकूम आहेत; परंतु बँका या समाजातल्या धनिक वर्गाच्या ताब्यात असल्याने शासनाचे सगळे फतवे शासकीय अधिकाऱ्यांप्रमाणेच बँकाही गुंडाळून ठेवतात. एवढंच काय, पण जातीची खोटी प्रमाणपत्रं आणून समाजातला उच्चवर्णीय समाज उपेक्षितांच्या सवलती लुबाडतो आहे. आता आमचे पाहा ना! आमच्यात नाथ आहेत, गोसावी आहेत, जोशी आहेत. ब्राह्मणांमध्येही नाथ आहेत, जोशी तर आहेतच आहेत. जातीच्या प्रमाणपत्रात जोश्याचा 'कुडमुडा जोशी' असा उल्लेख केला, की त्याला भटक्या-विमुक्तांची सवलत मिळते आणि असं प्रमाणपत्र तलाठ्याकडून मिळवणं काहीच अवघड नसल्यानं, असं बोगस सर्टिफिकेट मिळवणारे लोक बँकेत नोकऱ्या पटकावतात. हे एका जोश्याचं नाही तर सर्व मागासवर्गीयांचं आहे. जोशीचा 'कुडमुडा जोशी' होतो, रजपुताचा 'रजपूत भामटा' होतो, कोळीचा 'महादेव कोळी' होतो, भोईचा 'झिंगा भोई' होतो, भाटांचा 'कंजारभाट' होतो, वंजारीचा 'बंजारी' होतो. सारेच जंगम 'माला-जंगम', 'बेडा-जंगम' होतात. लिंगायताचा 'लिंगडेर' होतो आणि मग आम्ही कोणाच्याच स्पर्धेत उतरू शकत नाही.'' ते सांगत असतात. दरम्यान मध्येच हरिभाऊ डोकावतात. मध्येच आमच्या चर्चेत भाग घेतात. मध्येच, बाहेर पाहुण्यांकडे जातात.

आता चहाच्या कपबश्या वाजू लागल्यात. चहा येतो आणि चहाचा घोट घेत घेत चर्चा जातीतल्या शोषणकर्त्यांपर्यंत येते. जातीचे पंच जातीची कशी लुबाडणूक करतात. जातीतलेच सावकार कसे पठाणी पद्धतीने व्याज घेतात. व्याजाच्या देण्या-घेण्यात चलनी नाण्यांसारख्या बायका कशा वापरतात. विवाहामध्ये देण्या-घेण्यात कशी नाडवणूक होते. मंडळी अनेक उदाहरणं सांगू लागतात. एक जण सांगू लागतो. ''स्त्रीची किंमत आमच्यात वस्तूच्या स्वरूपातच मोजली जाते. द्विभार्याप्रतिबंधक कायदा इथे नावालाही सापडत नाही. किंबहुना, अशी चैन इथं परवडत नाही.

जेवढ्या बायका जास्त तेवढी पोरं जास्त. जेवढी पोरं जास्त तेवढी भीक जास्त! लेकरांचं कमावतं वय असतं. 'वाढ गो माय,' हे शब्द बोलायला आले, का पोरगा कमावता होत असतो. इथं शिक्षण, आरोग्य, घरदार, इस्टेट, शेतीवाडी, सारं स्वर्गासारखं. रोज मरण येत नाही म्हणून जगायचं. आपल्याच वावटळीत गोल फिरायचं. वैरणीच्या पाल्यासारखं गोतं खायचं आन् लांब कुठंतरी उडून जायचं. आपापसातल्या मारामाऱ्या, दारवा, मटण, बाया, पोरं आणि जोडीला पोट भरायला धर्म.''

सभेला आमदार भास्करराव शिंदे, खासदार प्रेमलाकाकी चव्हाण हजर असतात. साऱ्यांची भाषणं होतात. साधं प्रास्ताविकही कुणी करू शकत नाही. सभा कशी असते, वक्ता कसा बोलतो, सभा कशी चालते, काहीच माहीत नसल्याने साधे उपचारही पाळता येत नव्हते. त्यानं सभेच्या सुरुवातीपासून शेवटपर्यंत दर वक्त्यामागे चार-दोघांचा सत्कार होत होता. मध्येच वक्त्याला प्रतिसाद देण्यासाठी श्रोत्यांमधून एखादा उभं राहून बोलू लागे. त्याला खाली बसवण्यासाठी कालवा सुरू होई. त्यानं बोलणारांपेक्षा बसवणारांचाच कालवा जास्त होई. सभेचा बेरंग होई; पण असल्या मिळमिळीत गोष्टी पाळायला वेळ कुणाला इथे! तर अशा या सभेत भाषणं नेहमीसारखी उत्तम झाली. आमदार-खासदारांनी भटक्या-विमुक्तांच्या समस्या सोडवण्याचं आश्वासन दिलं आणि कार्यक्रम संपला. तोवर माझ्या डोक्यातल्या विचारांच्या जटा अंगाखांद्यावर लोंबत होत्या. या जटांचं निर्मूलन कसं होणार? झोळी, चिमटा, त्रिशूळ आम्हाला किती काळ सुळावर चढवणार? आमचा भगवा बाना आम्हाला हद्दपारीतून केव्हा मुक्त करणार?

झोळी-चिमटा होळी आम्ही औरंगाबादच्या परिषदेत केली; पण अशी प्रतीकात्मक होळी करून कानचिरणं कसं थांबणार? बरं, बाहेरच्या माणसांनी होळी केल्यानं काय होणार? आम्ही जर गांजा ओढीत जय शंभो, भोलेनाथ करून व्यसनांच्या धुंदीत राहणार असू तर आमचा उद्धार तरी कोण करणार? शंभो भोलेनाथा, असा कसा रे बाबा तू! एकाला अंगाशी एकाला जांगाशी! तुझ्या नावानं जगणारांची कोण ही घोर उपेक्षा! भगवंता, आता एक उपकार कर आम्हा सगळ्यांना सोड आणि अमेरिका, रशिया या महासत्तांना लाग. जपानच्या भांडवलदारांना लाग. का जे काय शाप-उःशाप द्यायचे ते त्या टाटा-बिर्लाला दे. अंगातच यायचं असेल तर ब्राह्मण, गुजर, मारवाडी यांच्या अंगात ये. आमच्यापेक्षा ते तुला बकरी, कोंबडी जास्त देतील. भोलेनाथा, जा बाबा आता बंगल्यात, आमची हागनदारीतली पालं-बिऱ्हाडं सोड. अरे, आम्ही कसले तुला पाजणार! हातभट्टीची? नकोऽ नकोऽ आता तुझ्यातही थोडी सुधारणा कर! तू आमच्यासारखी हातभट्टीची पिऊ नको. डल्ली-डुल्ली खाऊ नकोस. प्यायचीच असेल ना तुला तर चक्क डेक्कन जिमखान्यावर

उत्तम बारमध्ये जा. भोलेनाथा, यथेच्छ पी. मुर्गी फ्राय, चिकन फ्राय, चिली फ्राय काय वाट्टेल ते खा अन् तसाच झोकांड्या खात सदाशिव पेठेतनं फिर. म्हणजे आम्हा गोर-गरिबांची बिनऔषधाची खरूज तरी जाईल. एरवी हा जटांचा गुंता कोण सोडवणार?

विचारांचा गुंता गाडी सातारला पोहोचली तरी सुटत नव्हता. असा हटवादी विचार सुटायला तो काय आम्ही निर्माण केलाय थोडाच. तो आमच्या महान पूर्वजांनी निर्माण केलाय. आपण फक्त टकरा देत राहायचं. रक्तबंबाळ झालं का थांबायचं. तेलपाणी घालायचं! अन् पुन्हा टकरा घेत राहायचं. कुणी सांगावं हा खडक फुटेलही, अंगातलं भूत सुटेलही; तोवर झाडाझडती अटळ आहे!

❖

आण्णाप्पा अन् शांतीला धीर कोण देणार?

रात्रीचे अकरा-साडेअकरा वाजलेले असावेत. मी नुकताच घरी आलो होतो. शशी, भाई, समता जेवून झोपली असल्यानं मी माझं जेवण गरम करून जेवायला बसायच्या विचारात होतो. तेवढ्यात दारासमोर डॉ. नरेंद्र दाभोळकरांची स्कूटर येऊन विसावली. दाराची कडी वाजली. मी जाऊन दार उघडलं. नरूभाऊ आत आले. ''सुरेश शिपूरकरांचा फोन आलाय. तुला तातडीनं सकाळी कोल्हापूरला बोलावलंय. मी आजच मराठवाड्यातून आलोय.'' आता खरं तर बाहेर लगेच जाण्याची इच्छा नाही; पण निरोप द्यायला डॉक्टर येणारच. त्यांचं घर गावाच्या दुसऱ्या टोकाला. आम्ही आपसात चर्चा करतो आणि सकाळी लवकरच कोल्हापूर गाठण्याचं ठरवतो. कोल्हापूरहून बेळगावला जायचं आहे. एका पारधी समाजातल्या तरुण मित्राला, जो कोल्हापूरच्या 'शाहू मिल'मध्ये नोकरीला आहे. पोलिसांनी अरेस्ट करून नेलाय त्याला पंधरा-वीस दिवस झाले. त्यासाठी तातडीने निघायला हवं.

एवढ्या निरोपावर आता निर्णय घेण्याला काही जागाच नव्हती. मी निघण्याचं ठरवलं. नरूभाऊ निघून गेले. मी शबनम भरली. सकाळी लवकर पळायच्या विचारानं झोपलो; पण आमचं घर म्हणजे चावडी. चावडीवर केव्हाही बोंब मारता येते. तिथं पाटलाची परवानगी लागत नाही. पाटील नंतर चौकश्या करतो; पण तसं कुणाला नाही म्हणता येत नाही. असा एक डुलका झाला असंल. रात्र, भर मध्यान्हीची. काळोखानं आपलं साम्राज्य पसरवलेलं. सारं सातारा शहर गाढ झोपलेलं असतं आणि माणसांचा कालवा, बोंबाबोंब कानावर येते. गडबड, धावपळ वाढते. माझ्या घराच्या समोरच एक पाच-पन्नास पत्र्यांच्या पानांची झोपडपट्टी आहे.

मध्ये नुसता रस्ता. या बाजूला माझं घर अन् समोर ही वस्ती. आमचा एकच सार्वजनिक नळ. त्यानं रोजचा संबंध. पुढे ही कानडी भाषिक मजुरांची झोपडपट्टी. डावीकडं मातंग वस्ती. त्यांच्या पुढे बौद्ध वस्ती. पाठीमागं भंगी कॉलनी आणि त्याला लागूनच शे-पाचशे घरांच्या खुराड्यांचा वडारवाडा. त्यानं आसं रात्रीचं जर बोंबाबोंब झाली नाही, गोंधळ झाला नाही तरच नवल. मारामाऱ्या म्हणजे कसल्या? जीवघेण्या मारामाऱ्या. सुतकी अन् पहारीनं मारणार. कुऱ्हाडीनं डोकी फोडणार, रक्तबंबाळ होणार आणि कोण कुणाला कशासाठी मारतंय, हे न कळल्यानं सारेच ओरडत राहणार. रात्रीच्या झोपेचं खोबरं होणार, हे कायम चालू. मग पोलीस येणार. पुन्हा गोंधळ. असं काही ना काही निमित्त मिळालं का झोप पार उडून जाणार. कुणी बायकोला बडवणार, भावाभावांची मारामारी, तर केव्हा एखादी मयत, केव्हा आजारपण, असं सतत चार-दोन दिवसाला चालू.

तर आता असा बाका प्रसंग घरासमोरच उभा. थोडं बाजूला असलं तर दार उघडून बाहेर येणं नाही; पण इथं कालवा सुरू झाला आणि रडारडीतच मंडळींनी दार वाजवलं. शशी पटकन उठली. दार उघडलं तर बायांचा-पोरांचा, माणसांचा घरापुढं नुसता गोंधळ, रडारड चालू. बरं झाला प्रकार सारा कानडीतून बाया सांगत असतात. कालच्या अपघाताची चित्तरकथा.

दुपारी दोन-अडीचची वेळ असावी. नेहमीसारखा ताय्याप्पा आणि त्याची गँग 'अजिंक्यताऱ्या'च्या एका खाणीत दगड फोडण्याचं काम करीत होती. चेष्टामस्करी करत, हसत-खेळत कातळांना तडाखे मारून त्याच्या तोडी करायच्या. डोंगराच्या वरचा मातीचा थर उचलायचा. खाली काळा कुळकुळीत दगड मिळाला, की लागलीच सुरुंगासाठी भोकं पाडायला लागायचं. पहारीनं, ऊ... शो... ऊ... शी असा तोंडानं आवाज काढत, बिडी ओढत, उसासे टाकत, धापा टाकत दगडाला भिडायचं. पोट अन् पाठ एक करून कमरेचा भुगा करीत दगडाला नेम घ्यायचा. त्यात सुरुंगाची दारू ठासून भरायची. सुरुंगाची वात खोवायची आणि वात बरीच लांब नेऊन ठेवायची. इथपर्यंत काम नेहमीसारखं चाले. असे चार-दोन सुरुंग तयार झाले, का खाणीतल्या बाकी कामगारांना इशारा होणार. असा इशारा झाला की बाया-पोरांशी सारी मजूर मंडळी पळतच खाणीपासून फर्लांगभर अंतर कापून निघून जाणार. सारी माणसं- बाया-पोरं मजूर खाणीपासून लांब गेल्याचं ताय्याप्पा पाहत असे. तायाप्पा म्हणजे ह्या मजुरांच्यातला तसा म्होरक्या. तिशीतला तायाप्पा तब्बेतीनंही काळ्या कातळासारखा मजबूत. नारळाच्या करवंटीसारखा टणक आणि शिसवीच्या लाकडासारखा तुकतुकीत. तरणाबांड तायाप्पा पिळदार दंडांनी खडकाचे तुकडे तुकडे करत असे. हे सुरुंग लावण्याचं काम तायाप्पा कैक वर्षांपासून सराईतपणे करत आलेला. त्याचा आत्मविश्वासही दांडगा. सारं सराईत हातांनी

चपळाईनं करणारा.

डोळ्याचं पातं लवायच्या आत सारं व्हायला पाहिजे. वातीला चेतवल्यापासून ती चेतत सुरुंगाला लागेपर्यंत पळतच डोंगराच्या माथ्यावर फर्लांगभर अंतर कापायचं म्हणजे एका अर्थाने मृत्यूच्या बरोबर खेळून त्याला दर वेळेला हुलकावणी द्यायची. झुकांडी घ्यायची आणि धाडकन् आवाज झाला, का हुश्य करून खडकाच्या आडून उठून उभं राहायचं. एका धाड अशा आवाजासरशी काळा कुळकुळीत पत्थर थरथरत उभा आडवा प्रचंड फाटणार आणि खडकाचे लहान-मोठे तुकडेच तुकडे आसमंतात भिरकावले जाणार आणि क्षणात खाली खाणीत दगडांच्या तुकड्यांचा पाऊस पडणार. दगडांच्या तुकड्यांचा खच, धूळ आणि चिपऱ्यांसह विसावणार. सारी धूळ खाली बसली, सारे सुरुंग उडाले याची खात्री करून मग मजूर मंडळी मोठ्या आनंदाने खाणीत हसत-खिदळत दाखल होणार, हा नित्याचा या धंद्यातला कामाचा भाग. तायाप्पाने आजही असंच केलेलं असतं. तायाप्पा समोरच्या झोपडपट्टीत राहायचा. रूबाबदार तायाप्पा. त्याला दोन लहानगी रूपूटुपू खेळणारी बाळं. तरुण जवान बायको, आई-बाप, भाऊ, सारी घरातली थोरामोठ्यांसह खाणीत कामं करणार. नवऱ्याच्या धाडसाचं शांताला, तायाप्पाच्या बायकोला केवढं कौतुक. तायाप्पाने इशारा केला. सारी मजूर माणसं कुणी कानडी, कुणी बंजारा, कुणी वडार, सारी राबणारी, कष्ट करणारी माणसं इशारा मिळताच लांब पळाली. तायाप्पाने खाणीत कुणी नसल्याचं माथ्यावरनं बघितलं. आज त्यानं घेतलेला सुरुंग मधल्या एका टप्प्यावर होता. त्यानं खाली वाकून वातीची खात्री केली. माथ्यावर आलेल्या वातीची टोकं न्याहाळली आणि वात शिलगावून तायाप्पा नेहमीसारखा पळाला.

पोटात काही नव्हतं. आज शिवाचा उपवास. त्यानं जरासा दमलेला. तायाप्पा ठेचाळत लांब पोहोचला आणि खडकाच्या आडोशाला नेहमीसारखा दबा धरून बसू लागला. तसं धाड्कन दगडाचा एक मोठा कपरा त्याच्या तोंडावर जोरकस बसला आणि त्यानं किंकाळी फोडली. काय होतंय हे लक्षात न येऊन सारे कामगार हवालदिल होऊन इकडे-तिकडे पळू लागले. खडकांचे तुकडे, धूळ खाली बसली होती. आता लोकांच्या लक्षात आलं होतं. सारे कामगार डोंगराच्या माथ्याकडे पळू लागले. तायाप्पाची बायको जीव घेऊन सगळ्यात पुढे. तिच्या मागे बाकी सारे पळत सुटले. तायाप्पा विव्हळत कोसळला होता. रक्ताच्या धारा लागलेल्या होत्या. त्याचं सारं अंग रक्तानं माखलं व्होतं. चेहरा तर नुसता रक्तानं फुलला होता. बायकोनं बघितलं मात्र, तिची दातखीळ बसून तिच्या तोंडून शब्द फुटेना. ती तशीच खाली कोसळली.

इतरांनी दोघांना डोंगरातून खाली आणलं. मिस्त्रीच्या ट्रकमध्ये घातलं अन्

दवाखान्यात पळवलं. सिव्हिल हॉस्पिटलला काल दिवसभर तायाप्पा जिवंत होता. लोकांनी निःश्वास सोडला होता. चेहरा फाटल्यानं टाके घातले होते. रक्त दिलं व्हतं; परंतु शांताचं काही खरं नव्हतं. ती शुद्धीत येत होती, पुन्हा बेशुद्ध होत होती.

तायाप्पाचे आई-वडील आक्रोश करत होते आणि सारं नीट होईल वाटत असतानाच तायाप्पानं रात्री एक वाजता मान टाकली होती.

धावाधाव करून तायाप्पाचं प्रेत अखेर पहाटे पहाटे मिळालं होतं. लोकांचा कालवा उसळला होता. खाणीतले सारे मजूर गप्प बसून मूक अश्रुपात करत होते. तर बाया माणसं डोळ्याला पदर लावून गहिवर घालून बसली होती.

आता माझा कोल्हापूरला जायचा बेत बदलावा लागला. मी दुसऱ्या किंवा तिसऱ्या दिवशी कोल्हापूरला पोहोचलो. दोन दिवस तायाप्पाच्या करणीधरणीत गेले. मनात सारखं डाचत होतं, सालं आगीशी खेळ असलेला हा दगडांच्या खाणीतला धंदा. कोणत्याही क्षणी जीव धोक्यात येऊ शकतो, पण यांचे विमे उतरवलेले नाहीत. कसलीही जीवाची हमी नाही. अपघात विमा नाही, का नुकसान भरपाई नाही, का काही नाही. नशिबाचा खेळ समजून शांता आता आयुष्यभर एकाकी खडक फोडत कच्चीबच्ची वाढवणार आणि आम्ही बंगल्यांना दगड वापरून हवेल्या बांधणार. सिमेंट कॉंक्रीट घालून तायाप्पाच्या हाडांच्या सांगाड्यावरून आमचे बंगले उभे करून त्याच्याच हाडाच्या पसरणीवर रस्ते होणार आणि आमच्या मस्त मोटारी त्याच्यावरून चालणार. कारखान्यात अपघात झाला तर नुकसान भरपाई. सरकारी नोकरीत मेला तर पेन्शन आणि ह्या तायाप्पासारखे हजारो असुरक्षित कामगार जे संघटित नाहीत, ते मेले तर त्याचं सोयर-सुतक कोणाला? बरं साताऱ्याच्या खाणी पुन्हा खासगी मालकीच्या. कॉन्ट्रॅक्टर आणि खाणमालक यांना पैसे मिळाले का झाले. मग कुणी बोहल्यावर रंडकी झाली तर यांचं काय नुकसान आहे? तायाप्पासारखी माणसं मरणं हेच त्यांचं काम. तायाप्पाच्या हाडांचं खत झाल्याशिवाय पांढरपेशीचं पीक उत्तम कसं येईल? यांनी आपल्या हाडाचं खत घालूनच ऐतखाऊंच्या हवेल्या वाढवल्या पाहिजेत. निदान आज तरी याला पर्याय नाही. 'बळी तो कान पिळी'. गोरगरीब रयतेचं ऐकायला सवडच कोणाला आहे, प्रत्येकाला पैसा हवा आहे-पैसा.

व्यंकप्पा भोसले हा आमचा कार्यकर्ता मित्र वाटच पाहत असतो. सुरेश व्यंकप्पा, रवींद्र सबनीस माझी वाट पाहून बेळगावला जाऊन आलेले असतात.

व्यंकप्पा सांगत असतो, आण्णाप्पा चव्हाणाचा भाऊ त्याच्याचबरोबर कोल्हापुरातल्या 'शाहू मिल'मध्ये नोकरी करत होता. आण्णाप्पा चव्हाण हा पारधी समाजातला पदवीधर तरुण. पस्तिशीतला आण्णाप्पा अत्यंत हालांतून कोल्हापुरातल्या एका वसतिगृहात राहून शिकला. कोल्हापूरच्या शाहू छत्रपतींनी या पारध्यांना

कोल्हापुरात आणलं. खासगीतली सारी रखवाली यांना दिली. शिकारीचे परवाने दिले. महाराजांना शिकारीचा नाद. त्यामुळं हे पारधी महाराजांजवळ. माकडवाले पारधी शिकारीसाठी कायम महाराजांबरोबर. महाराजांनी या पारध्यांना उचगावला घरांसाठी जमीन दिलेली असते; पण या लोकांमागे स्वातंत्र्यानंतर पोलीस कायम हात धुऊन लागलेत. दोन वर्षांपूर्वी इचलकरंजीत पारध्यांची घरं दंगल करून सवर्ण समाजातील लोकांनी उद्‌ध्वस्त केली आणि घरात नुकतेच स्थिरावलेले पारधी पुन्हा निराश्रित झाले. त्या धावपळीत आण्णाप्पाची गाठ पडलेली होती. आण्णाप्पा आणि त्याच्या मित्रांनी उचगावला 'शांतिनगर' सहकारी हौसिंग सोसायटी स्थापन केली आणि पारधी एका जागेला राहू लागले. काही पारधी गावात 'शाहू मिल'मध्ये नोकरीला होते. धनू काळे हा त्यापैकीच एक. गेली बारा वर्षं हा 'शाहू मिल'मध्ये आण्णाप्पाबरोबर नोकरी करतोय.

आमच्या चळवळीत व्यंकप्पा भोसले, आण्णाप्पा चव्हाण, धनू चव्हाण ही कोल्हापुरात मजूर असलेली मंडळी. बापूसाहेब पाटील, सुरेश शिपूरकर, रवींद्र सबनीस यांच्याबरोबर कामं करतात. शेजारच्या कर्नाटक राज्यात बारा वर्षांपूर्वी एक दरोडा पडला होता. त्याच्या तपासाचं काम पोलीस करत होते. ज्या संशयित आरोपींना पकडलं होतं त्यांनी धनू चव्हाण याचं नाव घेतलं. पारध्यांच्या आपसातल्या दुश्मनीचा हा भाग असावा. केवळ नावातले साधर्म्य. पोलिसांनी दुपारी मिल सुटल्याबरोबर धनूला झोडपायला सुरुवात केली. लोकांना कळेना, कारण सारे पोलीस सिव्हिल ड्रेसमध्ये होते. आण्णाप्पा धावत आला, त्यानं व्यंकप्पाला बोलावलं. तोवर पोलिसांनी धनूला पळवलाही होता. व्यंकप्पा आणि आण्णाप्पा यांनी कर्नाटक पोलिसांविरुद्ध दंगा करणं, मारझोड करणं, असल्या आरोपाखाली गुन्हा दाखला केला. त्याला वीस दिवस झाले तरी कर्नाटक पोलीस आरोपी कुठं आहे, जामिनावर सोडवता का येत नाही? का तो पोलिसांकडे नाहीच? कर्नाटकातले विदुषकी पोलीस तोंड उघडत नव्हते. उडवाउडवी चालू होती. रोज आत धनू गुरासारखा मार खात होता. बाहेर कार्यकर्ते हतबल झाले होते. म्हणून व्यंकप्पा, सुरेश, रवींद्र, आण्णाप्पा, सारे धावून बेळगावात गेले. निपाणीत सुभाष जोशीला घेतला. बेळगावात पोलीस कमिशनर कानावर हात ठेवू लागला. या नावाचा आरोपी आपल्याकडे आहे, हे कबूलच करीना. रवींद्र सबनीस चिडले. त्यांनी लालबुंद होऊन कमिशनरला तुम्ही आमचा माणूस रिमांडमध्ये मारला असेल, म्हणून नाही म्हणता असं तावातावानं म्हणून मुख्यमंत्री हेगड्यांना फोन लावला. मी जनता पार्टीचा माजी आमदार आहे, असं सांगितलं. कमिशनरसाहेबांचा पारा खाली आला. तुमचा माणूस निपाणीत आहे. त्याला जामीन देऊन सोडवून न्यावा लागेल, वगैरे माहिती मिळाली. मंडळी जामिनासाठी परत आली.

आता जामिनाची हुडकाहुडकी करून मी, व्यंकप्पा, परत गेलो. निपाणी चिकोडी तालुक्यात. मॅजिस्ट्रेट चिकोडीला. व्यंकप्पा, मी व जामीन तिथं गेलो. सुभाषने एका वकील मित्राला सांगितलं होतं. आम्ही जायला दुपार झाली. तोपर्यंत आरोपीला कोर्टासमोर उभं करून जामीन आला नाही म्हणून पुन्हा पोलिसांनी निपाणीला नेलं होतं. अटक केल्यावर चोवीस तासांच्या आत आरोपीला कोर्टासमोर उभं केलं पाहिजे, असा कायदा आहे; परंतु पोलीस मुळी गुन्हाच रजिस्टर करत नाहीत. कोर्टासमोर नाइलाजानं उभा करावा लागला तर कागदोपत्री चोवीस तास आधी अटक केल्याचं दाखवतात. 'आंधळं दळतंय कुत्रं पीठ खातंय,' आसं चाललेलं आहे. निपाणीला येऊन उद्या जामीन द्या, असं वरून पत्र आलं. आता थांबण्यात अर्थ नव्हता. आम्ही पुन्हा कोल्हापूरला आलो.

आण्णाप्पा व्यंकप्पाकडे वाट पाहत बसला होता. गेली दहा वर्षं मी आण्णाप्पाला पाहतोय. नोकरी करणारा पदवीधर आण्णाप्पा पारधी वाटतंच नाही. बोलणं-चालणं सारं बदललेलं. त्यानं चळवळीनं जाणिवा विकसित केलेल्या. आपल्या माणूसपणाची पक्की जाण आलेला आण्णाप्पा. आपल्या लोकांना वळण लावण्यासाठी जिवाचा आटापिटा करणारा आण्णाप्पा. बालवाडी चालवणारा आण्णाप्पा. जातपंचायती मोडण्याची चळवळ करणारा आण्णाप्पा. शांतीनगर उभं करणारा आण्णाप्पा. आपल्या आचार-विचारांनी पारध्यांना भारावून टाकणारा, त्यांचं मनुष्यत्व जागं करणारा आण्णाप्पा. मी व्यंकप्पाकडे पाहिलं आणि मी अवाक् झालो. आण्णाप्पा कधीही दारू पीत नव्हता, पारध्यांना चोरीबंदी, दारूबंदी, बेटीविक्री बंदी असे प्रत्यक्ष करायला लावणारा आण्णाप्पा माझ्यापुढे पिऊन ल्हास होता. क्षणात गडबडून तर क्षणात गडगडून बोलणारा आण्णाप्पा म्हणत होता, "लक्ष्मण, आडाणी पारधी तर समाजानं गुलाम करून वेठीला धरलेच आहेत; पण बारा-बारा वर्षं सरकारी नोकरी करणारा, कुणाच्या काडीला हात न लावणारा आणि इमानानं जगून प्रपंच चालवणारा माणूस पारधी असल्यानं गुन्हेगारच समजला जाणार असेल तर या देशात माणसं राहतात असं कसं मानायचं? आम्ही जन्माने गुन्हेगार आहोत, असं मानणारा इथला समाज आम्हाला माणूस होऊ देणार नाही. आम्ही भुतं आहोत, असं मानणार आणि आपली चळवळ, 'वाळून मुतलं फेस ना पाणी.' आपण लाख बोंब मारू पण उपयोग काय? आपण महापतिव्रता असू, उपयोग काय?

"पोटाला बाप नसतो लक्ष्मण, आम्हाला माई-बापच न्हाय. आम्ही दारू प्यायलो काय आन् नरकात गेलो काय. लक्ष्मण आम्हाला माई-बा दाखव. तो देश दाखव, जिथं आमच्यासाठी श्वास मोकळा होईल. तो देश दाखव, जिथली माती कपाळाला लावून आम्ही माणसं असल्याचं जाहीर करू. असा कायदा दाखव, तिथं आम्ही शापित नाही. माणसांवरचा विश्वास उडावा, लोकांनी हातांत तलवार घ्यावी,

हत्यारांनी कापीत सुटावं असाच आहे ना हा देश, की शांती वगैरे सारंच बंडल असावं. अरे राजरोस लाच खाणारे लाचखाऊ, दलाल, अडते, स्मगलर, राज्यकर्ते त्यांच्यापेक्षा आम्ही गुन्हेगार कसे? आम्हीच फक्त चोर. आरे आम्हाला शिक्षा करणारे न्यायाधीश आणि पोलीस तरी साव आहेत का? सारेच चोर, दरोडेखोर, लुटारू तर कलंक आमच्या माथी का? आरं आम्ही पोटासाठी किडूकमिडूक चोरी करीत असू. तसं तर रानातली पाखरंही चोरीच करतात. तुम्हासारखं बंगल्यात राहून समाजवाद बोलत नाहीत.''

आण्णाप्पा येरवी शुद्धीत नव्हताच. एका.... तो हरवून बसला होता स्वतःला. माझ्यापुढे त्याच्या कोणत्याही प्रश्नाचं उत्तर नव्हतं आणि नाही. संघर्षासाठी चूड पेटवून उभा असलेला एक दोस्त असा कोलमडताना पाहून पोटात कालवाकालव होत होती. आण्णाप्पाला इसार काय अन् कसा द्यावा? काही कळत नव्हतं.

❖

खरंच आम्ही गुन्हेगार आहोत!

"ऱ्हा मान्या सायबा, समद्या जलमाचा चावू-चावू चोथा झाला. हाडान्हाडाला नुसता ठणूक लागलाय. राकिसावाणी एक एक मुडदा ढासळला. कंच्चा कंच्चा आंगाव हाणलं म्हणू? दुईला केस नसलं एवढं हाणतेत. लुगड्यातच परसाकडंला झाली, बघं. आमी समद्या बाया हागत आन् मुतत बी ततंच हुतो. आन् जेवाण बी ततंच देत व्हते. नरकाच्या किड्यावाणी सारी मिशान् बिघडून गेली. अंगाचा बोंगा झाला का न्हाय. कुठं ठिवलं सांग? आता का सांग? ह्याच्या आईची गांड? काय जर केलाच न्हाय, तर दावू काय? दाताच्या कण्या करावा आन् दाताचं पाणी गिळत दिसनूदिस घालावा. सेटिंगवर काम करावा. मोलमजुरी करावा. पोराबाळास्नी पोटापाण्याला घालावा. तर दिसधडी लागलूच बघ. तसं फाटंच आलातं. समदी माणसं झोपल्याली व्हती, सामसूम. न्हाय म्हणाय घाडगेपाटलाच्या कारखान्याचा आवाज व्होत व्हता. म्या माझ्या मोठ्या लेकराला मिलंत नोकरीवर जायाचं म्हण उठलू. दाराची कडी काढली. बाहिर आलू. तवा थंड म्या म्हणत व्होती. चार थाट्या घासल्या. जळणाच्या काटक्या घितल्या आन् चुलीला काटकं लावली. थडीनं चिंदुका बी पेटत नव्हता. फुकू-फुकून फुलावला. तवर फुकू-फुकून आतडी गळ्याला आली व्हती. आखिरीला चुलीव पाणी तापास ठिवलं. तेवढ्यात धडा-धडा, दणादणा, आवाज याया लागलं. म्या कानापलू.[१] थांबून कानूसा घितला, तर दणादणा बुटांच्या पायाचं आवाज. काळजात पारवा वराडला. म्हणलं, आता आली बलामत![२] म्या उभ्या-उभ्या भांडी

---

१. म्या कानापलू - मी कानोसा घेतला.

२. बलामत - अचानक येणारे संकट.

सारीत बाहिर बगाला लागलू. तर बाहीर पाच-पन्नास हात्यारी पोलीस. जिवाचा बर्फावाणी खडा झाला. का करावं? कंचं लचांड आलं? कुणी श्यान खाल्लं बयाऽऽ. म्हण इचार करत व्हते; तेवढ्यात माणसांचा कालवा झाला. म्या उठून बाहेर जाणार तर चार-पाच वादे दरवाजात उबं. का गं ये थेरडे? का झाका-पाक करतीस. म्या तर नुसता डोक्याव पदर घित हुते, तर 'लय जवान लागलीस व्हय,' म्हणत मला ढकिनलं आन् घरात घुसलं. माह्या आण्णाप्पा तसाच बायलीम्होरं झोपल्याला. लाथांच्या तडाख्यानं हानला. प्यारं लेकरांचा कोंब झाला. येवढा शिकला माह्या लेकरू. कुणाच्या वाळल्या पाल्याव पाय ठिवला न्हाय का कुणाच्या कणसाला हात लावला न्हाय. भोरडीं गात शिकला. तवा म्या म्हणत व्हती आता जलमाचं पांग फिटंन. माह्या लेकरानं 'बे' केलं 'बे'. शाहुराजानं पुण्याई केली व्हती, म्हण त्यो मिलमंदी कामाला लागला. चांगला सायेब झाला. पर हे ह्या वाद्या वैऱ्यासनी का? कळतंय 'बा'? माह्या पोरा लेकरानला, सुनंला, तान्या बाळाला आन् मला नुसता चिखूल तुडवावा तसं तिंबत व्हते.''

सांगता-सांगता म्हतारीचा आवाज काळीज चिरत गेला. झाड उन्मळून पडावं तशी बाई रडू लागली. आवतीभवती हजार-बाराशे समदुःखी बाया, पोरं, म्हातारे, तरणे, लेकुरवाळ्या अंगावर आबरू झाकाय फाटकीतुटकी लुगडी, धोतर, चोळ्या, सदरं, डुईला पागूटं. सारी आंगानं करापलेली. कुणाच्या म्हणून तोंडावर रया नाही. बोटभर, चिमटभर, मांस नाही मग चरबीचा तर प्रश्नच नाई. पोरं-लेकरं बायांच्या छातीला चिकटल्यात. आया बकाबक बकनं घालून खराखरा डोकं खाजिवत्यात. कुणी लेकराच्या डुईतल्या, बटांतल्या 'उवा' इचून-ठिचून मारत्यात, तर कुणी गठुड्यातल्या शिळ्या तुकड्यानं पोरांनला ठकिवतंय. कुणी कुतूहलानं टकामका हे इपरीत बगतंय. चारी बाजूला सातत‌ळी माड्यावमाड्या. त्याच्यावर लांब लोखंडी पौल. त्याला वर लाल दिवा. काळ्याशार रंगाचं डांबरी रस्तं, रस्तं कसलं रस्तुबाच की ते. ह्ये मोठनली बस-टँकश्या, लायऱ्या, माणसांची आन् वाहनांची ही झुंबडच्या झुंबड. दिव्यानं पाक-पूक केली का सुळी करत समदी एका झटक्यात निगायची तर दिवा पुक करून इजला, का मयतीला गेल्यावाणी सुतकात थांबायची. पुन्हा दिवा लागला का पुन्हा सुरू. मधी पुलीस न्हाय, काय त्याला द्याया लागणारा हाप्ता नाय. सारं कसं नामानिराळं चाललंया. टोलेजंग इमारतीच्या मधील टोलेजंग रस्ता, आन् टोलेजंग रस्त्याच्या मधल्या मधी हे दोन गडी हातांत टेंभा घिऊन थाटानं उभं. पायथ्याला हिरवीगार गवताची गादी. कदमंदी लायटी, देखणी फरशी. गडी दोंगं पर एका अंगानं उभं. हे म्हणं हुतात्मा स्मारक, महाराष्ट्राच्या मिळकतीसाठी ज्यांनी प्राण दिला, तेच हे लोक. पाठीमागं सुंदर बायांनी हातांतनं, डोक्यातनं पाण्याच्या कारंज्या उडवलेल्या. डुईवर छत्र्या, छत्र्याच्या वरनं खाली पाणी पडतंय. खायच्या

पाण्यात झकासवाणी बदकं पवत्यात. लायटींचा मारा व्हतुय. दिस्ट लागावं तसं पाणी उडतंय, ते पुतळ्यातल्या बायांच्या अंगा-खांद्यावरनं निताळतंय आन् उरीपोटी बाया भिजल्यात... हे 'फ्लोरा फौटंन!' हे इपरीत एका अंगाला आन् नंग्या हिंदुस्थानाचं आमचं धरणं दुसऱ्या अंगाला. असा सारा झगमगाट साथीला घिऊन हजारभर पारधी चौकात बेमुदत धरणं धरून बसल्यात. पोलीस अत्याचारांच्या कथा ही मंडळी पोटात अन्न नसल्यानं पोटतिडकीनं सांगत असत्यात. पिढ्यांन्पिढ्या ज्यांना, 'गळू' नं गिळलंय ते 'गळू' आता फुटलंय. 'पु'वाचा पाट झालाय आन् त्यो डांबरी वाटंनं लोकांच्या राज्याकडं पळतुय; जिथं सरकार बसलंय.

शेलाट्या अंगाची आक्काताय चव्हाण ही म्हातारी समद्यांच्या मधी उभी हाय. 'तुमी पंच परमीसर!' म्हणून हात जोडून सवाल करतीय. ही म्हातारी काळ्या दांताची, नाकेली, पदराचा घोळ मांडीपतूर आल्याला. म्हणली, "समद्यांसनी कोंडून घातलं बघ. समद्या पारध्यांच्या घराला बाहिरनं कड्या लावल्या आन् एका एका घरात घुसून आबरूचं खोबरं सुरू झालं. आमाला का हानतासा सायबा? म्हण म्हणाय गेलं तर योक भाड्या म्हणतू कसा, 'दाणं' चुरीला गेल्याती ते बगुतया. म्हणून एक, दुगीचं लुगडं फेडीत झडती घितुया. मोठ्या वाघानं सोसलं न्हाय. ते शिकलंय. 'बे' शिकलंय बे'. पर गुरावाणी मारला. कुटर, कुठनं आणली दाव! हातांतली सोन्याची आंगठी कुठनं आणलीस? लय रुबाब करतुया! ये ऽ काढ ती सोनं. घ्या रं पंचनाम्यात आन् अण्णाप्पाला हानून गाडीत घातला. बाई, पोरं बोंबलत व्हती. आवं आमी चोर न्हाय. नौकरी करताव. शाहू राजानं आमाला जमीन दिलायं."
म्हातारीनं शाहू महाराजाचं नाव घेतल्याबरूबर सारे पारधी म्हातारे-कोतारे रडू लागले. आण्णाप्पानं घोषणा दिली, 'शाहू महाराज की...' बाकी सारं बेंबीच्या देठापास्नं वराडले 'जय!' या माणसांची निष्ठा दिसत व्हती. शिकल्यासवरल्या आण्णाप्पाला पोलिसांनी दरोडा पडला म्हणून हानला. तो बारा-पंधरा वर्षं 'शाहू मिल'मध्ये नौकरीला हाय. म्हातारी गुडघ्यात मान घालून बसली. आता कालवा वाढला. बघ्यांची गर्दी उसळली. सुटाबुटांतली एवढी माणसं. तोंडाला रंग फासलेल्या गोऱ्या चामडीच्या टिटव्या, भोरड्या तलंगा. आंगावर कुणाच्या काय तर कुणाच्या काय. कुणी बेंबाट उगडं टाकल्यालं, तर कुणी छाताड उगडं टाकल्यालं, तर कुणी केसांच्या बटांत गमावल्यालं, तर कुणी केस चापून-चोपून बसावल्याली. कुणी लुगडी नेसल्याली, तर कुणाला आंगावर कापडं शिवायला येळच नसल्यागत, आपरी कापडं, शिवायला येळच नसल्यागत आरी कापडं घातल्याली. नाना तऱ्हेची मानसं. डुईच्या केसापास्नं नकापतुर झाकल्याली. लाखाच्या पोटची लाख मोलीची, मुलखायेगळी म्हमय आन् मुंग्याची गर्दी, मोटारींची गर्दी, नुसता माणसांचा पूर. अशी ही म्हमय. त्यानं येवढी माणसं, बायाबापडी हातभर गर्दीत बसल्याली आन्

आता उभा ऱ्हायला मलू लगमा काळे. तीस-बत्तीस वर्षांचं पोर. 'शाहू मिल'मंदी नौकरीला हाय. त्याला एप्रिल महिन्यात पोलिसांनी एका दोनपारचं हानत-मारत गाडीत घातला. मिल सुटली त्यो बाहीर आला. बोलत निघालाय तर चार-पाच माणसांनी गुंडावाणी घेरला. 'नाव काय तुझं?' 'मलू.' 'नुसतं मलू काय? समदं नाव सांग!' आता कामगार जमले. मलूनं नाव सांगितलं. तसं एकानं गचांडी दिली. तसं हेलपटत तो दुसऱ्याच्या अंगावर पडला. दुसऱ्यानं सणसणीत हाणली. डोळ्यांम्होरं चांदण्या दिसल्या. तेवढ्यात गाडीत घातला आन् पशार झाले. आण्णाप्पा, व्यंकप्पा, सुरेश, सारे जण पोलीस स्टेशनात गेले. माणूस गुंडांनी पळवल्याची केस गुदरली, पर पोलीस खातं लय शानं! त्याला ठावं व्होतं की ते गुंड नाहीत, पोलीस आहेत. कर्नाटकातले पोलीस. 'आळी-मिळी गूप चिळी'सारे गप्प. तब्बल तीन आठवडे हा मलू रोज मार खात होता. त्याला अगोदर बेळगावला नेला. तिथनं निपाणीला आणला. निपाणीवरनं चिकूडीला नेहला. गुन्हा काय तर ह्याचं नाव, मलू लगमा काळे आहे आणि कुठंतरी दरोड्याच्या कामात मलूचं नाव घितलंय. मलूनं लाख सांगितलं, "आवं म्या पाळीवर कामाला हुतो. हासपिटलात इचारा." पर काय करणार? मलू म्हणत व्होता, "सायबा, आयच्यानं सांगतू म्या गुन्हा केला न्हाय. मला हजार-बाराशे पगार मिळतू. पोरं-लेकरं खात्यात-पित्यात. ह्यो चुरी-चिलटाचा खुराक आमी का खावा? आमी करत न्हाय चरी. पर नाव कानफाट्या पडलंय. हे पोलीसच हाप्तं खात्यात. ह्यांच्या इस्टनी व्हत्यात आन् आमी दानावारी फुकटाच्या फाकट जातुया. मसाल्यावारी सारी पारधी मरत्यात. कुणी करत असत्यान तर त्याचं हात बांधा की मोडून त्याच्या गळ्यात. आमी कवा नं म्हणतोय. पर साप-साप म्हण भुई का बडीवतायसा? आमच्या बाया-पोरास्नी कुंडून घातलासा. त्यास्नी दोन दिस न्हाणीतच हागा-मुताय लावलं. पर दारं उगाडली न्हायसा. तवा तुमच्या पाया पडतू सायेब, नरकात जीव जाण्यापेक्षा हाथं गोळ्या घालून आम्हासनी मारून टाका. न्हायतर तलवारीनं छाटून टाका. रक्ताचं शिपणं तरी बघू दे लोकास्नी. पर हे आसलं अघोरी मरम नगं. आमाला पोलीस आला म्हणलं का मुतायचं बंद व्होतंय. हाडनूहाड पिचलंय. मुतायला रक्तावाणी होतंया. बसा-उठाय येत न्हाय. आपल्याला लाकऑप मधी मरून जावा लागन, सायेब. काय बी कर. पर ह्यांतनं सोडीव. आता पुन्हा काम तरी कसं व्होणार?"

मल्लूनं खूप सोसल्यालं. साऱ्यांचं कंठ दाटून आलं. आम्ही सारी माणसं चित्रासारखी बसून व्हतो. पोलिसांच्या अत्याचाराची एकेक तऱ्हा समोर येत होती. आता डोळं पुसत मल्लू खाली बसला आणि मलू श्यामू काळे हा कोल्हापूर महानगरपालिकेच्या आरोग्य विभागात काम करणारा कामगार बोलू लागला.

आमी समदी माणसं ऐकत होतो. बापूसाहेब पाटील, व्यंकप्पा भोसले,

अण्णाप्पा चव्हाण, बाळकृष्ण रेणके, सुरेश शिपूरकर, सारे जण चितागती[३] होते. मलू श्यामू काळे म्हणाला, ''पाटील सायब, म्या कार्पोरेशनात आरोग्यखात्यात नुकरी करतू. चौदा वर्षं झाली. कुणी बी इचारू दे. माजा रिकार्ड बगा. म्या कंचा गुन्हा केलाय का? पारध्याच्या पोटी जन्माला आलू. पर ते का माज्या हाती व्हतं व्हय? आपून बदनाम, जात बदनाम, आन् नाव कानफाट्या. तवा लय सुदीनं वागत आसतुया. सायबा, तुमास्नी सांगतू कॉर्पोरेशननं मला बक्षिसी दिलीया. एकदा का झालं आमच्या डाक्टरचं आठशे रुपये हासपिटलात पडल्यालं मला घावलं. म्या आपून-हन सारं पैसं सायबाला माघारी दिल्याती. तवा सायब लय खूश झाला. आसंच मागंदी एका बाईचं तीन-चार तोळ्याचं डोरलं घावलं व्होतं. हासपिटलात इचारा. कुणीबी सांगल. येवढं मोठं डोरलं म्या त्या बाईला माघारी दिलं तवा कार्पोरेशननं मला बक्षिसी दिली. सारे मलूमलू करत्यात. पर का करणार सायब! आवं आमची आवलादच चोरट्याची! भर दोनपारा पोलीस गाडी आली. म्या ड्रेसावर हूतो. म्हणले, ''मलू श्यामू काळे कोण? म्या, म्याच म्हणलं. तवा म्हणले, बसा गाडीत,'' आन् झाला तमासा सुरू. माझ्यासंगं आमची सारी नोकरदार माणसं धरल्याली व्हती. रोज लागले दणकायला. टाच न् टाच हानून काढली आन् काय काय केलं ते सारं उघड्यावर हाय. कोर्टाम्होरं उभं केलं पंधरा दिसांनी. कोर्टाम्होरं सांगितलं तर जीवं मारू म्हणले. म्हण कोर्टात काय बोललो न्हाय. कोर्टानं निर्दोष सोडलं. घरी आलू. चार दिस हासपिटलात कामाला गेलू. पोटात भ्या व्होतं. हिकडं दरोड्यावर दरोडं पडत हुतं. पोलीस पारध्यामागं हात धून लागलं व्होतं. घावलं त्यो पारधी लकापात घालीत व्हते. आन् चोर दरोडं घालतच व्हते. पुन्हा दोनपारा पोलिसं आलं आन् आटक करून घिऊन जाया लागलं, तर ह्या खेपेला सारं हासपिटल इनवत व्होतं. सायब कायबाय इचारत व्हते. पर कुणी गिनलं न्हाय, कुणी मानलं न्हाय. पुन्हा पोलिसी खाक्या चालू. सायब, आमी हातं आलू या. आमाला मारून टाका. वसबूड[४] करून टाका पर हे रोज मराय नगं. न्हायतर पोलिसानला आवरा.''

मलू बोलत असतानाच पावसाची भलीमोठी सर आली. पाऊस धो-धो कोसळू लागला. बाया-पोरं सारी पावसाला म्हणली,''भिजीव, तू तरी का करतूस! आमीच कर्मदरिद्री. आमच्या डोक्याव छप्परच न्हाय,तर तू तर का करणार?''

पाऊस गेला. रेणकेनं झुणका-भाकर आणली. सारे तुटून पडले. दोन दिवस पोटात अन्न नाई, काय करणार ते? ''तिथंबी पोलीस व्हतेच; पर गप बग्यावाणी. आपल्या भायबंदाची कर्तुक बगत व्हते. त्याचीबी गंमत आमी बोरीबंदर ठेसनात

---

३. चितागती होणे - चिंताग्रस्त होणे.

४. वसबूड - वंश संपणे.

उतरलू तवापास्नं सारकं मागं लागले व्हते. तसं साध्या कापडातले पोलीस तर कोल्हापुरापासनंच मागं व्हते. आमी सारी तिकिटं काढून आलतो. ठेसनात बसलू. एकदम मोर्चाच सुरू झाला.'चोराला रोटी-गरिबाला काठी' म्हणू लागलो. मोर्चा घोषणा देत व्हता तो काळ्या घोड्याला आडिवला. म्होरं पोलादी भिंत उभी. शे-पाचशे हत्यारी पोलीस, अधिकारी. भारी-भारी हापिसर सज्ज. म्हणले, हातून म्होरं जायाचं न्हाय. आमी म्हणलो, "पल्याड. तिथं आमचा बाप उभा हाय. आंबेडकर त्याचं नाव. तिथं त्याज्या पायाजवळ बसतू." पोलीस म्हणले, "जमायचं न्हाय." आमी म्हणलू, "आव त्यो लय मोठा माणूस हाये. तथं जाऊ द्या." पोलीस म्हणले, "त्यो कोणबी आसूदे. हिथं १४४ कलम लावलंय. म्होरं जाता याचं न्हाय." आमी म्हणलं, "आंबेडकर" त्यो म्हणला, "त्याला बँन केलाय. तकडं जावा हुतात्माजवळ." आमी म्हणलो, "आमीच हुतात्मा व्हतो. तुमी गोळ्या घाला. उठत न्हाय," घोषणा देत मोर्चा रस्त्यावर बसकान मांडून बसला. एक सायब म्हणला, "गोळीबार करून मोर्चा 'डिसपर्स' करीन." आमी म्हणलो, 'करा'. आता त्यो नरमला. अजिजी कराय लागला. वाहनं दुसरीकडं वळवली. पब्लिक बघत होती. ऐकत होती. लोक म्हणत होते, 'काळ्या पैशाला खिशात घालणाऱ्या पोलिसांचा धिक्कार असो.' आमी पब्लिकला त्रास होणार, हे हेरून हुतात्मा चौकात आलो. तिथं भाषणं सुरू झाली. पावसाची रिमझिम चालूच व्हती. कापडं भिजत व्हती, वाळत व्हती, पुन्हा भिजत व्हती. बाया-पोरांनिशी सारी बेंबीच्या देठापास्नं वरडत हुते. पोलीस खात्याची आब्रू रस्त्यानं वाहत होती. तेवढ्यात एक जण येऊन म्हणला, "हिथनं उठा, तिकडं लांब आझाद मैदानात सोय करतू. हा तमाशा चौकात कशाला?" अधिकारीच त्यो, काय केल्या ऐकेना. आमी म्हणलो, "आरं, आजचा डाव तरी एका जागी बसू द्या. साऱ्या जलमाची हाड्या-हाड्या तर झालीच हाय." पर त्यो ऐकंना आन् आमीबी हाटलो न्हाय. त्यो शेपूट घालून गेला. बाया-पोरं चेकाळून घोषणा देऊ लागले. आमी मनातल्या मनात म्हणत हुतो, 'च्या आयला, म्हणलं का जीव घिवून पळणारी ही माणसं. पोलीस म्हणलं का वाऱ्यालाही उभी न व्हणारी माणसं आज पोलिसांच्या कमिशनर म्होरं सिंहासारखी बोलाय लागल्यात. तोंडावर निषेध करतायत. शिव्या घालतायत. आन् एरवी 'वाघ' असलेले सायेब शेपूट घालून पहारा देतायत. 'सौ सुनार की एक लोहार की' दुसरं काय?" तिकडं मुख्यमंत्री दिल्लीला गेल्याची खबर आमदार श्रीपती शिद्यांनी आणली. आता का करावा? मोठा पेच आला.

हजार-बाराशे माणसं कशी ठिवायची? त्यान्ला खायला काय घालणार? झोपणार कुठं? आन् सगळ्यात मोठी अडचण येवढ्या माणसांनी संडासला जावा कुठं? मुंबई तशी सारखी जागी. आण्णाप्पा म्हणला, "सायेब काळजी करू नगा. आपून सारी रेल्वे ठेसनात जाऊ. पोरं-लेकरं आडूश्याला ऱ्हात्याल आन् सगळीच

सोय व्हईल.''

रात्री मोर्चा पुन्हा रेल्वे ठेसनात आला. पोलीस मागे हुतेचं; पर नांगी टाकून. दुसरा दिस उजाडला आन् 'बेमुदत धरणं' जाहीर झालं. पोलीस निरूप पाठवाय लागले. काय करणार ते सांगा? मोर्चा सकाळी पुन्हा हुतात्मा चौकात आला. धरणं चालू.

पावसाची सर थांबून चक्क ऊन पडलं. सारी डांबरी सडक वाळून गेली. हळूहळू हुतात्मा स्मारकाजवळचं आंगानबी वाळलं. मंडळी वर्तमानपत्रातल्या बातम्या वाचून भेटायला आली होती. पेपरवाले येत व्होते. कार्यकर्ते येत व्होते. आमदार येत व्होते. लोकांना धीर येत व्हता. पोलीस खात्याचं काम सारंख खणखणत व्हतं. दुपारी दोन वाजता आमदार मृणाल गोरेंचा निरोप आला. आमदार श्रीपती शिंदे येऊन निरोप सांगून गेले, तीन वाजता बोलावलंय.' आता, आमची धावाधाव सुरू झाली. निवेदनावर तेवढ्या पक्षातल्या कार्यकर्त्यांच्या सह्या घेणं सुरू झालं. भटक्या-विमुक्त जमाती संघटनेचे कार्यकर्ते कामाला लागले. दुपारी निवडक माणसांचं शिष्टमंडळ निघालं. त्यात मोठ्या संख्येनं पारधी मंडळी अन् तीन-चार लेकुरवाळ्या बाया. त्यांची गुडघ्यापावतर नेसल्याली लुगडी. काखंला लहानगी पोरं आन् केसांचा आवतार. सारी निघालो. समोर महात्मा फुल्यांचा सहाफुटी पुतळा. जोतिराव बघत होते. आमी 'विधानभवना'कडं निघालो का पोलिसांनी घेरलं. फुडं जायाचं न्हायं. आमी म्हणलो, ''आवो, हे लोकांना मुख्यमंत्र्यांनी बोलीवलंय.'' पोलीस म्हणले, जमायचं न्हाय. तसा निरोप न्हाय'. आमी म्हणलो, ''आवो आत जात नाय जोतिरावांच्या पायाजवळ बसतो.''

ते म्हणले, ''वाटेल ते बोलू नका. त्यानला कंपौड हाय. त्यानलाबी बँन हाय.'' ''आवं त्यो आमचा गोरगरिबांचा बाप हाय.'' ते म्हणले, आसंल आसंल पर त्योबी आमी बँन केलाय.''

पारधी बायांना तर ते म्होरं सरूचं देईनात. तेवढ्यात आतनं पोलीस पळत आले. दारावर घिवून गेलं 'पास' दावा. आमी म्हणलो, ''आमी नापास हाय.''

त्यो हासला, म्हणला ''आसं हाय का? मंग हिथं फकस्त पासवाल्यास्नीच आत जाता येतं. हाय का?'' 'न्हाय.'

''मग जमत नाय.''

आम्ही म्हणलो, ''आवं आतनं आवातन हाय.''

त्यो म्हणला, ''अजून वर्दी आली न्हाय.'' दुसरा पोलीस पळत येऊन म्हणला, ''आतली वर्दी हाय.'' त्यानं ह्याला मुंगीवाणी कानात सांगितलं. त्यो म्हणला, ''तुमी पास हाय.''

आमी मान हालवली. म्हणलो, ''बरं झालं, चला.'' दहा-बारा पौंड म्होरं गेलो

का दरवाजा. शिष्टमंडळातील माणसं बापजल्मात आसलं बगीत नव्हती. आपल्याला निजाय झोपडी न्हाय, माथं टेकाय जागा न्हाय, आन् आपले प्रतिनिधी जे गरिबी म्हणलं की नुसता वगुळ आणत्यात, ते आसल्या इमल्यात बसल्या. ह्यो इमला बघून आक्काताई काळे म्हणली, "दादा, हाथं आता का माणसं ऱ्हातेत का?" म्या म्हणलू, "न्हाय बाई, हाथं माणसं राज्य करतेत." तवर पोलिसांनी आडवून धरलेलं. त्याला बापुसाहेब पाटील दिसंना तिथं आमी कोण? झालं धावाधाव करत पुन्हा पोलीस पळालं. एक म्हणला, "त्या दारानं आणा." दुसरा म्हणला, "हाथनं नगं. त्या बोळातनं न्हया." आखिर गाढवांचा गोंधूळ आन् लाथांचा सुकाळ. गेलो एकदाचं आत. तर का सांगावा. नुसतं गार बर्फावाणी. बाया हिकडंतिकडं बगाय लागल्या. तोंडाला आपूनच कुलूप लागलं. नुसतं रापायचं. माणसं कशी जात व्होती. सारी पांढऱ्याधुवाट बगळ्यावाणी. दिसंल त्यो टेचात, छाताड हातभर काढून चालत व्होता. कुणी नुसता मान मोडून म्होरच्याला हासत व्होता तर कुणी सलाम करत व्होता.

पोलिसांनी मुख्यमंत्र्यांच्या दारात नेऊन बसवलं. म्हणले, "बसा! आत बसता का?" आम्ही भांबावून बघत होतो तर म्हणले, "आत चला." आत गेलो तरी हवा काय गरम व्होईना. बाय म्हणली, "दादा, ह्या लोकास्नी थंड कशी वाजत नसंल गा?" आम्ही म्हणलो, 'चरबी लय चढल्याली असतीय ती उन्हानं पागाळती, म्हण आसं गार वातावरणात ऱ्हावा लागतं." आता हळूहळू मोकळं वाटू लागलं. मुख्यमंत्री आले. पोटाचा सुटलेला नगारा, गडी आडवा-उभा भरल्याला. कपाळाला बारीक टिळा. त्यात कपाळ भलंमोठं. हासत येऊन बसला. आमी सारे गपगार! बापुसाहेब बोलाय लागले. मुख्यमंत्री ऐकू लागले. दबदबा मोठा. पाच-पन्नास माणसं इशाऱ्याची वाट बघत बसल्याले. बायानला थंड वाजत आसती आन् मुख्यमंत्री शांतपणे ऐकत असतात. मोजून पंधरा मिनिटं आमी बी बोललू. बायांच्या आन् पारध्यांच्या तोंडातनं एक शब्द निघाला नाय. सायबांनी मान हालवली, तशी सारे हुजरे पळाय लागले. सायब गप्प बसलं हुतं. आमी बोललो. एक जण सायबाच्या कानात माशीवाणी गुणगुणला. साहेब उठले. निघून गेले. आमी तोंडाकडे बघत बसलू. दुसरा सायब म्हणला, "आत सभागृहात गडबड चालू हाय. सायेब गेले. तुमी जावा." आता इलाजच नव्हता, सायबानं कान दिवून ऐकला व्होता पर त्यो कायच बोलला नव्हता. आमी बाहीर आलू. धरणं चालूच ठिवलं.

रातच्या आकरा वाजता आमदार श्रीपती शिंदे आणि आमदार मृणाल गोरेंनी आमचं गाहाणं पुन्हा 'विधानभवना'त मुख्यमंत्र्यांच्या कानी घातलं. आमच्या तीन मागण्या होत्या. एक-पोलिसी अत्याचारांपासून आमचं रक्षण करा, हॅबिच्युअल ऑफेंडर्स ॲक्ट दुरुस्त करा. दोन-ज्या अत्याचारांत सकृत् दर्शनी पोलिसांनी

अत्याचार केल्याचं सिद्ध होऊ शकेल, अशा केसेसमध्ये पोलिसांविरुद्ध कोर्टात जाण्याची संघटनेला परवानगी द्या आणि तीन-भटक्या-विमुक्त जमातींचे पुनर्वसन करा.

मुख्यमंत्र्यांनी पहिल्या दोनही मागण्या मान्य केल्या. तिसरीबद्दल सविस्तर बोलावे लागेल. त्यासाठी वेळ देण्याचे मान्य केले. आता, साऱ्या मंडळींच्या चेहऱ्यावर तेज आले. सारे भटक्या-विमुक्त जमाती संघटनेचा जयजयकार करत परत बोरीबंदर स्टेशनला आलो. मंडळी रेल्वेत बसली. आम्ही निरोप दिला.

आता 'धरणे' उठल्याची बातमी पत्रकार मंडळींना द्यायची होती. त्यासाठी आणि भटक्या विमुक्त जमाती संघटनेच्या पाठीमागे त्यांनी उभ्या केलेल्या नैतिक पाठबळासाठी त्यांचे आभार मानावेत म्हणून मी, बाळकृष्ण रेणके, वर्तमानपत्र कचेऱ्यांतून जाऊन आलो. मुंबईतल्या सर्व वर्तमानपत्रांनी धरण्याला उत्तम प्रतिसाद दिला होता. लोकसत्ता, महाराष्ट्र टाइम्स, मुंबई सकाळ, नवशक्ती, पी. टी. आय., यू. एन. आय., सर्वांनी जिव्हाळ्याने लिहिले. कोल्हापूर सकाळ, केसरीने अग्रलेख लिहून 'पारध्यांची पारध केव्हा थांबणार?' असा प्रश्न विचारला, तर केसरीने पोलिसांचा बाक काढला.

भटक्या विमुक्त जमाती संघटनेचं बळ वाढत आहे. व्यापक समाज वृत्तपत्र, दलित, आदिवासी, भटके, कामगार, विचारवंत, यांचेपर्यंत भटक्यांचे प्रश्न भिडू लागले आहेत. खंडाळ्याचा घाट, बिकट वळणाची वाट, त्यात निसर्गाचं मनोहारी दृश्य, रस्त्याच्या दोन्ही अंगांनी वनश्री हिरवा शालू नेसून खुणावत असते,तर मध्येच छोट्या-मोठ्या ओहळांनी उत्तुंग कड्यावरून खोल दरीत उडी घेतलेली. त्यानं मनोहारी धबधबे अधूनमधून धरणीला आवेगानं बिलगून तीव्र गतीनं सागराकडे झेपावत असतात. सारी पाखरं सचैल न्हालेली. गुराखी आपल्या धाबळ्या-कांबळ्याला सावरत गुरं हाकत निघालेला. वाहनं एकामागून एक दुसऱ्याला मागं टाकण्याची स्पर्धा करत होती. एस. टी.नं वळण घेतलं अन् उत्तुंग अशा कड्यावरून खाली लांबवर खोपोली-मुंबईचं ओझरतं दर्शन होत असतं, पडलेला पदर सावरताना व्हावं तसं. पुन्हा दुसऱ्या कड्याआड लपाछप चालू! पावसाच्या सरींनी संततधार लावलेली असते आणि माझ्या मनात भटक्या विमुक्तांच्या प्रश्नांचे ढग असेच बरसत असतात. मुकी बिचारी बोलू लागलीत. बहिरी ऐकू लागलीत. पळणारी थांबू लागलीत. थांबलेली पालं बांधू लागलीत; पण पालं बांधून राहतील? ही पाखरासारखी उडून जाणारी माणसं आपलं घरटं बांधतील? आणि पोलीस, शासन, यांना घरटी बांधू देतील? माणसांना जात नसते आणि कुणीही जातीनं अस्पृश्य अथवा गुन्हेगार नसतो, भिकारी नसतो. हे साधं सत्य धनदांडग्या वर्गाला आणि शासनयंत्रणेला कळत कसं नसेल? पोलीस, राज्यकर्ते ठरवतील तर कोणताही दरोडेखोर लपून

राहू शकत नाही. मग पोलीस असे पारध्यांच्या, भटक्या-विमुक्तांच्या मागे हात धुऊन का लागले आहेत? खरेच का आमचे सारे लोक गुन्हेगार आहेत? गुन्हेगार कोण नाही? शासन, राज्यकर्ते, नोकरशाही, कोर्ट, कोणतं क्षेत्र पवित्र, साव राहिलंय? कोण पापमुक्त माणूस असा निघेल, ज्यानं पारध्याला दगड मारावा? पण प्रतिष्ठित वर्गानं काहीही केलं तरी ते साव आणि आम्ही चोर, असे का? गरिबी हा काही गुन्हा नाही. असे विचारांचे तारू भरकटत होते. त्यात आनंद याचा होता की आता सूर जुळू लागलेत. आवाज वाढतो आहे. झोपी गेले. कूस बदलू लागल्येत. आपल्या न्यायासाठी संघटित होत आहेत. प्रसंगी संघर्षही करू लागलेत. निर्भीडपणे, निधड्या छातीने मृत्यूला सामोरे जाऊ लागलेत. मेलेली मेंढरं आगीला भीत नसतात. हा फार मोठा इसार या धरण्यानं दिलाय. शासनही तडजोडीला तयार होतंय. याचा अर्थ दुसरा काय असतो? सामर्थ्य चळवळीचं आहे. आता गती वाढवली पाहिजे. या गतीच्या विलक्षण वेडानेच भटकं केलेलं. हीच गती आता माणसांत आणील. ही मोठी कमाई.

शशी घरी वाट बघत बसलेली. तिला काय सांगू नि काय नको असं मला झालं. ती मात्र शांत हसत दारात उभी.

❖

अजगर कूस बदलतो आहे!

सकाळचे साडेआठ झाले असावेत. मी अजून अंथरुणात पडून होतो, तर शशीनं उठवलं. बाहेर येऊन पाहतोय तर दारात मुरचंद भाट आणि त्याची मंडळी. हसत स्वागत केलं. दोघं आनंदात होती. मुरचंदची अन् माझी ओळख बरीच जुनी. माझ्याच वयाचा मुरचंद आता सासरा व्हायला निघालाय! वहिनी कौतुकानं सून कशी आहे, ते सांगत असतात. लग्नपत्रिका हातात ठेवतात. "मुद्दामच आलोय, तुम्ही दोघं लग्नाला या. म्हणजे तुम्ही अगोदर एक दिवस या, म्हणजे आधार वाटेल. ह्यांचं हे आसं डोस्कं. जातीच्या विरोधी-विरोधी वागत्यात. जुनीजाणती माणसं नावाजत्यातबी आन् शिव्याबी घालत्यात. लग्न धुमधडाक्यात करायचंया. इवायबी[1] सुधारकच हाय. ह्या दोगा इवायांनी इचार केलाय. पर आपली जमात कशी हाय ते तुमास्नी ठावं हाय. कुत्र्याचं शिपूट वाकलं तर सरळ व्हईल पर आपली जात काय सुधरायची न्हाय. सरळ व्हायची न्हाय. पर ह्यांचं सारकं तू गप्प तू गप्प. म्हण माजं त्वांड बंदच केलंय बगा. बाया नुसतं तोडून खाया लागल्यात. आपल्या रीतिभातीची चाड न्हाय म्हणत्यात."

वहिनी एकटाक बोलत असतात. मुरचंद गप्प ऐकत असतो. "शशीनं चहा ठेवलाय. आता दोघं जेवून जावा. काय?" असं तिचं टुमणं, तर माझं सारं लक्ष बोलण्यावर. वहिनी सांगत असतात, "तवाच्याला लय दिस झालं बगा. पयली कळवंड[2] झाली. आमच्या संग पोलीसलोक लय वंगाळ वागायचे, ह्यास्नी नोकरी नव्हती. कुठं मिळंल तिथं काम करायचे, तवा एका दिशी आमच्या वस्तीतल्या एका

१. इवायबी - व्याही.

२. कळवंड - भांडणे, बाचाबाची.

माणसाला चोरीच्या आळावरनं पोलीस रस्त्यानं हानत-मारत न्हेत व्होते. माणूस गरीब गाय. तोंडावरची माशी उठत नव्हती, का तोंडावर रया नव्हती. पर पोलिसांची एकच घाय. 'व्हो म्होरं, चल, चल.' म्हण म्हण ढकलतच न्हेत व्होते. हे शिकल्याले. ह्यासनी लय राग आला. म्हण हे मधी पडले आन् पोलिसाला इनवाय लागले. ह्यो माणूस गरीब गाय हाय. ह्याला मारू नगा. ह्यो मरंल. तर पोलिसांनी त्याला सोडला आन् लागलं ह्यानला बदकायला. ह्यो कालवा झाला! त्या कालव्यात मुळातला माणूस झाला पशार आन् ह्यासनीच नेहलं ठेसनात. काय-काय कलम लावलं आन् आठ दिस पाठ फोडून काढली. तवापास्नं पाठीचं दुखणं मागं लागलं, ते कायमचंच बगा. तवा आमच्या लोकांनी लय वरड केली. गावातल्या माणसांनी पोलिसानला उभं-आडवं केलं. तवापास्नं आमच्या वस्तीत चोर म्हण पोलीस इनात. पर आपला धंदाच नापत हाय. आमचे लोक पिढ्यान् पिढ्या दारू काढत्यात. भट्या लावत्यात. घरोघरी दारवा हाईत्या. त्यानं पोलीस सारखं वस्तीत येत्यात. पर ह्यांनी बोंबाबोंब केल्यापास्नं चोर म्हण हाणीत न्हाईत. न्हायतर जरा खुट झालं का कंजारभाट. फॅक्टरीतलं चिपाडं गेलं तरी कंजारभाट, पर आता न्हाईत हाड्या-हाड्या करत.''

आता मुरचंद सांगू लागला. उंच कपाळ, केस उलटे पाडलेले, गोरापान रंग, टोकदार नाक, धारदार डोळे, असा हा रुबाबदार व्यक्तिमत्त्वाचा मुरचंद एरवी जसा कुणी बामणच! त्याला पाहिल्यावर तो कंजारभाट आहे, हे सांगावं लागेल. या जमातीतला पहिला पदवीधर. महाराष्ट्र कंजारभाट समाजाचा अध्यक्ष, पिंपरी-चिंचवड नगरपालिका सदस्य, पी. सी. एम. टी. चा चेअरमन, परिवर्तनाच्या कामांत धडपडणारा, पक्षाच्या राजकारणात रस घेणारा. भटक्या-विमुक्तांच्या चळवळीत धडपडणारा मुरचंद भाट; खरं तर 'भट'च शोभावा. तसं कंजारभाट जमातीतील सारीच बाया, पोरं, तरुण, म्हातारे, रूपानं देखणे असतात.

मुरचंद वहिनी दिवसभर घरी राहून जाणार असल्यानं गप्पांना मजा आलेली. नाळा, बागंड, माल्हा आणि बिटू या कंजारभाटांच्या उपजमाती किंवा कुळ्या. वरच्या दोघांशी खालच्या दोघांनी रोटी-बेटी व्यवहार करावा. एरवी, थाटामाटातलं लग्न, बडेजावपणा दाखवणारं झगमगाटी लग्न, वायफळ खर्च, यांना आमचा विरोध; पण मुरचंद सांगत असतो, बिभीषणाचे म्हणजे त्याच्या होणाऱ्या इवायचे वडीलही समाजसुधारक होते. ते सुधारणावादी असल्यानं जातीतले सरपंच असल्यानं त्यांच्या शब्दाला मान होता. म्हणून मुलीचं लग्न इतकं लांबलं. आता इतकं म्हणजे किती तर दहा-बारा वर्षं. एरवी, लग्न लहाणपणीच होणार. हुंडा मुलाऐवजी मुलीला द्यावा लागणार. मुलीची हल्लीची किंमत पंचांनी बाराशे रुपये ठरवलीय. त्यात कमी-जास्त नाही. मुलीच्या आई-वडिलांना 'डोरी' म्हणून लग्नखर्चासाठी ५२५

रुपये मुलाने द्यायचे. चारशे रुपये चुंदडियाँ (साड्या) साठी. दोनशे रुपये चुडीयांसाठी द्यायचे. पूर्वी अख्खा तांडा, पावणे-रावळे, साऱ्यांना हजार-बाराशेच्या नुसत्या बांगड्या होत असत. ब्राह्मण फी पंचवीस रुपये, दोन्ही अंगांनी, म्हणजे पन्नास रुपये. लग्न लागल्यावर सुहागरात. त्याचे दोन्ही अंगांनी पंचवीस-पंचवीस रुपये. हे सारं आता मुरचंद अध्यक्ष झाल्यावर ८३ मध्ये येरवड्यात जमातीनं ठरवलं. पूर्वी हिशेबच नव्हता. पंच सांगेल तेवढी सुहागरात फी, पंच सांगतील तेवढा देज, छेज साऱ्यांची दारू, मटण. आठआठ दिवस नुसता राडा म्हणजे लग्न. तर मंडळी लग्न जमवायला जाणार ती घोळक्यानं. दारुपाणी होणार. मुलगी पसंत पडली. ठराव झाला. आता मुरचंद सांगत असतो साखरपुड्याची गंमत. "आपल्यात हे इपरित आणू नको मुरचंद, आपल्यात साखर-फाकर काय नाय. मटण झालं का सवाल खतम."

मुरचंद आग्रह धरतो. पत्रिका काढतो. ही कुणकुण पंचांना लागते आणि संघर्ष सुरू होतो. आवातनं म्हणून मुरचंदनं सायक्लोस्टाईल्ड पत्रिका काढलेली असते. का झाला गोंधळ सुरू? साखरपानाला जमातीतलं कोणीही आलं नाही. जवळचे पाहुणे-रावळे आले. "मुरचंदनं पत्रिका काढली. आमचं नाक कापलं. असं बापजादे कवा केले व्हते का? लय शाने झाले का? लय पैका आला का? माणसाची न्ह्याती खराब व्हती." साखरपानाला मंडळी आली आन् दारू नाही म्हटल्यावर सारे कडाडले. उठून जाऊ लागले. हे दोघं टीला येऊन अखेर एका बाटलीवर वांदा तुटतो. दोघांनी पूर्वजांची नावं घेत दारू जमिनीवर सोडली. एकमेकांची बाटली बदलली अन् सगाई पक्की झाली.

बस्त्याला गेले. तिथी ठरली. लग्नपत्रिका छापायच्या तर आईपासून सगळ्यांचा विरोध. काही छापू नको. जात वंगाळ हाये. कायचं बाय व्हईल.

आता बस्त्याला गेले तेच शे-दीडशे लोक. बस्ता काढला. वरमाय, वरबाप, पोटझाकणी, आजंचिर, मावळणखण, इत्यादी. आता नवरदेवाला कापडं काढायची तर बिभीषण म्हणाला, "माझ्या जावयाला मी पॅण्टचं कापाड घेणार, कोटाचं कापाड घेणार." झालं, मारवाड्याच्या दुकानात एकच कालवा झाला! त्याला कळंना काय झालं. एक दुसऱ्याच्या अंगावर धावून जात होता. असं काय झालं त्याला कळेना. मंडळी उठली अन् चालू लागली. जमातीचं म्हणणं धोतरच घेतलं पायजे. आता धोतर विरुद्ध पॅण्ट असा वाद पेटला आणि त्यानं महाराष्ट्रातला कंजारभाट समाज दोन गटांत विभागला. पॅण्टवाली तरुण पोरं एका बाजूला अन् धोतरवाले दुसऱ्या बाजूला. पंचांनी बहिष्कार पुकारला. मुरचंद, बिभीषण ठाम राहिले. उरलेल्या मंडळींनी बस्ता बांधला. आता हॉटेलात खाणं सुरू झालं. दोघा व्याह्यांनी हॉटेलात चहा-चिवडा सांगितला. सारे खवळून उठले. "आमचं मन बघतू

का? मणभर खाऊ! लेकाचा लगीन काढलंस कशाला? प्लॉट-पाणी पिकवलास कशास? ऑ...'' आता पुन्हा काहींनी बहिष्कार पुकारला. कविचंद भाट हा मुरचंदचा चुलतभाऊ, पिंपरी-चिंचवडचा नगरसेवक. तो लोकांची समजूत घालाय लागला, पण उपयोग झाला नाही. काही लोक परत आले. प्रीतमकुमार रावळकर, कविचंद भाट, बिभीषण, सारे भटक्या- विमुक्तांच्या चळवळीतले कार्यकर्ते, मुरचंदच्या पाठीशी खंबीर उभे. तर विरोधात सारे धोतरवाले. आता, प्रत्येक गोष्टीत संघर्ष होणार.

त्यात बिभीषणाच्या मुलाचं पण लग्न जमलं. एकाच मांडवात दोन्ही लग्नं लावावीत म्हणून जुळवाजुळव सुरू झाली. आता तर काहूरच माजलं. म्हणले, ''आसं कंदी झालं हुतं का? लगीन मांडवात लावणार का? दोन लग्नं एकाच मांडवात कशी लागतेन? सारा कोप व्हईन आईचा, मग समजलं. आपल्यात लग्न पोरीच्या घरी लागणार. मेहंदी पोरीच्या घरी लागणार. का पोराच्या घरी? लय वाणी उदमी झालाव काय? सारी जात नरकात जाईल,अशा वागण्यानं.''

बिभीषण आणि मुरचंद दोघं व्याही. दुसरा व्याही कर्नाटकातला विजापूरवाला. तो अतिगरीब. पोरीला पुण्याला आणतो म्हणला. झालं. दोन्ही लग्न एकाच वेळी होणार असं ठरलं. पत्रिका छापल्या आणि वाटल्याही जाऊ लागल्या. तसतसं टेन्शन वाढू लागलं. ''लग्न कसं होतं, पाहतो. पाचामुखी परमीसर पंचानला कोलत्यात काय? संगतीला न्हाय, ना पंगतीला न्हाय, ना मयतीला न्हाय. आसं केल्याशिवाय आता भागत न्हाय.'' म्हणून पंचांनी कंबर कसली. एका अर्थानं त्यांच्या प्रतिष्ठेची, मक्तेदारीची सारी पत पणाला लागली व्होती. वर्चस्वालाच हादरा होता.

संध्याकाळी मुरचंदवहिनी, लग्नाला यायचं सांगून गेल्या. ठरल्याप्रमाणे मी मुरचंदकडे आदल्या दिवशीच गेलो, तर जमातीतली मंडळी अस्वस्थ. पोरीच्या घरी लग्न व्हायला पायजे; पण ह्यो इजापूरकर. ऐकत न्हाय. काय करावा? आता कविचंद, प्रीतमकुमार इचाराला बसले. बिभीषणाने तोडगा सुचवला. मुरचंद आणि इजापूरकर यांनी बिभीषणाच्या दोन खोल्या भाड्यानं घ्याव्यात, म्हणजे झालं त्यांचं घर. मंडळी खूश झाली. दोन्ही वऱ्हाडांनी दोन खोल्या भाड्यानं घेतल्या. अगोदरच बस्त्यापास्नं जमातीचं बिनसलेलं. आता पावतोर बस्ता सामाईक व्हायचा. ह्यांनी त्यो वेगळा बांधला. आत्तापोतर लाडू-चिवडा घरी पोराबाळानला मिळायचा. ह्यांनी बंद केला. सगाईला साखरपानं दिलं. स्पीकर जल्मात वाजला नव्हता. ह्यांनी लावला. पत्रिका छापल्या. सारंच पंचांना धाब्यावर बसवून चालू होतं. मुंढवा-घोरपडी रस्त्याला लागूनच बिभीषणचं घर. पत्र्याच्या चार खोल्या. मागं मोकळी जागा. आम्ही पोहोचलो तर मुरचंदच्या वऱ्हाडाम्होरं एक छोटा मांडव, हुबळीकरांच्या दारात एक

मांडव आन् बिभीषणाच्या दारात एक मांडव घातलेला. रात्रीचे दहा वाजले असावेत. आता प्रत्येकाच्या दारात त्याची मेहंदी लागणार. म्हणजे मुरचंदचा मुलगा आणि त्याची वधू. बिभीषणाची मुलगी आणि तिचा हुबळीकर वर अशी जोडपी मांडवात जाऊन बसली. साऱ्या बाया पान खाऊन, लालभडक कपड्यांच्या बुट्टीवार गरारा घातलेला. प्रत्येकाची पुढे सरकरण्याची धडपड चालू असते. त्यामुळं रेटारेटी, गडबड, गोंधळ आपसांत बाचाबाची.

तर हिकडं, मोठ्या माणसांत कुरबूर चालू. धोतरवाल्यांनी पुन्हा एकदा रंगाचा बेरंग करण्याचा बेत आखलेला असतो. आम्ही एका बाजूला कोपऱ्यात उभे. हुबळीकरांच्या मुलीचा मांडव लहान आणि एका बाजूला त्यांना पिना मारल्या जाऊ लागल्या. "आरे, मुरचंद मोठा शेठ लागून गेला का काय? म्हण त्याच्या मुलाचा मांडव मोठा आन् आमच्यात काय कमी दिसलं म्हण आसं डावं-उजवं चाललंया. हा आमचा आपमान आहे." असं हुबळीकर मंडळी बोलू लागली. समजूत घालता घालता नाकी नऊ! तेवढ्यात कुणी बाया काय बाय बोलल्या अन् झालं. हुबळीकरांनी लग्न मोडल्याचं जाहीर केलं. वराड बांधलं. खरं तर, मेहंदी रीतीप्रमाणे पाच बोटं मांडवात लावायची आणि नंतर दोन्ही जोडपी मुख्य मांडवात आणून मग गाणी म्हणत रात्रभर मेहंदी लावायची होती; पण कशाचं काय आन् फाटक्यात पाय. एकदम गोंधळ सुरू. एका बाजूला बायांचा गोंधळ तर दुसऱ्या बाजूला बाप्यांचा. तरुण पोरांनी हुल्लड माजवलेली. कशी जिरवली म्हणून धोतरवाले खूश तर कविचंदची, रावळकरांची धावाधाव चालू. सारा प्रतिष्ठेचा प्रश्न. असं एवढ्या साध्या गोष्टीसाठी लग्न मोडायचं! बिभीषण, मुरचंद गांगरून गेले. हसावे की रडावे, हे समजेना. रात्रीचा बोकड कमी पडला होता. त्यात दारू नावाला नव्हती. त्यानं मंडळी बिघडली होतीच. धोतरवाल्यांना दारू, मटण पाहिजे होतं. प्रीतमसिंग, अशोक, जग्गू, वसंत, दिदार, हसन, देवदास, नारकर, विष्णू माचरे, रायसिंग भाट, प्रत्येक जण पोटतिडकीनं समजूत घालत होता. अखेर समजूत पटली आन् ढोलकीच्या तालावर पोरी गाऊ लागल्या,

आके आगे पेटी-बाजा
पिछे तेरे लोग रे
क्यों रोती दुल्हन, तेरा दुल्हा तेरे साथ रे ।।ध्रु. ।।
माँ की जो याद आये, सासू तेरे साथ रे
क्यों रोती दुल्हन, तेरा दुल्हा तेरे साथ रे ।।

ढोलकीच्या ठेक्यात सुरेल स्वरांच्या ताना वर-खाली जात होत्या. थट्टामस्करी

करत एकामेकींना ढकलत, कोपरखळ्या मारत एकेक जण दुल्हनला सल्ला देत होतं. शहाणपण सांगत होतं. वातावरण फुलून गेलं होतं. मगाचे मतभेदाचे, भांडणतंट्याचे नामोनिशाण शिल्लक नव्हते. नुसता आनंद उरला होता. आता, पोरींनी एकदम सूर बदलला. पेटीनं वळण घेतलं. ढोलकं दुडक्या चालीनं पळू लागलं. स्वर आसमंतात लीलया विविध रंगांची उधळण करू लागले. आता पोरी गात होत्या,

सैरो सैरोंसे चिप्सा मंगाया
आवो दुल्हनको चिप्सा लगाये
चिप्सा लगानेसे दुल्हन शरमाये
रंग मेहफिल में तो फुल जगमगाये
मंडवे की छाया में बड़ा मजा आये ।।धृ. ।।
सैरों सैरों से हलदी मंगाई
आवो दुल्हनको हलदी लगाये
हलदी लगाने से दुल्हन शरमाये
रंग मेहफिलमें तो फूल जगमगाये

आता, नवऱ्या मुलीला कैक सदरातून स्नो-पावडर, लाली लावून झाली, निरनिराळ्या सदरांतली मेहंदी झाली, साड्या झाल्या, आभूषणं झाली, तिला सारा देस दाखवून झाला. 'सैरों सैरों से सब मंगाया' झालं आणि पुन्हा एकदा ठेका बदलला. पूर्वेला तांबडं फुटत होतं. कोंबडे ओरडत होते झुंजूमुंजू झालं. तरी बाया, पोरी, पोरं मेहंदीनं रंगून गेली होती. वरमाया, वरबाप, सारी वऱ्हाडी माणसं रंगून गेली होती. अखेर,

मैं तो दुल्हन बनकर जाऊंगी
...प्यारी बने कां बनडा है....'
हे गाणं झालं. आता पुरुष आणि स्त्रिया म्हणू लागल्या.
'बन बनीया बलोरे, लड लोया
बलोसा बलोरे मोरे सैय्या
आवो मारो रंग भरे बंद डोया
बलोया बलोरे मोरे सय्या

सूर्य उगवला तसा मेहंदीचा कार्यक्रम संपला, अन् आम्ही श्वास सोडला; पण

कुठं जाता येत नव्हतं. कोणत्या वेळी आणीबाणी येईल आणि कधी लग्न मोडेल हे सांगता येत नव्हते, पण बिभीषण, कविचंद, मुरचंद धडपडत होते. लोकांची बैठक झाली आणि सर्व नातेवाइकांनी दारू घ्यायची नाही, असा ठराव केला. स्पीकर तर वाजत होताच; पण घराच्या पाठीमागच्या बाजूच्या मोकळ्या जागेत खुलं व्यासपीठ आणि त्याच्यापुढे खुर्च्या, गाद्या घातल्या जात होत्या. शहनाई, रोषणाई सुरू होती. मोकळा मांडव घातलेला. निळ्या रंगाच्या पडद्यावर फुलांनी मोहक नक्षी काढलेली. निळ्याच रंगाच्या बॉर्डरनं सारं वातावरणं उल्हसित करून टाकलेलं. धोतरवाले आता आणखी जोरात आले. त्यांनी वाट्टेल ते झालं तरी ह्यांना सोडायचं नाही, असं ठरवलेलं.

आता, नवरा घोड्यावर सजून बसला आणि कालवा वाढला. घोड्यावर नवरदेव बसत नसतो. फुलांचा हार घालत नाहीत. पायांत वहाणा घालत नाहीत. हे काय चाललंय म्हणून आलेली मंडळी लग्न न लावताच जाऊ लागली. बॅण्ड नव्हता, तो आला होता. वाजतगाजत लग्न हा प्रकारच कंजारभाटांच्या ‘लग्न’ या कल्पनेला हादरा देणारा होता. त्यामुळे पंचप्रमुख एका बाजूला बसून खल करत होते, बऱ्या-वाईटाची चर्चा करत होते आणि इकडे मुहूर्त पकडण्यासाठी उरकाउरक चालू होती.

प्रत्येक गोष्टीसाठी भांडण आणि मग समजूत. सारी तरुण पोरं मुरचंद व कविचंदच्या नेतृत्वाखाली राबत होती, तर सारे धोतरवाले मिश्या पिळत बसले होते. ‘हे रिवाजात बसत नाही. दंड मारायला पायजे,’ पासून ‘वाळीत चिठ्ठी फिरवली पाहिजे,’पर्यंत खल चालू असतो. तसं आता मला सारे ओळखत असतात. मी त्यांच्यात जाऊन बसलो का त्यांची बोलीतून चर्चा चाले. गरजेपुरता, सारवासारव करायची असली तर तेवढाच मुद्दा मराठीतून.

आता, भटक्या-विमुक्तांच्या चळवळीत काम करणारे अन्य जमातींतील कार्यकर्ते मोठ्या प्रमाणात जमू लागले. गप्पांचे घोळके उभ्या उभ्या जमू लागले. रेणके म्हणाला, “मीटिंग उरकू या का?” महाराष्ट्रातल्या तरुण पोरांचा एक मोठा गट आज क्रियाशील आहे. त्याची लढाई दुहेरी चालू आहे. प्रत्येक जण आपल्या जातीत प्रस्थापितांच्या विरुद्ध लढतो आहे. छोट्या-छोट्या गोष्टींसाठी उरस्फोड करतो आहे. अन्यायाचे अनेक पदर पुढे येत आहेत. जमातीतील अंतर्गत शोषण आणि त्याला आव्हान असं पूर्वी नव्हतं. ‘जातगंगा’ सांगील तो न्याय आणि ‘जातगाव’ सांगील ती सजा. आता, सारी दादागिरी ही तरुण फौज मानत नाही. मनमानी कारभार, सावकारी, देवदेवस्की, अंधश्रद्धा, अघोरी चालीरीती, पैसेवाल्यांची हाराकिरी या सगळ्याविरुद्ध लढाई चालू झालेली. त्यानं अनेक जमातींतील-पोटजमातींतील पोरं उसळून उभी राहत आहेत. परंपरेला मरगळ येत आहे; पण समाजावरचा तिचा पगडा जबरदस्त आहे.

बघता-बघता, बिभीषणच्या घराच्या मागच्या बाजूचा मांडव गच्च भरून गेला. माणसांनी रेटारेटी सुरू केली. लग्नाचा पेशवाई थाट बघता, हे लग्न कुणा कंजारभाटाचं आहे हे सांगावं लागलं असतं. केवळ भाषाभूषा यांचा वेगळेपणा सोडला तर बाकी सारं चारचौघांसारखं. कार्यकर्त्यांच्या दडपणानं धोतरवाले गप्प एका बाजूला असतात. त्यांच्या कुत्सित नजरेत ही सारी उठाठेव अनाठायी होती. कारण हा तमाशा म्हणजे लग्न नव्हेच मुळी. ज्या लग्नात बॅण्ड वाजतो, गळ्यात फुलांचे हार असतात, फोटोवाला फटाफटा फोटो मारतो, माणसं खुर्च्यांत बसतात, लग्नाला अक्षदा वाटल्या जातात. माझ्याजवळचा माछरेकर म्हणतो, "सायेब, ही सुधारणा का आवदसा? आवं, आसा खर्च आपल्या लोकास्नी परवडंल का? एकाचं बगून साडी डाळ नासंल का न्हाय? आता बघा, खंडीच्या वरणात मुतू नी म्हम आम्ही गप्प हाय. पर ह्यो तमाशा चालायचा न्हाय. पुन्हा एक डाव सारं हुनार. लय पैका आला का आसं माजाला आल्यावाणी व्हतंय बगा. आमीबी आईचं दूध पिलुया, कुत्रीचं न्हवं."

मी त्याला शांत केला. आता, नवरा-नवरीच्या जोड्या व्यासपीठावर उभ्या राहिल्या. तर जातीतला बामण काही केल्या अक्षदा टाकायला तयार होईना. 'ही बाशिंगं कशाला? ह्या. . . कशाला? पिकर कशाला?' त्यो नुसता गांगरलेला. म्हणाला, "अवघड जागंचं दुखणं. न्हाई म्हणावं तर तिकुंडं मार. लगीन लावावं तर तिकुंडं मार. कात्रीत घावल्यावाणी झाल्यालं."

मुला-मुलीचे मामा मागे उभे राहिले. कविचंदनं पळत जाऊन, आणीबाणी ओळखून गावातला बामण बोलावला. त्यांनं अंतरपाट धरला आन् शुभमंगल म्हणून या कंजारभाट जमातीच्या इतिहासातलं हे पहिलं 'अक्षदा' टाकून केलेलं लग्न लावू लागला. अक्षदा पडू लागल्या आणि मंडळी मोकळी होऊ लागली. साऱ्या कंजारभाट बाया ठेवणीतली झोळणे, चोळणे, लुगडी नेसून आलेल्या पानांन लालभडक रंगाची कापडं. त्यानं भडक रंगाची नुसती उधळण चालू. एकदाची शेवटची अक्षदा झाली. पेटी-तबला बाजूला गेला आणि आहेरांची सुरुवात झाली. आहेर पुकारले जाऊ लागले आणि मंडळींनी जेवण केल्याशिवाय जाऊ नये वगैरे घोषणा झाल्या.

आता मुरचंदनं आम्हा कार्यकर्त्यांचा परिचय करून देणं सुरू केलं. परिचय कसला छोटी-छोटी भाषणंच.

दुसरीकडे आलेली मंडळी जेवू लागली. पंगती उठू लागल्या. लाडू, भात, भाजी, साराच येड्यांचा बाजार. अखेर, रात्री बऱ्याच उशिरा जेवणं संपली. लोकांची पांगापागं झाली आणि आता संघर्षाला सुरुवात झाली. प्रत्येक गोष्टीचा जाब पंचांनी विचारायला सुरुवात केली. सारे एकजिवानं हे आव्हान परतवत होते. अखेर, मुरचंद-बिभीषणाच्या पार नाकी नऊ आले. लोक एकविसाव्या शतकाकडे निघाले.

लोक सुधारू लागले. आपण केव्हा सुधारणार? लोक चंद्रावर गेले तरी आपण बोकडाच्या नळीसाठी किती काळ मारामाऱ्या करणार? लोक शिकून-सवरून पुढे जाऊ लागले. आपण केव्हा शिकणार? काळ सारखा बदलतोय. आपण आपली कवाडं किती काळ बंद ठेवणार? आपल्या पुढच्या पिढ्याही अशाच गुन्हेगार होणार का? आज आम्ही लाज-आबरू गुंडाळून ठेवून दारूचा धंदा करतोय. आमच्या मायबहिणी या धंद्यात कोणत्या मानसन्मानानं वागतात. अजून आपण जागे कसे होत नाही? किती काळाची ही झोप आहे? अजून उजाडत कसं नाही?

झालं, आता उजाडेलंच असं झुंजूमुंजू होतं आणि मनात आशा निर्माण होते ना होते, तोच पुन्हा काळझोप आपला पंजा आवळते. काळरात्रीचे सावट पडू लागतात आणि उजाडत कसं नाही? मुरचंद, कविचंद, बिभीषण, प्रीतमकुमार रावळकर, ही मंडळी मोठ्या त्वेषानं जमातीला पटवत असतात आणि धोतरवाले तरुण पोरांना भडकावत असतात. जोपर्यंत दारू येत नाही, मटण होत नाही, दारू वाहिली जात नाही, खारीक-खोबऱ्याच्या माळा घालत नाहीत, मानपान होत नाहीत, तोपर्यंत हे लग्न झालं असं पंच मानणार नाहीत. दारू बंद तर लग्न बंद.

अनेक युक्त्या-प्रयुक्त्या वापरून झाल्या. भात्यातले सारे बाण संपले तरी धोतरवाल्यांच्या सोग्याची गाठ सुटेना आणि थोडं नमतं घ्यायचं ठरवून कार्यकर्ते परतले. दारू आली, तिचा प्रसाद वाटला गेला. रीतिरिवाजाप्रमाणं सारं झालं. सात-सात रुपये घेऊन पूर्वजांची आरती केली गेली. तिला 'धारा झुलावणं' असं म्हणतात. ती रक्कम एका पंचानं खाली ठेवली. तो बोलू लागला. तसं दोन्ही वर-बाप बोलू लागले. दोगांच्या सग्या-सोयऱ्यांनी सात-सात रु. ठेवून आराधना बोलायची. त्याला 'गोडीवान' म्हणतात. १९८३ मध्ये येरवड्याला 'महाराष्ट्र कंजारभाट समाजाची परिषद' झाली. तिथं नियम ठरले. मुरचंद या संघटनेचा अध्यक्ष. त्यालाच पेचात पकडून सारं रीतीनं करायला लावलं. लग्न जमिनीवर का लावलं नाही? स्टेजवर का लावलं? लग्नात गोड जेवण करून आमचा अपमान का केला? नवरदेवाची वरात घोड्यावरून का काढली? दोन लग्नं एकाच मांडवात झालीच कशी? म्हणून लग्न लागलं तरी मान्यता देता येत नाही.

मग वरील साऱ्या गोष्टी नाइलाजानं कराव्या लागल्या. दारू जमिनीवर सांडली. मगाचा उत्साह पार पळाला होता. अनेक पोरांना मुरचंदचं वागणं पटत नव्हतं; पण काय करणार? मुरचंदला अजून मुलगी आहे. मुलं आहेत. त्यांचं काय?

आता सुहागरात कशी करावी, मोठा पेच पडला. रीतीनं करायचं तर नवरा-नवरीसाठी मोकळ्या जागेत एक कोपाटं उभं करायचं. त्या कोपटाला सारी रात गाणी म्हणत राकान करायची. मुलगा-मुलगी आत घालायचे. जाणत्या बाईनं पोरीला सारं समजून सांगायचं. संबंधांनंतर पांढरं शुभ्र फडकं वापरायचं. हे फडकं

सकाळी जाणत्या बाईकडं द्यायचं. ती ते बघणार. जवळ ठेवणार. मग पंच बसणार. ते नवऱ्या मुलाला, 'तुझं जितराब खरं का खोटं' म्हणून विचारतात. त्यानं जर सांगितलं की माझं जनवार खरं हाय तर पंच म्हणणार, 'झ्याक! पुरावा दावा.' मग जाणती बाई पंचाम्होरं ते फडकं दाखवणार. जर फडक्यावर रक्ताचे डाग पडले असतील तर पोरगी बावनकशी पक्की. पण जर रक्ताचा डाग नसेल तर सारी झाडाझडती पोरीला, तिच्या आई-बापाला द्यावी लागणार! त्यात जर मुलानं मुलीची बाजू घेतली आणि लग्नापूर्वी आपलाच संबंध आला होता, हे त्यानं कबूल केलं तर किरकोळ दंडावर निभावून जाणार; पण असं झालं नाही तर या मुलीचं आयुष्य केरकचऱ्यात जमा होणार. लग्नाला मान्यता मिळणार नाही.

सुहागरात म्हणजे सुधारणावाद्यांची परीक्षाच होती! ही एवढी अन्याय्य रूढी कित्येक शतकं टिकलेली. तिला आव्हान देणं तितकं सोपं नव्हतं. मारामाऱ्या म्हणजे रक्ताचे पाट वाहणार. कोण आव्हान देणार? आता कोण बोलणार? आम्हाला तर तिथं बसताही आलं नाही. आम्ही लांब जाऊन बसल्यावर काम सुरू झालं. मुरचंद बोलू लागला, "माझी सून बावनकशी सोनं आहे. आमचा दोन्ही घराण्यांचा घरोबा जुना आहे. आमची तक्रार नाही, पोरगी पावली म्हणून कबूल करतो."

मुरचंद बोलतोय तेवढ्यात आभाळ कोसळल्यागत सारी पंचायत उठून उभी. सारे एकमेकांच्या अंगावर जाऊ लागले. लढाईच ती. फक्त तलवारी काय त्या नव्हत्या. अक्षरशः हाणामारी. लोकांनी सोडवासोडव केली. सुहागरात होणार. सारं बैजवार करावं लागणार तरच लग्न मंजूर; नाहीतर वाळीत.

हे वाळीत प्रकरण फार महाग पडणार, हे हेरून आता निदान त्यातलं काही कमी करता आलं तर पाहावं, म्हणून पॅण्टवाल्यांनी जोर लावला आणि झोपड्यांऐवजी बंद खोलीत सुहागरात करण्यात फक्त यश मिळालं.

आता कालवा विरला. धोतरवाल्यांची वरकरणी सरशी झाली होती, तर सुधारणावादी आपणही उभे राहू शकतो या आनंदात होते. झालं, सारी रात्र जागरण आलंच. आता मोकळ्या गप्पा सुरू झाल्या. सारी जमात बसलेली.

मुरचंद तावातावानं बोलू लागला. आम्ही कार्यकर्ते एकत्र जमलो. कंजारभाट समाज म्हणजे पोलिसांनी ठेवलेले वेठबिगार आहेत. महाराष्ट्रात हा समाज मध्ययुगात आला. तेव्हापासून दारू गाळण्याचा धंदा करतोय. ताडी, सिंधी, मव्हाची, फुलांची आणि आता नासक्या गुळाची दारू हा समाज हातभट्टीच्या नावानं काढतो. समाजातली हाताच्या बोटावर मोजता येतील, एवढीच मंडळी या धंद्यापास्नं लांब आहेत. बाकी सारी जमात दारू गाळते. पोलिसांना हप्ता देते. मार खाते. पोलीस सांगेल तेव्हा, सांगेल तेवढा माल आणून द्यायचा. डायरी भरायची. ठरल्यावेळी 'रिड' नावाचं

नाटक उरकायचं. सारं लुटुपुटूतल्या लढाईसारखं. 'तू मारल्यावाणी कर, मी रडल्यावाणी करतो.' साऱ्यांना सारं माहिती; पण हप्ते सलामत तो पगडी पचास. दारुबंदी कायदा झाला आणि या जमातीवर आज हा धंदा बेकायदेशीरपणे करण्याची वेळ आली आहे. मुरचंद तावातावानं, पोटतिडकीनं बोलतो आहे. "मानेसाहेब, आमचा हा परंपरागत धंदा बेकायदा ठरलाय. त्यानं आमची सारी कमाई पोलीस खात्यात. त्यापेक्षा आम्ही सरकारी तिजोरीत तरी भरतो. मोठ्या लोकांनी मळीची दारू केली, की अल्कोहोल, मद्य आणि आम्ही काढली की हातभट्टी. हे आसं का? साखरकारखाना जी दारू गाळतो ती मोसंबी, नारिंगी. तर आम्ही का काढू नये? सरकारनं आम्हाला लायसन देऊन हा धंदा तर करू द्यावा. आम्ही आजही बटकीसारखं त्वांड दडवून काढायची आन् पेनारांनी त्वांड वाकडं करीत पियाची. वर खुशाली पोलिसांना. आसं का? आमच्या लोकांना दारूची लायसन्स द्या. साखरकारखान्यांच्या अल्कोहोल विभागात आमची मानसं नेमून घ्या. यासाठी पुण्यात आम्ही महाराष्ट्रातल्या कंजारभाट समाजाचा मेळावा घेणार. आता जागं झाल्याशिवाय, आपल्या हक्कांसाठी चळवळ केल्याशिवाय पर्याय नाही."

मुरचंद बोलत होता. माना डोलत होत्या. मगाचं भांडण पळालं होतं. साऱ्यांच्या पोटातलं मुरचंदच्या ओठावर होतं. धोतरवाले, पॅण्टवाले टाळ्या मारत होते. अंधकारयुगाच्या अंताची ही चाहूल होती. नवी पिढी आता न्यायासाठी संघटित होत आहे. अजगर कूस बदलतो आहे. लढाई कठीण आहे. साऱ्या जुलूम करणारांची ताकद मोठी आहे; पण आता अनेक मुरचंद, कविचंद, प्रत्येक जमातीत जोतिराव फुल्यांच्या सत्यशोधकांची बीजं पेटवत आहेत. कर्मकांडाच्या दलदलीतले हे जीव मक्त होऊ मागताहेत. आता गरज आहे त्यांना आपल्या मदतीची. आम्हाला विश्वास आहे, आपण नक्की या लढाईत आमच्याबरोबर याल. विजय होईल... नक्कीच होईल. अजगर कूस बदलतो आहे!

❖

...आणि लेकरू तरलं!

दिन्याच्या तांड्यासंगं चालतोय. माथ्यावरचं उन्ह भणाणलंय. भर मध्यान्हीच्या उन्हातनं चालायची माझी सवं पार उचकटून गेल्याली. त्यानं आंगातनं घाम निताळतुया. घाम पुशीत हुंकारत पाय वढत मी चाललोय. त्याचं सारं आयुष्य असंच गेलेलं. मध्येच गाढवावरचं करकरा करतंया. मध्येच त्याजी बायकू काखंतल्या पोराला दणाकतीया. एकादं लेकरू केकाटतंया. तिज्या पायांत वहाणा नाहीत्या. डोक्यावर चंबूगबाळं आवळलंय. त्यात सारं स्टारफटार सामान, चिल्लर भरलीया. राकिलची बाटली, घासलेटानं भरल्याली चिमणी, आन् गोड्या तेलानं भरल्याली बाटलीबी एकातच झाल्याली असतीया. मधीच एकांदा खडा पायांत आला, का जीव जावा तसं तरमळत ती पाय उचलून धरायची. तळपायाला घट्टं, चट्टं पडल्याती. त्यानं भाजत न्हाई पर एकांदा खडा मातूर डोळ्यांतनं पाणी काढतूया. तसंच 'आग झ्या' करीत ती गाढव हाकतीया. दिन्या तिच्यावर खेकसत, कावत पाय उचालतुया. तिज्या हातांतल्या फोकाचा सपाटा गाढवाच्या पाठीवं बसला का गाढव उधळायचं. गाढव उधाळलं का पोरं वरडायची. पोरं वरडाया लागली, का गाढवाच्या पाटकुळीवरलं बिराड कळवळायचं. कालवा वाढला का दिन्या ढापरायचा आन् दिन्याचा आवाज वाढला का बाकीची सारी चिडीचिप. मग नुसताच खुरांचा आवाज. तर आसं हे बिराड चाललंया. पयलं बरं हुतं, फुफाट्यानं पाय भाजायचं तर निशाणी तरी उरायची. आता डांबरी सडकेनं निशाणी तर उरत न्हाईच, पर चटकामातूर जाळतुया. तसंच ती गाढव हाकतीय. दिन्या तिज्यावर खेकसत, कावत चाललाय तर माझी भुणभुण त्याच्यामागं हात धुऊन लागलीया. त्यो गिनत न्हाय. त्याज्या मागं-मागं म्या टुमणं लावलंय. आपून होऊन चालतुया. दिन्याला बगितला

आन् तुळजापूर-सोलापूर गाडी मध्येच सोडून आपूनबी दिन्यासंगं, त्याज्या बिराडासंगं चाललुया.

दिन्या म्हणजे दिनकर पालखंडे आमच्या चळवळीतला कार्यकर्ता. मला दिन्याला भेटायचं असतं आन् दिन्या मला टाळत आसतू. तर दिन्या खाल मुंडी पाताळ धुंडी. मान खाली घालून हुंकारत बोलाय लागला. मीही हुंकारत असतो.

"सायबा तुला सांगतु. आमच्या कर्माचा भोग तुला सांगून का करणार हायेस तू? तुला आमचं मराण सांगून तू तर का करणार, आन् देव तरी का करणार?" दिनूला असा अगतिक बघून मी विषयाची प्रस्तावना थांबवली आन् इतर गोष्टी बोलाय लागलू. "दिनू, असा माघारी का निघालाय?" "आलू व्हतू देवाला. निगालू मागारी." तवर तिनं पळत जाऊन पोरं आन् माकडं दोन्हीची कळवंड सोडवली. माकडाला डोळं वटारलं तसं माकड गप्प झालं. लेकरू लागलं डुलक्या घ्यायला, पर ते जाम बांधल्यालं. झालं, दिनूला बोलता कसा करावा? दोन मैल चालून आलो तरी ह्यो घालू देत नव्हता. का करावं? "दिनू, म्हागाई का म्हणती?"

"का म्हणती सायबा, ती म्हणती भाजूभाजून खाईन आन् उरल्याली लेकरं तोंडी लावीन. का म्हणायची?"

"किती रुपयं मिळत्यात?"

"मिळत्यात कवा धा, कवा पाच, कवा पंचीस."

आता धागा पकडून पुढं गुऱ्हाळं चालू झालं. माझं पाय बी आता सरावलं. मला जरा धीर आला. दिनू सांगू लागला, "सायब, का खावं तीन वाटची माती! कुणी वाढत न्हाय का कुणी कामाला लावत न्हाय. आता, शेतकरी राजाच घरदार इकून पळाय लागला शेरात तर आमचा खेळ कोण बघणार? दीड रुपाया छटाकानं त्याला आणतुया. कानं बी भरत न्हाय. दोन येळचं कोरड्यास काय भागत न्हाय बग. मंग कसं करणार तूच सांग? तीन रुपयानं जोंधळा आन् चार आणे पिंट राक्याल. आता घासल्याट नसंन तर रस्त्याला करा आन् कसं ऱ्हायांचं? किडकू-मिडकू आसतंया का न्हाय? रोजी चार आण्याचं राकिल लागतयाच. त्याला खाडा न्हाय. आपली जिंदगानीच आशी पायधुळीत दिवा लावल्यावाणी! जलमच भिकार, भीकच मागून जगतू पर का करणार? आता कापाडचोपाड तर न्हायच. दशा चाललीया बग जलमाची. माणूस लय तालीवार व्हाया लागलंय आन् माझं लाचारपण काय जाईना."

आता त्याचं सारं जगणं उसवायला लागलं. मी हुंकारत असतो. तो एक एक टाका उसवायला लागतो.

"त्याचं आसं झालं. तू व्हतासच की पर तवा." मी बोललो न्हाय, "राग धरू नगं, पर तूबी त्यातलाच की उचल्या. चोराला उचलू लागणार! सारे पंच तूज्या

वळकीपाळीचे.

पर म्हणलू तुला सांगून तरी का उपेग? आँ? पर देवानंच तुला धाडला. म्हण सांगतू. माझं लेकरू देवावानी गुणी हाय. त्याला शान खाया लावलं. त्याला गु खाया लावला. त्यात माझा लेकराचं काय चुकलं?''

मागनं आलेल्या एस. टी. नं जोरात ब्रेक दाबला. तसं कर्रऽऽ करत धूड थांबलं. आमच्या नाकातोंडांत धुरळा गेला. डायवरनं सणसणीत शिवी घातली. ''येऽ आयघाल्या, समदी वाट आडवून चाललाय. तुझ्या 'बा'ची व्हय रं?'' त्यानं सारी-सारी जनावरं रस्त्याकडंला आणली. डायवरनं आणखी चार मोजल्या आन् धुरळा उडवत निघून गेला.

तिनं मध्येच एस. टी. ला बुजलेलं माकड नीट बांधलं. गाढवाची पटाशी ढिली करून फिरून बांधली. शिंगरू तंगड्यांत आलंतं त्याला हानलं. तो बोलतच होता. ''तवा लय लहान व्हती. म्या देज घिऊन दिऊन टाकली आन् हात धुतला. आता सांबळाचा व्होता कुणी? तूच सांग. माय-बाप जलम देतेत, करम देत नसत्यात. म्या चांगलं बघून दिलं तर माझ्याच रांडंनं सारी घाण करून टाकली. ता मला तीडा पडला.''

मी म्हणलू, ''आरं, आता इनला रांड म्हणतूस व्हंय?''

तसा तो फणकाऱ्यानं म्हणला, ''म्या इनचं न्हाय म्हणत, ती तर भवानी व्हतीच. पर म्या म्हणतुया माज्या पहल्या बायकूचं. तिनं सारी डाळ नासवली बग, म्हणत न्हवतू का तुला, का तिचं माझं भांडाण झालं म्हणताना म्या तिला सोडलू. तिनं मला सोडलं. पंचांनी काडीमोड दिली आण झालं. आमी इस्तू इजावला. तिजी वाट येगळी,माजी येगळी. ही गेली हेलपाटायला आमच्या लेकीकडं आन् झालं. सासू-जावयाचं जमलं. इननंबी मान हालवली त्या टायमला. माझं लेकरू व्हतं किती वर्साचं सायबा, सोळा-सतरा वर्षाचं लेकरू. दिसायला उजाळ. अंगापिंडानं उलीकसं तर लोकांच्या डोळ्यांत लागलं खुपायला. नवरा लहानपणी केल्याला. त्यो निगाला दळ्या.[१] तरी पोरगी सोसत व्हती. म्हण ह्या रांडा लागल्या डागायला. हिकडं बगितलं डाग. तिकड बगितलं डाग. आता पोराची जात म्हणली, की केलं तरी हाणताव आन् नाई केलं तरी हाणताव, डागताव. सायबा, आरं ही माय का कसाबीन रं? हिनं पोरीला डाग-डागून चाळण केली. म्हण लेकरू पळून आलं माझ्याकडं. आता म्या त्याला आधार दिला. हितवर झालं, ती झालं. लेकराचं नांदणं व्हावं म्हण गेलू म्या झक मारत. तर ह्याचं लय दावं फुगल्यालं. म्या लेकराला समजावलं आन् माघारी आलू. तर दोगी इनाइनांनी लेकराच्या दिराला लावलं

१. दळ्या - रड्या, कामास सर्वथा अपात्र.

लेकराच्या हातरुनात. नवरा बसला पायथ्याला. आई आन् सासू बसली उशाला. दिराला घातला हातरूनात आन् वरनं घातल्या दोन गोधड्या. लेकरू तरमळून तरमळून गेल. तवापास्नं रोजचं आसं चालू झालं. सक्की आय आन् सासू, नवरा, दीर आसं लागली रोज डागयला. तर का करावं? सारकं पाळत चालू व्हायली आन् लेकरानं पुन्ह्यांदा मारली टांग. चालत, पळत लेकरू दोन महिनं हिंडलं माझा तलाश करत. तवा म्या घावलू नाय. म्हणताना गेलं आमच्या लोकाईंच्यात आन् पत्या काढला. तवर दोगा-तिगांनी हाताळलं. आकिरी शेवटाला म्या त्याला बारशीत घावलू. माग काढत आलेलं मागूमाग; लेकरानं मला बाजूला नेहलं आन् समदं सांगितलं. माझ्या तर डोस्क्यात नुसती खिचडी झाली. गोईंदा झाला. च्या हिच्या भनं, या बाया का वेसावा? देवा म्हणून जिवाचा धडा केला आन् त्या रातीला जावाय, दीर, सासू आन् ही रांड ह्यास्नी दावला हिस्का. एका एकाची आई टाकली. आन् मंग निगाली पुलिसात. आता, म्याबी भरलं सामान आन् गाठलं घर. बस म्हणलं बोंबलत. झालं. आता ह्यांनी आमचा पिच्छाच पुरवला. म्या लेकराला जपाया लागलू. त्याला दिस गेल्याती म्हण! तरही कावळ्यासारखं काव-काव करीतच हायला. म्हण त्यांनी पंचाला बोलीवलं. पंचातीचा नोटिशीचा सांगावा आला. तसं धाकली बायकू आन् लेकरं तिच्या बापाच्या बिराडासंग दिली धाडून आन् आलू पंचाम्होरं. ततनं म्होरं तुला ठावं हायच की.''

''दिनू, आरं तसं न्हवं, मला तरी तुझ्या भाषेत समजातंया. तूच सांग इस्कटून.''

''बिरुबाच्या माळावर आमी जमायचं म्हण ठरावलं व्हतं. तसा मला सांगावा आला. म्या लेकराला घेतलं आन् बिरुबाच्या माळावर याला निगालू. बिरुबाच्या माळावर सारी आमच्या जातीची माणसं जमायची व्हती. खर्चाचा वाटा भरायला पायजी.

'लेक धाडतूस का न्हाय?' म्हण पंचानी इचारलं. सारी जातीची पंच, म्होरके, भागतानं जमा झाल्यात. योक-योक आंगापिंडानं दणदणीत, भरल्या छातीचा, परूस-परूस उंचीचा, नाकाडोळ्यांत तरतरीत, डोस्क्याला तांबडी पागोटी, खांद्याव घोंगड्या, हातांत काठ्या, कातीव शिसवी लाकडाच्या रंगावणी काळ्याशर रंगाची माणसं. कुणी लांबुटका तर कुणी बुटका. कुणाचा मिशीचा आकडा तर कुणी मिश्या बोडलेल्या, कुणाच्या कपाळाला गुलाल, तर कुणाच्या कपाळाला खंडुबाचा भंडारा. आन् तशाच खोबऱ्याच्या कवटीवाणी टणटणीत बाया. चवळीच्या शेंगवाणी कवळ्या पोरी. कुणी लग्नाच्या, कुणी लेकुरवाळ्या, तर कुणी म्हाताऱ्या-कोताऱ्या, साऱ्या जमल्यात. साऱ्या पंचांचा खर्च, त्याला आमी खर्ची म्हणतू ती इनीनं भरलीय. जातगंगा बोलावलीय. पयल्या दिशी जामीन पटावला. म्या बी आमच्यातला

पाटील जामीन दिला. आक्क्या भावकीत म्या वाळीत. समदीजण कुचकुचायचे, पर माज्यासंगं कुणी बोलंना, तसा म्या मनातनं चराकलो, सारी नात्यागोत्याची. त्यांची आपापसात कुजबुजत बोलणी चालू असायची. म्या गेलो का सारी गप्प व्हायची. तवाच म्या हारला. दुसरा दिस उजाडला. तिदळकीचा तिढा[२] सुटला. आता मलाबी राग आलंता म्हण बाब्या पाटलाला म्हटलं, आरं पंच हायस का भिताड? एका आंगानं खातयसा. आसं कंचं पाप केलं रं बाब्या, माझ्या लेकरानं. भाड्या हो ऽ चोराच्या उलट्या बोंबा हाणताय. का झालं ते तर सांगा. तवा एक जण म्हणतू कसा, "दिन्या, लेका, तू लय साव लागून गेला व्हय?" राम्या म्हणला, "आरं इंद्रावणी पोटची कन्या कळंना तुला! तू माणूस हायस का जितराब?"[३]

बायडी म्हणाली, "व्हय व्हय बाप हायस का खवीस! पापी मेल्या, लेकीचं भाड खातूस? किती जणांसंग पाट लावलीस? पोरीचं प्वाट वाढिवलंस? आता सोडत्यात व्हय पंच तुला! दिन्या, मुडद्या झाडाझाडती हुईल. आरं, उलट्या काळजाच्या, तुझी बायील म्हणती तूच लेकीला दिस ठेवलंस, तवाच पोरगी तुझ्याबिगर आन खाईना का पाणी पिना. जोवर तुजा गुन्हा तुझ्या पदरात पडणार न्हाय, तवर तुझी संगत न्हाय का पंगत न्हाय! म्हणून तुला माणसांत घेत न्हाईत. तुझा तू बचाव कर. निरवा न्हाय, गाढवाचं मूत तुला पाजणार हायती पंच."

"सायबा, आयकून आसं झालं. धरणीमाय आपल्या पोटात घिल तर बरं! लेकराच्या आयुष्याच्या चिंध्या आपुन पांघरायच्या का? पैशाच्या जिवावर पोटचं लेकरू म्हणतात का पाटचं म्हणतात. तुळजापूरच्या आईला बोललू. देवी तूच वाचीव, आंबे ऽ, तुजा गू-मूत पीन्, चार सुकिरवार करीन, आमुशा पुनव करीन, परडी भरीन, पर मला वाचिव. म्हणून देवीवर भरूसा ठिवला आन् रात काढली."

"सायबा, सकाळच्या पारी पंचात बसली. तवा तू व्हतासच की! सारी नुसती कावळ्यावाणी, घारी-गिधाडावाणी टोचाय लागली व्हती. का करावं? आपून तर बोलावं कमी, आपल्याला उरकत न्हाय आन् पंचांनी पैका खाऊन चारचौघांत निजावल्याली. तवा का करावं? पर देवा, आई भवानीनं ऐकलं, कोडं सुटलं. माझं लेकरू म्या पंचाम्होरं उभं केलं. ते बोलाय लागलं. नुसता मिठाचा खडा उडावा तसं बोलत व्हतं."

बिरुबाच्या माळावरील ही पंचायत, मी, आमचा वाय. एस. गायकवाड आणि हिरालाल जाधव - आमी धावत जाऊन वेळ गाठलेली असते. आमी गेलू तर वीस-

---

२. तिदळकीचा तिढा - कोर्टाचा तिढा.

३. जितराब - जनावर

पंचीस बापे आन् पाच-पचीस बाया. माळावरल्या वडाखाली पंचायत बसल्याली. एक पोरगी आपलं सारं अंग झाडीत, नुसता थयथयाट करत, आपल्याच भाषेत जोर-जोरात दात-ओठ खात अंगात आल्यासारखी हाताचं तळवं एकमेकांवर चोळत, बोटं कडाकडा मोडत काही सांगत होती. ती माझीच भाषा पण जरा भराभरा बोलत असते. त्यानं मलाही फारसं कळत नसतं. तरणीताठी पोरगी, अंगानं सडपातळ, डोक्यावर केसांचा झाप झालेला, डोळ्यांत इस्तू फुललेला, आन् कपाळाला बारीकसं कुंकू. दुहिटांगी घातलेला कासटा. पदर खोवलेला. नुसती वाघीण धावून यावी, तसं पंचाम्होरं हातवारे करकरून आपली कर्मकहाणी सांगत होती. सारी पंचायत चित्रासारखी गप्प बसून ऐकतेय. पंचातल्या बाया जिवाचा कान करून ऐकू लागल्या.

पोरगी सांगत व्होती,

"बापानू, आप्पानू, पदरात घ्या. तुम्हाम्होरं म्याच याची तर ते वैरी आला. तुमा साऱ्यांनी अंगाखांद्यावर खेळवली. तुमच्च्याच आवलादीची म्या हाय. तुमचंच रगात आंगात खेळतंया. पटलं तर जीव ठिवा न्हाय तर हातानं पेटवून द्या. पर आता डोळ्यांवर कातडं वडून घिवू नगा. तुमी म्हणाल ते मी करीन. तुमी सांगाल त्याच्याम्होरं म्या न्हाय.

ही रांड माझी आय का कसाब? आगं, जलमाताच का न्हाय गळा आवळून जीव घेतलीस? तवाच न्हायका गळा दाबायचास? वैरणी, कंच्या जलमात पाप फेडशील? ही कैदासीन हाय महाराज कैदासीन. आगूदर म्या गरीब गाय. ही सांगन तशी करत व्होते. तवा कायबी कळत न्हवतं. म्या वयात आले आन् ही कसाबीन मला छळाय लागली. म्या बोलली न्हाय. त्वांड दाबून बुक्क्याचा मार. सांगणार कुणाला? जलम दिल्याली आईच नरकात ढकलत व्होती. देवानू, तुमाला सांगती ही माज्या 'बा'संगंबी इमानानं ऱ्हायली न्हाय. 'बा' माजा इठल. कष्ट करकरून मेला आन् ही रांड! हिनं बावा ठिवला व्हता. म्हणतानं बापाचं आन् हिजं जमलं न्हाय. म्या लहान लेकरू. हिचा बावा आगुदर माझ्या हातरूनात घातला. मी न्हाय म्हण पळायची. तवापास्नं हिनं माजा पदूर धरला. पेटवला. अंगाला चटकं दिलं, चटकं. म्या तरमळायची. बापाची-हिची रोज मारामारी व्हायची. ही आन् त्यो आमाला आयकत नव्हते. आमी कुठं बी गेलू तरी मागं फिराय लागली आन् हिच्या डोक्यानं माझा आखिरी घात केला. म्या लय भ्याले व्हते. 'बा'ला सांगितल्यावर त्यो बी भ्याल आन् आईला शराण गेला. हिनं ही मवाली बगितला. दिसाया नुसता दिसुतया, पर तुमाला कसं सांगू? पर लाज-आबरू धरीन तर ही कसाब माजा घात करत्यान्. देवा, ह्यो मला करून दिला पर ह्यो बाप्या न्हाय. माजा जीव तुटाय लागला. पर आगीतनं आली व्हती. आता मागं जाया जागा न्हाय. बापाचं नाक

कापाय नगं, म्हण म्हणलं आपलंच नशीब फुटकं. 'शिक्याव दही आन् दैवात न्हाई!' म्या माझ्या मनाची समजूत घातली आन् नांदाय लागली. तवा ह्यास्नी ह्या आवदसंनं सारं सांगितलं.

एकदा आब्रूचं खोब्र झालंया, काचंचं भांड फुटलंया म्हणल्याव, कावळं, घारी, गिधाडं लागली घिरट्या घालाय. हिनं समद्यास्नी आवातनंच दिलं व्होतं जणू! तर म्या आता गेलू तर चालंल पर ह्या आईला जवळ करू नगा. म्हण रोज मार खात व्होते आन् मग आई, नवरा, सासू ह्यांनी मला काट्याव धरली. म्या रोज खंगाय लागली. आता ह्यो भाड्या खाली मान घालून बसलाय. आता का रं वाचा बसली? आरं बोलं की शेमन्या. म्या म्हणती खरं का खोटं, देवानू ह्या भाड्यानं माझी आब्रू घेतली जबरीनं. ही कसबीन, सासू, आन् नवरा ह्यो ऽ शेळपाट. साऱ्यांनी भर रस्त्यात माझ्या हातरूनात घातला. चौगांनी चार कोपरं दगडांनी भरायचं आन् त्वांड दाबून ह्यानं जबरी करायची. आसं लय येळा झालं. म्या जीव द्याला निगाली व्हती पर पोटात जीव जलमला व्हता. म्हण गेली पळून बापाकडं. त्यानंच वाचिवलं, देवा, म्या तुमचं लेकरू, तारा नायतर मारा. माझ्या आंगाव अन्याय आला तर मला तुमच्या हातानं माती द्या, पर ह्यास्नी सोडू नगा.''

पोरगी मध्येच दाटून रडत व्होती. जमल्याली माणसं बी गहिवरून गेली. नवरा, सासू, दीर आन् आई-समद्यांनी एकाच वेळी फैलावर घेतलं. चौघंच्या चौघं एकदम लागली बोलाया. तवर पोरगी जमिनीवर बसता बसता आडवी झाली. एकच कालवा वाढला. का झालं? का झालं? पोरगी झीट येऊन आडवी पडली. पळत जाऊन मी नाडी पाहिली. कळत काहीच नव्हतं; पण चक्कर आली असावी म्हणून कांदा फोडून नाकाला लावला. तोंडावर पाणी मारलं. आन् मग ती थोडी थोडी शुद्धीवर आली. दातखीळ तर निगता निगंना. शेवटी दातखीळ निगाली आन् साकरपाणी दिल्यावर जरा शुद्धीवर आली.

आता, सारी मंडळी जेवायला उठली. तिदळकीतनं (कोर्टाच्या पैशातून) दारू, मटण, आली व्होती, सारी माणसं माळावरच वडाखाली जेवाय लागली. सारी जण मारक्या म्हशीसारकं पोरीच्या आईकडं बघत होते. तवा पंच बसले तवा हीच बया मोठमोठ्यानं साऱ्या पंचांसंग बोलत व्हती. आन् आता दातखीळ बसल्यासारखी नुसती ऐकत व्होती. सारी जमात तिच्याकडं लेकराला पापात घालणारी कसबीन म्हणून बगू लागली.

सासू, दीर, नवरा चितागती झाले व्होते. तर आई नुसती रापत व्होती. जेवणं झाली. दारवा झाल्या. सकाळपास्नं दारूच हाप झाली व्होतीच. आता पुन्हा पंचायत बसली.

पयल्यांदा उतारली आई.

“देवानू, ह्यो खाटिक सारं शिकवून हिथं आणलायं. म्या माज्या लेकराला आशी कशी छळंन? आन् आसं कसं वाघा-वैऱ्यावाणी लेकरासंग डूक धरीन. म्याच सांगती बगा, ह्ये पोटचं पाडलं तेला लय दिसं झालं, तवा हिला दिसं गेलतं. पर ह्या खाटकासंग ही लेक निजत व्हती. ती सांगत न्हाय. म्याच रांडनं गू खाल्ला. तवाच आली असती पंचात म्हणजी समाजलं आसतं.”

ह्या तिनं जसं नवऱ्याला म्हणलं, तसं दिन्या उठला आन् त्यानं पायांतलं पायतान फिकून मारलं आन् पळतच तिच्या झिंज्याला भिडला. एकच मारामारी सुरू झाली. ही तिघं आन् मारामारीला ऊत आला. दगडाचं गोटं, चपला, आन् लाथाबुक्क्यांनी तुंबळ हाणामारी झाली. लोकांनी आवराआवर केली तर दोन्ही भावक्या आता ‘कै’ला घिऊन (जामीन) बसल्या. डोस्की फुटली. ती पटकं फाडून बांधली. पंधरा-वीस बारे डोस्क्याला दगडू खावून बसले. पंचांनी साऱ्या लोकांना रानच दाखवलं. दोन दिस दाणापाणी बंद, मग चर्चा. बैठक उठली. आपापल्या पुट्ट्यात गेली. आता दोन दिवसानं बसायचं.

पुन्हा दोन दिवसानं मी गेलू. आता तणाव कमी होता. पंचांनी सारं मिटवत आणलं होतं. सासू, दीर, नवरा, आई कुणीच कबूल करीना. दिनू आन् त्याची लेकबी कबूल करीनात. एक म्हणत हे बापानं वाढवलं तर दुसरीजणं म्हणं हे दिरानं वाढवलं. नवरा नुसता मेल्या हाल्यावाणी गार पडल्याला.

आखिरीला पंचांनी साऱ्यास्नीच फैलावर घितलं. पंचांम्होरं मारामारी केली म्हण आगुदर दिन्याला शिक्षा झाली. साऱ्या पंचांची पायताणं व्हटानं गोळा करायची. झालं, त्यानं ऐकलं. साऱ्या पंचांची जोडं, चपला त्यानं तोंडानं जमवली. त्याजा ढीग केला. धोतरात बांधला आन् डोस्क्याव घितला.

त्याची साक्ष झाली. आता खरं-खोटं हुणार. पुरगीच्या बापानं, आईनं, आन् दिरानं आपून गुन्हा केला न्हाय म्हणून परमान करायचं. देवाला कवूल लावून येळ ठरावली. दिवस मावळतीला गेला व्होता. लालभडक दिवसाचा गोळा जमीन अलगद कापीत तिज्या पोटात गडप झाला. वडाच्या झाडावर पाखरं ओरडू लागली. तिन्हीसांजा झाल्या. वातावरण संशयाचं होतं. कोण काय करणार माहीत नाही?

पंच कामाला लागले. गावात जाऊन ऊस, येरंड, खोबरं आणलं. गवऱ्या आणल्या. लाकडाचा ढीग पडला. आता काय करायचं? ती काय मिळत न्हाय. मग पुन्हा गावात जाऊन पाटलानं ‘पार’ आणली. काळोख दाटाय लागला. जेवणं तयार झाली. देवाला निवद दावला. नारळ फोडला आन् पंचांनी गवऱ्या-लाकडांचा ढीग पेटवला. हारीनं मोडलेल्या लाकडाच्या सरणावर ‘पार’ तापाय ठिवली व्हती. येरंडाची पानं आणली व्हती. देवाचा गुलाल उधळून झाला. देव-देव झाला आन् आगीच्या झळांनी सारा माळ माखून निघाला. झळ्या उंच जाऊ लागल्या. बघता-

बघता लालभडक इंगळांनी रास तयार केली. पोलादी पहार तापून लालभडक झाली. पंच बाजूनं जाऊन इचार करत व्होते. त्यांनी निकाल घितला. पोरीचा जबाब ध्यानात घितला आन् कुलस्वामीचं नाव घिऊन, गुलाल कपाळाला लावून तापली पार' दोन्ही हातांनी, येरंडाच्या पानांनी बाहेर काढायला पोरीच्या आईलां पयलं फर्मावलं. तसं तिजी बोबडीच वळली. तसं पंचांनी उचल खाल्ली. कोतवालानं खाडकन तिच्या मुस्काटात मारली. तसं तिचं धाबंच दणाणलं. ती न्हाई न्हाई करून वरडू लागली. पुन्हा पंचांचा आवाज वाढला आन् तिनं गुन्हा कबूल केला. "म्याच सांगती." म्हणून लेकीचं कसं खरं आहे ते सांगू लागली. "म्या तुमचा गू खाती, मूत पिती, पर मला जगवा, मला मराण द्या, दिऊ नगा." म्हणून जसं तिनं आंग टाकलं तसं सासू, दीर, नवरा पशार होऊ लागले. दीर तर उभा ऱ्हायलाच व्हता. तोही पंचांची पायधरणी करू लागला. चौघंच्या चौघं रडू लागली.

पंचांचा जय झाला असल्यासारखं पंच मिशीवर ताव मारू लागले. सारी पंचायत आता पुन्हा आम्हापास्नं तुटाक बसली, आन् लागली न्याय द्याला. "दिन्याची बाई कसबीन हाय. तिनं पोटचा गोळा वळिकला न्हाय. मांजरावाणी उलट्या काळजाची हाय. हिला उद्या सकाळी जातीबाहेर टाकणार हाय. आता केस कापून भादरायला पायजी. उद्या डोस्क्याला चुना फासा आन् द्या घालवून माणसांतनं. तिची सावलीसुद्धा आता आपल्या पोरा-लेकरांवर नगं. ती आपल्याला मेली आन् आपून तिला मेलू. तिच्याशी जर कुणाला संबंध ठिवायचा आसंन तर त्यो बी वाळीत. नवरा, सासू, दीर ह्यांस्नी जातीबाहीर वाळीत चिठ्ठी फिरवाय धाडा. ही खरजुली कुत्री एक डुई माणसांतनं उठली आन् लेकरानं लय सोसलं. त्याचा काय गुन्हा न्हाय. त्याला लुगडं-चोळी पंच घिल आन् त्याचं म्होरच्या साली चैतीला लगीन लावून द्यावं. आसं आमी दिन्याला सांगतुया. 'बायाची जात, कांद्याची पात दिली लात आन् गेली वहात.' आपून आपल्या पायांतली वाहन पायांत ठिवायची. नाकापरिस मोती जड झाला आन् दिन्याचं घर नासलं. आता आसं व्होणार न्हाय. आगी का मेंढरं राकत न्हाय. तवा दिन्यानं आता सारी खर्ची द्यावी आन् आसं म्होरं हुणार न्हाय म्हण म्हाजूर[४] करावं. उंद्या सकाळपास्नं सारी सजा हाय. आताच शेवटचं गळाभेट कुणाला करायची आसंन तर करावी."

झालं, पंच उठले. कामं सुरू झाली. लेकीला लय आनंद झाला व्हता. दिन्या पंचाच्या पाया पडला. देवाच्या पाया पडला आन् पैपावणं गळाभेटू लागली. तर त्याच्या बायकूच्या आंगावर साऱ्या बाया थुकल्या. तिला मेल्याहून मेल्यासारखं झालं हुतं. ती उठून गेली. तिच्या मागं दीर, सासू, नवरा चालू लागले. ऐनवेळी

४. म्हाजूर - मंजूर.

कच खाल्ल्यानं अनर्थ टळला. माणसं जेवू लागली. नळ्या फुटू लागल्या. वाय. एस., मी, हिरालाल, पंचांच्या सत्तेला कसं खतपाणी मिळतंय, याची चर्चा करू लागलो. पंचांची पकड हा या जमातीला मिळालेला शाप. जर या बाईनं घाबरून गुन्हा कबूल केला नसता तर.... तर साऱ्यांनाच उचलावी लागली असती तापलेली पहार. आम्ही मात्र म्हणत राहिलो असतो, देश पुढं नेहला पायजेल. एकविसाव्या शतकात गेलं पायजेल!

हिरालाल म्हणला, "सायब, आता आपन कंच्या शतकात हाय."

मी म्हणालो, "इसवी सनापूर्वीच्या एकविसाव्या शतकात!"

❖

माणुसकीची नवी वाट!

भटक्या-विमुक्त जमाती संघटनेचे उपाध्यक्ष लक्ष्मण गायकवाड, संघटनेचे चिटणीस निलंग्याचे विलास माने, काही पत्रकार आणि सामाजिक कार्यकर्ते असा लवाजमा मराठवाड्यात फिरत असतो. लक्ष्मण गायकवाड आणि विलास माने यांनी दौरा संयोजित केलेला होता. दिवसभर वाड्या-वस्त्या, तांडे धुंडाळायचे होते. पायाला चाकं लावून फिरत होतो. अपुऱ्या व्यवस्थेने दौऱ्याचा पार बोजवारा उडाला होता आणि तरीही लोक तयारी करून दोन-दोन तास उशिरापर्यंत वाट बघत बसले होते. मराठवाड्यातला यंदाचा दुष्काळ म्हणजे काही '७२च्या' दुष्काळासारखा असणार नाही. मैल न् मैल हिरव्या रंगाचा साधा स्पर्श नजरेला होत नाही. ऊन रखरखतंय. प्यायचं पाणी कसंबसं मार्च-एप्रिलपर्यंत पुरेल. जनावरांच्या पिण्याच्या पाण्याचेसुद्धा वांधे होणार, यात आता शंका उरलेली नाही. पीक तर बघवत नव्हतं. कोपराएवढी ज्वारी वाळायला लागली होती. एक-दोन कांड्यांवरची ज्वारी म्हंजे त्याचं नीट बाटूकही होणार नाही, तर वैरण कुठली? ज्वारी पोटऱ्यांत तरी येणार कशी? खरं तर आता ती तीन-चार कांड्यांवर पायजे होती. ती इतीवर, कोपरावर आहे. त्यामुळं यंदा मापटं-चिपटं, कायनी-कवळा, घावला तरी मोप झालं. शेतकरी, कामकरी, बायाबापडी, आताच गाव सोडून जाऊ लागली आहेत, तर एप्रिल-मे महिन्यात काय होईल माहीत नाही; पण यंदा भयंकर दुष्काळ पडणार अन् माणसांचा उठाव होणार, यात शंका नाही. पुणे-नगर, पुणे-सोलापूर, रस्त्याला आजच या लोकांच्या गाड्या जाऊ लागल्या आहेत.

या भीषण परिस्थितीत ज्यांना पिढ्यान्पिढ्या निर्वासितांचं जीवन वाट्याला आलंय, त्यांना सदाचाच दुष्काळ आणि टंचाई आलीय. पावसामुळं पडलेला

दुष्काळ हे निसर्गाच्या लहरीचं काम आहे, परंतु भटक्या-विमुक्तांच्या दुष्काळाचं, त्यांच्या उपेक्षेचं, त्यांच्या वेदनांचं दुःख तर काही निसर्गनिर्मित नाही! ते तर मानवनिर्मित आहे. तेव्हा जे दुष्काळामुळं निर्वासित झाले आहेत ते आणि जे परंपरेने निर्वासितांचं जीवन जगत आहेत ते, यांच्या जागृतीसाठी आम्ही भटकत असतो.

'सलगरा तांडा' हाही एक विलक्षण तांडा. संता मुचलर जमातींचा. ही जमात म्हणजे-पाथरूट, गिरणीवडार, उचले, भामटे, घंटीचोर, या अनेक नावांनी ओळखली जाते. ही जमात क्वचितच स्थिर असते. लातूरपासून पूर्वेला साधारण वीस-पंचवीस किलोमीटर अंतरावर हे 'सलगरा' गाव आहे. त्याला 'उचल्याचं सलगरा' असंही म्हणतात. गावात या जमातीची वस्ती चांगली साठ-सत्तर उंबरा. जगण्याचा कोणताच व्यवसाय प्रतिष्ठेनं करावा, असं नाही. मंडळी आता शेती-भाती करू लागलीत, शेतमजुरी करू लागलीत; परंतु अपवादानं खिसे कापायलाही जातात. खिसे कापणं हा परंपरागत व्यवसाय. उचल-पाचल करावी नि जगावं. सत्तर घरं म्हणजे गवताची शेकारल्याली खोपटं. एकाच्याही घरावर कळा नाही. बघता-बघता शे-पाचशे माणसं जमली. शोधयात्रेची तयारी चालू असते. भाषणं होतात आणि लक्ष्मण गायकवाड सांगत असतो... 'तिरगायची' गोष्ट. आता तिरगायचं म्हटल्याबरोबर टाळ्यांचा कडकडाट चालू असतो. मला समजतं. विलास विचारतो, काय झालं? मी हळूच माहिती पुरवली. 'तिरगणं' म्हणजे चोरी करणे. आता सभा संपली आणि मी बायकांशी बोलू लागलो.

शेवंतीबाई गायकवाड म्हणाली, "हामी का माणसं सायबा! हामाला का ग्यान-गुण ऱ्हातं. तू कसा पोटातलं उलगडंत व्होतास. तुमावाणी आमी कवा शिकलू? पर लय बेस वाटलं बग. तू बोलत व्हता अन् काळजात नुसती कालवाकालव चालली व्होती."

बाई खुलून मनापासून बोलतीय, आसं टपकन वळकून मी तिडा टाकला. "मावसी जरा पोरा-लेकरास्नी शिकवा की. का आपलं घरचंच शिकशान चालू हाय?"

म्हातारी खुलली, म्हणाली, "आता माजी तर लेकरं मोठानली झाली. तेस्नी कंची साळा येती? ती घरचाच कोरस करत्यात."

"आता घरचा कोरस सांगा की जरा."

ती सांगू लागली, "आपली भारतपती म्हंजी आपला देव. त्याजी पूजा करायची. धर्मानंच शाप दिला. म्हणला लांडी-लबाडी करून, हालहाल हून, किडं पडून मरशील पर वर येणार न्हाय. का जय येणार न्हाय. पर का करावा? आपल्या कर्माचा भोग भोगल्या शिवा सत ना गत. काय करणार? मागल्या जलमाचं पाप. हे पाप फेडल्याबिगर म्होरला जलम नाही. नरकात पडलूया. पर त्यो वर बसलाय

त्यो परमीसर जवर या नरकात ठिवण तवर ऱ्हाया व्होवं. काय करणार?''

''आगं, पर आता नरकातनं लक्ष्मण बाहेर गेलाच का ऱ्हाय.''

''दादा, तुला सांगती आरं, आता तर त्याला लय मोठं पाप लागन. त्यो जातीलाच पुशीना. सायबावाणी ऱ्हातूया. भांग पाडतूया. रेडू लावतू या. आता तर जातीचं लयचं वाटूळं व्हईन.'' ''म्हातारे, पर लक्ष्मणनं बी तिरगायचं शिक्षाण[1] केलतं म्हणं.''

''व्हयं रं बाबा. का सांगू. आरं एकदा त्यो लहानगा व्होता तवा त्याला बाजारात नेला. बाजारात मुडगाळं बगं म्हण. आमी दुगी-चौगींनी सांगितलाव. हे पोरगा चुणचुणीत. त्यानं डोळ्यांचं पातं लवस्तोवर मुडगाळं (बाजाराचं बारकं गाठोडं) उचाललं. पर घात झाला. तवा त्याला बाजारकऱ्यांनी धरला. ह्यो लागला रडायला. जसा रडाया लागला तसं माणसं लागली हाणायला. ह्यो बोंबलाय लागलावं. आमी लांब पळालू. ह्यानं रडू-रडू नावं सांगितलाव. झालं! आमा साऱ्यांस्नी मार पडलाव. हामी मार खाऊन गाठोडं परत देऊन हाता-पाया पडून बाहीर पडलू.

पोराला तिरगाय येत ऱ्हाय. दोन टोल्यांत कबूल झालं, तर हे जगणार कसं? जगायचं तर पोटापाण्याचा धंदा यायला व्होवं का नगं? आता ह्याला जिलबी दिली, लाडू दिलं परं ह्ये बेनं काय तयार व्हईना. तिरगायचं नाव काढलं का ह्याला हागू-मुतू व्हाया लागली. मग एका दिशी ह्याजा मेव्हणा आला व्होता. म्हणं आमी त्याज्यासंगं बोललू. बेत रचला. लक्ष्याची आई-बाप, मेव्हणा आन् आमी चार-पाच घरातली माणसं गेलू दोनपाराचं भर बारा वाजता नदीला. मासं धरायचं निमित करून. आडरानातल्या नदीच्या कडंला थांबलो. ऊन मी म्हणत व्होतं. खाली वाळू पाय टेकू देत नव्हती. असा जीव गेल्यावाणी चटका बसत व्होता. झालं, लक्ष्याला आमी ग्वाड बोलून कापडं काढाया लावली. आईनं लक्ष्याच्या आंगावरनं हात फिरीवला. तोंडाला तेलाचं बॉट लावलं आन् बाजूला झाली. आता लक्ष्या नागवा झाल्याला. पाण्याकडं पळत निघाला. जसा लक्ष्या वाळूत आला तसा त्याज्या 'बा'नं अन् मेव्हण्यानं धरला आन् उताना निजावला. जसा लक्ष्या वाळूला टेकला तसा लागला गुरावाणी वरडाया. दोगं म्हेवणं दोन मेव्हणं पाय ठिऊन उभं. आईनं आन् म्या हात धरल्यालं. लक्ष्या गुरावाणी वरडत हुता. आन् मेव्हणा इचारत व्होता, तिरगायचं हाय का ऱ्हाय? नावं सांगशील का? बेइमानी करशील का? जातीला बट्टा लावशील का? त्यो ऱ्हाई ऱ्हाई म्हणून वरडायचा. काळीज तीळ-तीळ तुटायचं. पर मग वाट्टेल तेवढं हाल झालं तरी सोसायची ताकद पायजी. 'पावलं तर आपलं, नाहीतर देवाचं.' जलमताच गार बर्फावाणी पाण्यात पयल्यांदा घालत्यात.

---

१. तिरगायचं शिक्षाण - चोरीचं शिक्षण.

जगलं तर आपलं न्हाय तर देवाचं. आपून जलम देणार, करम देणार न्हाय. तेवढं करून ऐकंना, खोडी कराय लागलं तर हागा-मुतायच्या जागेत तांबड्या मिरच्याची चटणी भरत्यात. कितीबी छळ झाला तरी नाव घियाचं न्हाय. आपला जीव गेला तरी शब्द मोडायचा न्हाय. तसा त्यो मोडला का आईच लेकराचा काटा काढणार. तिरगायची सारी कसब हिथनं सुरू व्हतीय. तिरगायला याला पायजी.''

म्हातारी खूप रंगून सांगत असते. आपल्याच लेकासंगं बोलावं तसं. तिचा तो धारदार किनरा आवाज. बोलताना मध्येच नाकाच्या शेंड्याला, बोट लावायची लकब, आन् डोक्यावरच्या पदरासंग सारखा सराईत फिरणारा हात.

''दादा, आता आमी सारा जिंदगीचा फेरा बदालतूया बग. आता पयल्या वाणी न्हाई ऱ्हायलं. ठेसला पुलीस आसतूया. माणूस बी पयल्यापरीस शानं झालंया. पयलं धोतराच्या सोग्यावं धोराणं ठरायचं. आता पॅण्टावाली माणसं शिकून-दिकून श्यानी झाली. पयल्यावाणी धंदा बनत नाई. प्वाट दिकून भरत नाई. आमी आता कामाधंद्याला जातू. मिळंल ती मोलमजुरी करतू. दगाड फोडतू. खडी फोडतू. आता तिरगायला लय करून कुणी जात नाही. तिरगणारे हायत पर आता त्या धंद्यातली जूट उरली न्हाय. विंग्रजांचं राज होतं तवाच्याला आन् आतच्याला लय फरक पडलाय. आता किती बी कमवूदी हारबारं खाल्लं हात कोरडा. काय बी उरत नाई.

तवाच्या वक्ताला झाडून चुकती माणसं-बाया-पोरं लांब लांब जाऊन डकेती करत व्होती. मुलकावर जाऊन पोट भरत व्होती. नुसत्या लहानग्या पोरावर जाऊ नगं. म्हाताऱ्या-कोताऱ्यांची लय परवड व्हायची. समज, एकादं म्हातारा हाय, तर त्याला कमईतला सारा वाटा मिळायचा. पर एका जागी राहावा लागायचा. त्यानं खंगून जायाचं. मग गावात भीक मागत फिरायचं. ही पोलिसास्नी मोठी नामी येळ असायची. तरुणपणात केलेल्या बारा भानगडी. या वयात पोलीस उकरू-उकरून काढायचे. आन् मग म्हातारपणी पोलिसांचा मार सोसना म्हंजी म्हातारी माणसंच पोलिसांशी भागी करायचे. बारकांनल्या थातूरमातूर चोऱ्या करायच्या आन् पोलिसास्नी धरून ऱ्हायाचं. म्हणंल तवा म्हणंल तेवढं दिवस तुरुंगात जायाचं. आन् म्होरं मग खबऱ्या म्हणून काम करायचं. मग पैली वैरं उकरून काढायची. खोट्यानाट्या खबरा द्याच्या आन् आक्की जमात पुन्हा पोलीस बडवून काढायचे. मग असा एकांदा म्हातारा फितूर झाला का आमची लोकं त्याला वाळीत टाकायचे. सुदीवर आला तर चांगलंच; नाहीतर त्या म्हाताऱ्याची लेकरंच त्याजा काटा काढून टाकायची. बिनउपेगाचा माणून जीताच राहत नव्हता. एक तर लढत लढत मरायचं नाहीतर आडवं आलं का छाटून टाकायचं. जेवढ्यास्नी जगाया ईल त्यांनी जगावं. बाकीच्यांनी मरावं. पर आता आमच्यात बी लक्ष्मणावाणी पोरं शिकाय लागली. कुणी गुतेदारी कराय लागला. कुणी शेतकरी व्हाया लागला. तर कुणी गवंडी व्हाया लागला.

तिरगायला माणसाचं बळ लागतंया. ते कमी झालंय. त्यानं आता त्यो धंदा बंद झालाय पर आता नाव कानफाट्या पडलंय त्याला काय करावं? ताडीच्या झाडाखाली दूध पेत आसलं तरी माणूस म्हणणार दारूच पेतंया, तसं आमचं झालंया. पयल्या लोकांच्या पापाची फेड कराय लागलीया. तसं, आता आमी चोरी करू ना करू. कुठं काय झालं का आलंच आमच्या मागं रॉड.''

गावाच्या पश्चिमेला लहानसा ओढा. ओढ्याला लागूनच ही पाथरूटांची वस्ती. आसपासचा शिवार हिरवागार झालेला. पाथरूटांच्या वस्तीत मोटारगाड्या यायच्या त्या पोलिसांच्या. बोंबाबोंब, पळापळ सारखी चालू असायची. आरडाओरड व्हायची. आज गावात गाड्या घुसल्यात त्या पांढऱ्या शुभ्र फियाट गाड्या. सोलापूरच्या मित्रांनी मराठवाड्याच्या दौऱ्यासाठी गाडी दिलेली असते. त्यात मी, लक्ष्मण गायकवाड, वाय. एस., विलास बसलेलो. तर निलंग्याच्या मित्रांनी दिलेली निळी गाडी. त्यात कार्यकर्त्यांचा ताफा. गावात घुसलो तर शिवसेनेचा वाघ पान खाऊन लालभडक जीभ बाहेर काढून गुरगुरत स्वागत करत होता. गावातल्या विहिरीवरली मोटार चालू होती. भुईपाटानं पाणी खळाळत शेताकडं निघालंय. देवळाम्होरल्या कट्यावर माणसं तंबाखू मळत बसलीत. पंधरा-वीस माणूस लाल फेट्यांनी स्वागताला उभं. कुणीच हालत नाही. गावातली पोरं गाडीला गराडा घालतात. आम्ही पाथरूट वस्ती विचारतो आणि सारी गपचिप होतात. कुणीतरी पोरगा असं म्होरं जा म्हणून सांगतो, आडवाटनं थोडं पांदीतनं पुढं गेलू, तर पांदीला बाया-पोरींनी हागनदारी करून टाकल्याली. पाय ठेवायला जागा नाही. पांदीला समदी बाभळीच्या काटीची कुपाटं आन् गावातल्या पाटाच्या पाण्यानं, धुण्याच्या पाण्यानं पांद पार घाणीघाण झाल्याली. आगूदर गावाकडं रुंद असलेली पांद म्होरं चिंचोळी होत गेलेली. आन् वस्तीजवळ तिजी पायवाट झालेली असते. त्यानं गाडी पांदीलाच सोडून आमी चालत निघतो. गाव पांढरीचा फुफाटा पांढरा शुभ्र. गाव खूप जुनं दिसत व्होतं. गावातला धुराळा साऱ्या परिसराला धरून बसला होता. त्यानं माणसं, झाडं-झुडपं, कुपाट्या, काटक्या-कुटक्या, घरं आन् माणसं सारीच धुळीनं माखलीयत. आम्हाला बघताच पावणे आले, पावणे आले म्हणून कालवा झाला. लातूरच्या आसपासच्या भागातनं शे-पाचशे माणूस जमल्यालं. बाया-पोरं जमल्याली. आता सभा सुरू करायची. स्पीकर लागलेला. गावकऱ्यांतलं कुणीच कसं नाही. मी विचारलं, ''आवोऽ ते आमच्यात येत न्हाईती. आमीच कवा-बवा गावात जातू. वाण-सामान लागतंया. हरघडी आमाला गावाची गरज असती. पर गावाला आमची गरजच न्हाय. आमची डुकरं हायती. आमी डुकरं खातू म्हणताना आमाला शिवून घेत न्हायती.''

''मग डुक्कर कशाला पाळता? तिरगायचं बंद केलं तसं डुक्कर बी बंद करा की.'' मी म्हणालो.

तसं पाथरूट पंच पाटील म्हणाला, ''सायेब, तेवढ्यावरच आता पोट भरतूया. माणूस गुवातला पैसा धुऊन घील एवढा चिकट झालंया. आता आमाला धंदा तरी कंचा होणार? आमावर इसवास कोण ठिवील? आता तर गावातली माणसंच मोठानलं दरुडं घालत्यात. त्यांचंच पै-पावणं मंत्री ऱ्हायतेत. त्यानं केवढीबी मोठी डकेत केली तरी नामानिराळी होतेत आन् आमी दानाला जातुया. नाव आमचं आन् गाव त्यांचं, करणारं मोकाट फिरत्यात.''

दुसरा म्हणाला, ''सायेब, आमचं सोडा. आता गरीब माणूस चोरी करत न्हाय. तालीवार माणूसच सारं करून पैक्याच्या जोरावर, नात्यागोत्याच्या जोरावर तोंड दाबत्यात. तालीवारच पोलिसास्नी हाप्तं देत्यात. गुन्हं करत्यात. तवा पोलीस त्यास्नी साथ करत्यात. पंचनामं दिकून बोगस होत्यात. घावल्येल्या मालांतल्या चार-दोन वस्तू आमच्या वस्तीत रातच्याला आणून टाकत्यात आन् सकाळच्या पारी काळ्या गाड्या येऊन त्याच मालाचा पंचनामा करत्यात. लोक म्हणत्यात, 'त्याच्या आयला, ही चोराच्या पोटची कवा सुधरायची न्हाईत. मुद्यामालासकट घावली.' मालाचा पंचनामा व्होता तवा साक्षीदार म्हणून आल्याली माणसंच रातच्याला कुठंतरी दरुडा घालत्यात. आता तुमीच बगा की, आमी खोपटात राहतू. एकाच्या तोंडावर रया नाही का बोटभर मांदं नाई, का तोंडावरली माशी उठत नाई. आन् आमी म्हणं दरुडा घालतू. आता तुमीच सांगा. दरुड्यात का खारका, खोबरं मिळतंया. का पावटं घावत्यात. पाकिटात, पेट्यांत, ट्रंकत, कपाटांत माणूस काय ठिवतंया. पैका-आडका, डाग-डागिनं, म्हागातली म्हाग चिजं, ठेवत आसनं का न्हाय. मग आमी जर दरुडा घालून माल नेहतू तर दुसऱ्या दिशी भीकच का मागतू. पोटाला आन्न न्हाई, आंगाला कपडा नाई, का डोक्यावर धड तीन वाश्याचं कोपाट नाई. सायेब, आमी चोर लोक हाय. आमी न्हाय कवा म्हणतूया. पर सायेब पोटात आगीचा डोंब उसाळला, पोरं-लेकरं तटाटा उपाशी तरमळाय लागली आन् कायच निभाव लागना तर चोरीमारी करतू. मग डोस्क्यात राक कालावती. पोरांच्या पोटांतली आग आमाला जाळायला लागती आन् मग आमी हाताला लागंल ती उचालतू आन् पळतू. रुपायाची वस्तू आण्या-दोन आण्याला इकून टाकतू. आन् पोराबाळांची पोटातील आग इजावतू. लोक म्हणत्यात, चोरी केली. मका खातू, जवारी खातू, ऊस खातू, रानात आसलं-नसलं ते सारं खातू. देवानं दिलंया. देवानं पिकावलंया. ते रातच्याला पोटभर खातू. पर साठवून ठेवत न्हाय. इस्टन करत न्हाय. तर आमी चोर आन् आपल्या खळ्यात लोकांच्या खळ्यावरला माल चोरून पोत्यात भरायचा. लाकूड-फाटा चोरायचा. एकमेकांचे बांध रेटायचे. रंडक्या-मुंडक्यांची मुंडी पिरगळायची. सोसाट्या खायाच्या. सरकारच्या स्कीमा खायाच्या आन् इस्टनी करायच्या. तवा तूच सांग साव कोण आन् चोर कोण? आरं बाबा तुला

सांगतू, हे जमाना लय बदललाय. आता कर्माचा फेरा तरी बग की कसा हाय. गावात प्याया पाणी न्हाय. आमच्या वस्तीतल्या बुरिंगला पाणी लागलं, तेबी गुळच्याट नारळाच्या पाण्यावाणी. गावात पाणी खारट. आता कीम किली आन् आमच्या हापशाचं पाणी नेहलं गावाला पियाला. आता समदा गाव पाणी पितूया पाथरूटाच्या आंगणातलं. पर पाथरूटाला बरीक पाणी न्हाय. आमी म्हणतू आसं का? आमच्या वस्तीत दवाखाना काढला पर आमाला कोण गिनत न्हाय. एवढी मोठी वस्ती हाय पर आक्क्या वस्तीव लाईटच नाय. गावात दिव्यांनी उजीड केलाय. आमी मोप बोंबाललू; पर आमाला लाईट नाय. पोल तर आमच्या घराजवळनं गेल्यात. मग आमाला का लाईट मिळणार नाय? जतरंच्या टायमाला आमी बी धरलं वढून. आमी पैका दिल्याबिगार गावात जतरा भरणारच न्हाय. पैक्यापुरतं आमी पायजेल बग. आमी पैका देत न्हाय म्हणलू. वढून धरलं तर सारा गाव बिथरला. आयला, चोराच्या पोटच्यांची घरंच पेटवाय पायजीती. म्हणलं पाण्यात राहून माशांसंगं वैर कश्याला धरायचं. गाव पांढरीसंगं वाकूडपणा नगं. वर्गणी दिली आन् जतरंच्या वक्ताला वस्तीत लाईटीचं खांब येऊन पडलं. खांबाला खड्डं खोदलं आन् कुठं माशी शिकली देव जाणं? जे खांब पडून हायती ते आता वरीस झालं. लाईटबी न्हाय आन् पोलबी पुरत न्हायती. आता कार्यक्रमालाच बग की किती लांबनं लाईट आणलीया. आम्ही पैक्याची जुळवाजुळव करून पिकर आणला. हार आणला. जेवाण केलं. मांडव घातला. पर गावाला काय बगवनार व्हय. आमी सुदरूच न्हाय आसं ह्यासनी वाटतं. ऐन सभंला गावातली समदी लाईट गेली. आता ती आपूनच गेली आन् सभा झाल्यावर आपूनच आली. गाण्याला पिकर लागतूया आन् भाषणाला लाईटच हाप हुतीया. तवा तूच इंगीत वळीक म्हंजी झालं. आजून आमाला पाय ठिवाया सवताची जागा न्हाय. जमीनजुमला सोड, साधं हाताला काम नाय. मग आमी का करावा? कसं जगावा? निवडनुकीत तर आमी कुणी गावातच ऱ्हात नाय. आमची माणसं मताला जात नायत. आमी नोंदवत बी न्हाय. मत नकू, मेंबर नकू आन् मारामारी-बिरामारी बी नकू. एक तर आमाला उभंच ऱ्हाऊ दिलं जात न्हाय. मग आमी काय करतू, निवडनुकी दिशी फाटचंच उठून रानूमाळ निघून जातू. त्याजी भानगडच नकू. मतच दिलं न्हाय म्हंजी नामानिरालं व्हाया व्होतं. आपून मत दिलं का एक जण निवडून येतुया. दुसरा पडतुया. पडणारा रडतुया आन् 'ह्या ऽऽ म्यायच्यांनीच'मला मतं दिली न्हाय म्हणं म्या पडलू. म्हण आमची घरंदारं जाळून टाकतूय. त्या परास आपल्याला मताची भानगडच नकू, म्हणताना मताच्या दिशी आमी पळून जातू. आन् गाव मातूर म्हणतू, 'लय माजल्यात.''

''नाना, आरं गावाचं जाऊ दे,' आपलं गाव काय म्हणतंय? आता जागा व्हाया नकू का?''

“व्हय! व्हाया पायजी. पर व्होणार कसं? कुणाचा मेळ कुणाला न्हाय. सारी एका जिवानं राहत न्हाय. डुकराची लीद गोळा करायची. हेऽ मोठानलं ढीग करायचं. येपारी आला, का त्या घिवून जातूया. येपारी बी आपल्यातलाच आसतूया की. झालंच तर डुकरांच्या खुरा गोळा करतंया तर कुणी गाढवाची लीद धरतंया. तर कुणी तिरगाय जातंया. एकी कशी व्होणार? परतेकाचा सवतंत्र धंदा झालाय. कोणच कुणाला गिनत न्हाय.”

“आता जरा एकांदी आठवण सांग की.” नाना आगोदरच तिरका असलेला डोळा आणखी थोडा तिरळा करीत सांगू लागतो-

“आता काय राहिलंय? पर एक गोष्ट सांगतो. दोगं-चौगं शेरात जायाचं. तांबड्या कागदात सोन्याचं पाणी दिल्याली चीप घिवून जायाचं. एकादं सावज बघायचं, हातात आंगठ्या आसल्यालं. सावज हेरलं का बनावट सोनं असलेल्या दोगा-तिघांनी म्होर व्हायचं. त्या सावजाला मागं मागं चालतंया हेरून त्याला नकळत त्याज्या म्होरं हातांतल्या कागदातलं बनावट सोनं टाकायचं. आन् मागं न बघता पुढच्यांनी तसंच पुढं निघून जायाचं. का सावज खाली वाकून ते बनावट सोन्याचा तुकडा बघतंया. तवर मागच्या दोगा-तिगांनी त्याला घेरायचं. आता सावज घाबरतंया. चल पोलीस ठेसणात म्हणं कालवा करायचा. त्याला सोन्याची चीप दिसत असतीया. त्याज्या तोंडाला पाणी सुटत आसतंया. मग हळूच आपली वाटणी मागायची. त्यो का-कू करू लागला का भीती घालायची आन् मग तुझ्या हातांतली तेवढी आंगठी काढ आन् दे. बाकी सारं सोनं तुला. नायतर आमी बोंबाबोंब करू. मग चोर म्हणून तुलाच आत जाया लागंल. ही मात्रा लागू होते आन् त्यो माणूस मग बोटातली आंगठी काढून देतो आन् निघून जातो. आपणही तातडीने तो गाव सोडून जायचं. नाहीतर तासा-दोन तासांत तो सोनाराकडं जाऊन सोनं तपासून घेणार आन् बनावट सोनं आहे, आसं समजलं तर बोंब होणारच. आता आम्ही तरी आंगठीचं काय करणार? आमची ठरलेली गिऱ्हाईकं होती. त्याज्याकडं आंगठी द्यायची. त्यो पाच-पन्नास रुपयं देणार आन् सौदा खतम! दिवसभरात आमाला वाटणी बसणार धा-बारा रुपयं. पर घावलो तर मरस्तोवर मार खावा लागणार. पोलीस केस होणार. म्हंजी लय वांदं. ह्याला वैतागून आता हा धंदाच आमी बंद करून टाकलाय.”

कार्यकर्त्यांची जेवणं उरकत आलीयत. घाईगर्दीत असलेला लक्ष्मण गायकवाड हातांतलं भाकरीचं टोपलं दुसऱ्या कार्यकर्त्यांकडं देऊन मध्येच सांगू लागला- “साहेब, आमच्या लोकांचे 'खोते' म्हंजी सावकार, ह्यांचा आमचा पिढ्यान् पिढ्यांचा व्यवहार ठरलेला असायचा. हा सावकार म्हंजे आमाला देवासारखा असायचा. आडीनडीला तर उपयोगी असायचाच; पण तो खरा देव. पूर्वी आमी बी भारतमातेचा

जय बोलायचो. रोज सकाळी देव्हाऱ्यावर भारतमाता असायची. आता भारतमाता म्हणल्यावर तुमाला बरं वाटलं आसंल. आमची भारतमाता म्हंजी आमची भारत कंपनीची ब्लेडची पत्ती. जी आमचा पोटापाण्याचा धंदा द्यायची. आसं आमची दोन दैवतं. एक सावकार आन् दुसरी भारतपत्ती. दोघानला पूजायचं. पावसाळ्यात खायाला आन्न नाई, काढ कर्ज. पोरीचं लगीन निगालं, दुकनं-भानं आलं, काय कोर्टकचेरी आली, पोलिसांनी आटक केलं, रिमांड काढला, नायतर सजा झाली तरी आपल्या माघारी सावकार मालकिणीला आपल्या घराला सांभाळणार कर्ज देऊन. आपून कुठून तिरगून आलं का माल सारा ह्या सावकाराजवळ ठिवायचा. सावकारानं याज्यावर याज, याजावर याज घ्याचं. आन् सारी..... घशात घालून वर आंगावरच देणं निघणार. साधं आंगाला धडूतं तू पोटाला आन्न मिळत न्हाय. म्हणं आमी हा धंदा कवाच बंद केलाय. एका सावकाराची आठवण सांगतू. कायदा, पोलीस, कोर्ट, ह्याज्यापैकी कुणीच सावकाराचं काही वाकडं करू शकत नाही. पैशानं ह्या देशात माणसाला विकत घेता येतं. पैसा पायजे. सावकार, पोलीस, कोर्ट, वकील, सगळ्यांना विकत घेऊ शकतो. मग आमची बी किंमत करतो. अगदी कोर्टातल्या बेलिपाची दिकून येवस्था होते. आन् मग कोर्ट नावाचा तमाशा लोकांच्या डोळ्यात धूळ टाकून साऱ्या समाजाची फसवणूक करतो. ह्याला न्यायदान म्हणत्यात. जे दान कधीच इमानदारीनं दिलं जात नाही ते दान म्हणजे न्यायदान. तर सांगत काय व्होतो. एकदा आमच्यातली एक म्हातारी मेली. ही गोष्ट सोलापूरच्या तिच्या सावकाराला समजली. सावकाराचा निरोप आला. उचलू नका, मी आलोच. झालं, सारी जात डोळ्यात प्राण आणून तिची वाट पाहू लागली. किती गठूनं हिनं ठिवलं आसन् कुणाला ठावं म्हणून परतेक जण बगत हुता. दोन पारीच्या उन्हाला संगट घिऊनच सावकार आला. आल्याबरोबर रडला. त्याज्या दोन पिढ्या म्हातारीनं मोठ्या केल्या होत्या. त्यानं चोळी, बांगडी, आन् हिरवंगार जरीच्या काठाची पैठणी साडी आणली होती. ती नेसवली. आंगूळ घातली. शेठजी बाजूला रडत बसला व्होता. म्हातारीच्या पोरापोरींनी गहिवर घातला होता. सावकार म्हणाला, "पोरांनू दोन डूया आपला संबंध हाये. म्हातारी लय न्ह्यातीची, पतीची, इसवासानं आणून देत व्हती. म्या कवा तिला आंतर दिले न्हाय. आन् हे आसंच चालू राहिलं. मी तिला शब्द दिलाय. तुमी कवा बी येळ, वक्ताला या. मी उबा ऱ्हाईन." प्रेत उचाललं, सावकार पुन्हा आला. खाली वाकून नमस्कार केला. गळ्यातलं दोन तोळ्याचं लाकीट काढून तिच्या तोंडात घातलं. आन् कळवळून म्हणाला, "तानाबाई, पोरास्नी तुझीच बुद्धी दे." प्रेत लोकांनी नेहलं. तरी बसून व्होता. म्हातारी गेली, त्याज्या धंद्याचा वांदा झाला. ह्यानं इमलं बांधलं, जमिनी घेतल्या. लेकरं परदेशी पाठवली. येल मांडवाला गेला. चार पिढ्यांची सोय झाली. आता ही सोन्याचं आंडं

देणारी कोंबडी मेली. त्यानं ह्याजा जीव कासावीस झाला होता; पण तो तिच्या पोरीत तिला पाहत होताच. तर हे झालं रहाटगाडगं.''

''आता चळवळ सुरू झाली आन् हे थांबलं. सायेब, आता आपल्या लोकांना लवकर पर्यायी जगायचं प्रभावी साधन दिल्याशिवाय उपयोग नाही. जगायला दुसरा धंदा द्या. ही जळमटं आम्हाला झाडायचीत. ह्या जळवा आम्हाला..... साहेब, तुमी हात द्या. आमी नंदनवन फुलवू. माणसावाणी जगू. कानफाट्या नाव पुसून टाकू; पण साहेब आम्हाला माणूस बनायची संधी मिळाली तर! नाहीतर! नाहीतर आमची पोरं-लेकरं आसंच सावकारांना पोसणारी, आन् कलंकित, शापीत जगणं जगत राहतील.''

गाड्या म्होरल्या तांड्यावर निघाल्या आणि साऱ्या प्रवासात चर्चा चालू होती ती पर्यायाची. उत्पादन साधन मिळाल्याशिवाय पुनर्वसन कसं शक्य आहे? आनंद याचाच आहे, की आता आगगाडी रुळांचा सांधा बदलतीय. धडधड वाढेल, धक्के बसतील; पण एक नवी वाट मिळेल. जी माणूसपणाच्या ठेसणावर जात राहील.

❖

जाहीरनामा : नंदीवाल्यांच्या दुःखांचा!

दोहोनी शिंगाची बैल हाऽऽ बैलं! चारी पायांची बैलं हाऽऽ
चारी पायांची बैलं!! गुबूऽऽ गुबूऽ
असली बैलाला शिक्षाण देती हा शिक्षाण देती
बैलात बैल नावाजलेली बैल गुबूऽऽ गुबूऽऽ
शेतकऱ्याला आसतु चार, हाऽऽ चार
नंदीवाल्याला आसतु एक हाऽऽ दादा एक!
बगाया कमाल, झालीया धमाल हाऽऽ दादा!
हातांतल्या मुध्या दिल्यात हाऽऽ दादा!
शेताचा पाव, खिशातला रुपाया, खांडातलं बकरू,
बैलाच्या कमालवर दिल्यात हाँ दादा दिल्यात गुबूऽऽ गुबूऽऽ
आज गेली नागपंचमी, आज गेला गणपती
सोयरा आला, हाँऽऽ आला! घोंगडी हातरला, पानं म्होरं ठेवली
हाऽऽ पानं म्होरं ठेवली, चा म्होरं ठेवली, काडीबिडी आणली,
सारी मंडळी जमली. बोल भोलेनाथ रामराम बोल,
भोलेनाथऽऽ रामराम कराऽऽ रामराम
मामाजी रामराम, दादाजी रामराम, भाऊजीची रामराम,
गावातली कोतवालची रामराम.
भोलेऽऽ समध्याने रामराम कर, मुलामानसास्नी रामराम,
गावच्या देवास्नी रामराम, रामराम घालरेऽऽ रामराम,
देवानं दिल्यान् हाँऽऽ! साती आसरायानं दिल्यान् हाँऽऽ!

देवान् दिल्यान् सत् असती, ईश्वरानं दिल्यान् बुद्धी असती,
शंकरान दिल्यान् ग्यान असती, सारी सत्ता म्हजूर कर रेऽऽ
रामराम घाल, दादा रामराम घाल.
देवानं दिलान् दिलाऽऽ राजानं दिलान् दिलाऽऽ
पराजानं दिलान् दिलाऽ घासमुटका दिलान् दिलाऽ
पै-पैका दिलान् दिलाऽ साऱ्या देण्याऱ्यांच्या नावानी रेऽऽ
रामराम घाल रामराम.
असली रागानं रामराम घालू नको असली रागाला इनाम नाय्
चैनीचैनी पोरा, चुणचुण्या पोरी.
आरं ह्यो लालफेटेवाला, कोरा मिश्यावाला.
आरं ह्यो कुरळ्या केसवाला. रामराम घाल रेऽऽ रामराम.
लाव लिजाव चालायचं नाई, नाईऽऽ
टिमकी बजाव करायचं न्हाई, नाई ऽऽ
आंग मोडून चारी खुरानं रेऽऽ चारी खुरानं
दोन्ही शिंगानं चारी अंगानं, लवून वाकून
शाब्बास बहादूर शाबास पठ्ठे.
मुजरा घालाची मुजरा शाब्बास भले बप्पा शाब्बास.
चितपट डाव माराची वाऽ रे पठ्ठे, वाऽऽ मेरे बाप.
वाऽ मेरे भाई, वाऽऽ मेरे आई वाऽऽ मेरे शंभू
बरकत येणार रेऽऽ हे ताईचं लगीन जमनार!
जमनारऽऽ जमनार म्हणतो रेऽऽ जमनार
हे माई वरमाई होणारऽ, होणारऽ
हे आई आजी व्होणारऽ व्होणार.
हे काकूला नातू येणारऽ येणारऽ
ह्यो काका आजा होणार, ही गोरी माई नवरी होणार होणार
ह्यो लालासाब हुंडा घेणार, काकासाब कुटर घेणारऽ
भोलेऽऽ तुला ते नेज्यावर बसवणार
तुला पोटाले देणारऽ तुला नेसाले देणार, नाहीऽ ही देणार?
भोले माणूस सच्चा हाय शब्दाला पक्का हाय.
हाय म्हणतो रेऽऽ हाय म्हणतो. सारी मंडळी जमली
सर्गात देवदेवस्की जमली तुजा आशीर्वाद असणार
आवंदा पावसपाणी पडणार? पडणारऽऽ
शेतंभातं पिकणारऽऽ पिकणारऽ

पैशाला पायली इकणारऽऽ इकणारऽऽ
मानसाला माणूस दिसणारऽऽ दिसणारऽ
माणसाची दानत वाढणार रेऽऽ वाढणार!
शिवारातला कणीस म्हादेवाच्या शिंगात घुसणारऽऽ घुसणार
देवाला सोन्याचा कळस होणार ऽ होणार!
दह्या-दुधाच्या नद्या वाहणारऽ वाहणार.
भोले तुझ्या अंगावर साज चढणार
इंद्र जेवणार, सर्गातले देव जेवणार
प्रिथवीचा माणूस जेवणार, जेवणार रेऽऽ जेवणार!
हा ऽऽऽ जेवणार!
सुखासमाधानानं नांदमार, पृथमीला फुलं-फळं येणार
या गावाचा चांगला होणार, सव्वा रुपाया देणाराचं बरं होणार
होणार रेऽऽ होणार गुबुऽऽ

एका तालात, एका सुरात, एका लयीत व एका आवाजातली चढ-उतार, शब्दांची आतषबाजी, गुबुऽ गुबु ऽ चा मंजुळ नाजूक आवाज, तर कधी बटबटीत, तर कधी दुडक्या चालीचा, तर कधी संथ ठायीचा वाजणारा डग्गा उजव्या हातानं टिपरं पडणार तर डाव्या बाजूला कललेला ढोल. डाव्या हातांतल्या वेताच्या वाकड्या काठीनं गुबुऽऽ गुबुऽऽ असा तालासुरातले बोल काढणार. ढोलकीच्या चालीवर, तबल्याच्या बोलावर बैल नाचणार, नंदीवाला नाचणार! बैल पळणार! इशाऱ्याने रुसणार, फुगणार! इनबाईला, इवायाला, सासूला, सासऱ्याला, माणसांच्या साऱ्या नात्यांना केवळ शिंगांनी, चारी पायांनी मानेनं खुणावणार, हसणार, ढोलाची लय, आवाजाची केक, टिपऱ्यांची हालचाल, नंदीवाल्याच्या हातांची हालचाल, तांबड्या फेट्याचा कल, एवढ्या साधनांनी नंदीबैल आजही महाराष्ट्रातल्या सांस्कृतिक जीवनाचं प्रतीक घेऊन घरोघरी जाणार. घरातल्या सुवासिनी सुपातनं हळदी-कुंकू, पसाभर धान्य, पावली-चवली आणून नंदीची पूजा करणार. त्याच्या पायांना हळदी-कुंकू लावणार. पायांवर पाणी घालणार. कपाळाला टिळा लावणार. नमस्कार करणार. बैल देवाच्या रूपानं सारं तिचं मनोरथ पुरं करणार! साऱ्या बाया-पोरांची करमणूक करीत नंदी म्होरच्या दारात जाऊन शिंग हलवणार. गळ्यातली घंटी वाजवणार आन् नंदीबैलवाला त्याच्या अखंड बडबडीनं त्याला सारं करायला लावणार. दोन दिवस एका जागेला, एका गावाला राहणार. हागणदारीतला हा देव. सारा गाव त्याचं दर्शन घेणार. साऱ्या गावाला शिवाराला दुवा देऊन आपला फाटका संसार घेऊन नंदीवाल्यांचा पुळा म्होरल्या गावाला जाणार. पोरं लहानाची-मोठी

होणार. नवा बैल शिकणार, बैल शिकवणार. फेरी करणार. लग्न होणार. पोरं होणार. हे पिढ्यान्‌पिढ्यांचं चक्र दर वर्षी असेल. तिथून आबाजी-लिंबाजीला निवदनारळ करणार. तीन वर्षांतनं एकदा आबाजी-लिंबाजी मारुतीरायाचं दर्शन घ्यायला, बरकत मागायला, नवससायास फेडायला, पोरालेकरांना उजवायला, जातगंगा जमणार. जातपंचायत होणार. जातीचा निवाडा होणार. आपापली माणसं गाठी-भेटी घेणार. गळा-भेटी होणार. इन-इवाय, लेकी-सुना, एकमेकांला दिसणार. जीव भरून बोलणार. जीव भरून खेळणार. जीव भरून माया करणार. मारामाऱ्या करणार. दारू, मटका होणार. चहा-पाणी देणार अन् घेणार. आबाजी- लिंबाजीच्या पुण्याईनं म्होरली तीन सालं नीट जाऊन जातगंगा सुखानं भीक मागू दे, पोटाला पोटभर घास-मुटका मिळू दे, अंगाला कापडचोपड मिळू दे. मुलालेकरांनला आवूक वाढू दे, म्हणून तासन्‌तास देव घुमणार. हजारो नंदीवाले आबाजी-लिंबाजी म्होरं लीन होणार. देवाम्होरं, वर्षाच्या-दोन वर्षांच्या पोरी, पाळण्यातल्या पोरी, पोटातल्या पोरी, विकल्या जाणार. काही पाळण्यांत बाशिंग बगणार, काही उभ्यानं, काही रांगत, बाशिंग बांधणार, काही आई-बापाच्या काखेत बाशिंग बांधणार. पाळण्यातच डोरलं बांधलं जाणार. बाशिंग पाटील देणार. तेच बाशिंग बांधावं लागणार. पाटलानं बाशिंग दिलं न्हाई तर लग्न होणार न्हाई. मग मागेल ती किंमत मोजून, पंचाम्होर नाक घासून, दंड भरून, पदर पसरून, पण बाशिंग मिळवणार. शेकडो पोरींची लग्नं एका वक्त्याला एका पाटलाच्या हाळीनं एका वेळेला लागणार. सारे नंदीबैलवाले सनई, सूर वाजवणार. साऱ्या पोरी समजायच्या आत बायका झालेल्या असणार. चैनीसाठी बायकू, पोटासाठी बायकू, कमवायला बायकू, नवस बोलला म्हणून बायकू, आजीसाठी बायकू, नवरा पुरुष वाटावा म्हणून बायकू, तर नुसतं बायकूच बायकू. एकेकाला डझनावारी बायका. लग्नाच्या, म्होतुराच्या, काढून आणलेल्या, साऱ्या बाया आबाजी-लिंबाजीच्या साक्षीनं दादल्याच्या दावणीला बांधल्या जाणार. सारे मिळून दारू पिणार अन् पाजणार. नाचणार अन् गाणार.

तर हे तिरमल नंदीवाले. तिरुपती बालाजीचे भक्त. दक्षिणेतून शेकडो वर्षांपूर्वी महाराष्ट्रात आलेले. तेलगु भाषा बोलणारे. मराठी बोलणारे. दर तीन वर्षांनी इंदापूर तालुक्यांतील वडापूरच्या माकडीच्या माळावर उतरणार. पाचपन्नास मैलांचा माळ. इंदापूर-अकलूज रस्त्याला लागून. या उघड्या माळावर महाराष्ट्राच्या कानोकोपऱ्यांहून सारा समाज जमणार. वाजतगाजत येणार. हुरहुन्नरी जमात. अशीच यंदाही ही जमात माळावर जमलीच.

नंदीवाला जमातीमध्ये आमच्या संघटनेचे तडफदार कार्यकर्ते एस. बी. पवार, नाईक, गोसावी, दिनेश रोडे सारे कार्यकर्ते श्रीरामपूरला मला गाठतात. जत्रेला बोलवतात.

ही जत्रा तीन सालांतनं एकदा भरते. अक्षरशः हजारो पालं एका उघड्या माळावर जमलीत. लग्नं चालू आहेत. पाच ते सात हजार पालं. पंधरा-वीस हजार लोक अन् तेवढेच बैलही त्या माळावर जमलेत. आम्ही कामाला लागतो. पुण्याच्या ग्रामीण भागांतली मंडळी जमवतो. डॉ. बाबा आढाव आणि स्थानिक आमदारांसह मला निमंत्रण असतं.

मी माळावर पोहोचलो, त्याच्या थोडे आधीच डॉ. आढाव पोहोचले होते. मंडळींनी वाजतगाजत घोषणांचा जयघोष करीत मिरवणूक काढली. साऱ्यांच्या डोक्याला गुलाबी पटके. रंगाने काळे. नाका-डोळ्यांनी तरतरीत. एका छापाचे वाटावेत, असे हजारो पुरुष-स्त्रिया, लहान मुलं भटक्या-विमुक्त जमातीचा जयघोष करत, गुलाल उधळीत डांबरी रस्त्यानं चालत असतात. माळाला लागूनच चिंचेची, वडाची प्रचंड मोठी झाडं. शेजारून ओढा जातोय. दुसऱ्या काठावर गाव वसलाय. गाव अन् माळ यांच्या मध्यावर भलं मोठं व्यासपीठ. त्यावर गाद्या-लोड ठेवलेत. हा हजारोंचा समूह. घोषणा देत फुले-आंबेडकरांचा जयजयकार करत निघालाय. स्थानिक कार्यकर्ते प्रा. पवार, प्रा. नाईक, गोसावी, माने, जाधव यांच्यासह कैकाडी, भराडी, पारधी, वैदू, गोंधळी, मसणजोशी, नाना जातींची माणसं उन्हातान्हात व्यासपीठापुढे जमत असतात.

वेळ भर दुपारची.

उन्हाची तिरीप लागतेय. अंगातून घामाच्या धारा लागल्यात. बाया उजव्या बाजूनं पदर घेतलेल्या मारवाडणीसारख्या. काही डावीकडून पदर काढलेल्या. रंगाने काळ्या कुळकुळीत, तुकतुकीत, उंचापुऱ्या, शेवरीसारख्या पातळ, चवळीसारख्या चटपटीत. तसं कातीव सागवानासारख्या देखण्या. दाताला दातवान डोळ्यांचं झाप. चोपून नेसल्याली नऊवारी लुगडी. सारी माणसं जिथं सावली घावल तिथं उभी होती. इस्कटल्यावाणी पांगपांगून बसलेली. पवारांनी प्रास्ताविक केलं. हा नंदीवाले समाजातला तरुण. रयत शिक्षण संस्थेच्या कर्जतमधल्या महात्मा गांधी विद्यालयातला शिक्षक. बहुधा या जमातीतला पहिला-दुसरा पदवीधर. तो बोलू लागला. स्वतःच्या बोली भाषेतनं, "योतना लुलू" हे 'लुलू' काय आहे? कोणास ठाऊक!

क्रियापदासारखं, प्रत्येक वाक्यात सारखं येतं. लोकांचे डोळे चमकत होते. आपल्या समाजातला माणूस एवढा शिकतो, असा जाहीर सभेत बोलतो, याचं कौतुक नजरेतून वाहत असतं. उत्साहाने दुथडी कोरडा पडलेला ओढा वाहत असतो. माळावरचे सारे दगड चैतन्याने भारले जातात. एका एका दगडाला नवा आकार येत असतो. पवारांचं भाषण इतरांना समजत नाही; पण या ठार आडाणी जमातीच्या हृदयाचा ठाव घेत असतं. त्यांच्या पिढ्यान्पिढ्यांचं दुःख पवारांच्या ओठांवर असतं. मंडळी सडकून दाद देतात. टाळ्या पिटत नाहीत. भाषण आवडलं

तर एकदम उभे राहून पटका हवेत उघडतात. मग कुणी तरी टाळ्या वाजवू लागतो तसा टाळ्यांचा कडकडाट सुरू होतो. आता जमातीचे पंच बोलू लागले. भटक्या-विमुक्त जमातीच्या संघटनेसाठी काय करावं, हक्कांसाठी काय करावं, अशी भाषणं रंगात आलेली असतात. निवेदनाची भेंडोळी साठू लागलेली असतात. तालुक्यांतली पुढारी मंडळी हे इपरीत पाहत होती.

आणि अचानक माळावरनं पोरा-पोरी, बाया-बापे पळत व्यासपीठाकडे येऊ लागतात. चार-पाच बायांनी एका बाईला धरलेलं असतं. पदर खोवलेला, कपाळाला कुंकू माखलेलं, झिंज्या सोडलेल्या. ही बाई घुमत येते, तशी सारी सभा विस्कटून जाते. एकच कालवा सुरू झाला. बाई व्यासपीठापुढे येऊन जोरजोरात घुमू लागते. मंडळी देवापुढे नतमस्तक होतात. गुलाल लावला जातो आणि देवी बोलू लागते. घुमू लागते. व्यासपीठावरून पाटील मंडळी देवाला विनवू लागतात. पवार त्यांच्या भाषेतून विनवत असतात; पण उपयोग होत नाही.

अखेर डॉ. बाबा आढाव हातात माईक घेतात; तेही विनंती करू लागतात. सभा पार गोंधळून जाते. देवी शांत होत नाही. पंधरा-वीस मिनिटं जातात. माळावरनं माणसांचा घोळका येतच होता. अखेर मी माईक घेतो आणि बोलू लागतो. इतके वेळ बाई आणि तिचा देव घुमत असतो. व्यासपीठावरून भटक्या विमुक्तांच्या दुःखाचा जाहीरनामा माझ्या अंगात घुमत असतो. लोक तल्लीन झालेले असतात. बाई सभेतून केव्हा जाते ते कुणाला समजत नाही. बाबांचं अध्यक्षीय भाषण खूप रंगतं. लोक आनंदात असतात. दिवसभर भाषणं होतात. दिवस मावळतीला जातो. सभा संपते. कार्यकर्ते पांगू लागतात. तालुक्यांतली मंडळी निरोप घेऊन परततात.

मी, पवार, रोडे, गोसावी आणि स्थानिक कार्यकर्ते उरतो. संध्याकाळी माळावर परत येतो. हारीनी पालं लागलेली असतात. तीन दगडांच्या चुली अन् तीन वाशांचं पालं पालात सारा प्रपंच. पालाम्होरं चार-दोन बैल बांधलेले. कुणी गवत खातोय, तर कुणी रवंथ करतोय. कुणी शिंग हलवतोय. तर कुणी शेणात रमाटतोय.[१] पालाम्होरल्या चुलींनी नुस्ता धुराचा कोंब केलाय. पालांच्या मेखा, दावी, दोऱ्या, खुंट्या, शेण, काटेरी फांद्या सारं चुकवत हिंडू लागतो. एवढी हजारो पालं पहिल्यांदाच पाहत होतो. मटणाचा परिचित वास अन् काल्ल (दारू). एका पालाम्होरं माणसांची गर्दी म्हणून गेलो तर तिथं पालात दारू विकण्याचं काम चालू. साऱ्यांचा आग्रह, 'साहेब न्हाई म्हणायचं नसतं.' आबाजी-लिंबाजीला ते चालत नाही. आम्ही सारे बघतच राहतो. अखेर सारे गप्प होतात.

आता पालाम्होरं बसकारावर बसलो. एक वीस-पंचवीस वर्षांचा तीन बायांचा

---

१. रमाटतोय - लोळतोय.

दादला आणि एक साठी ओलांडलेला आत्माराम शिंदे बोलू लागला. सगळ्यांना माझं भाषण आवडलेलं असतं. सारा पोरांचा गराडा पडलेला असतो. गळ्यात मंगळसूत्र नाही अशी पोरगी, बाई, दिसत नसते. आमची चर्चा सुरू होते.

'आम्ही तिरमल नंदीवाले. आमचा स्वामी हैदराबादेतून येतो. त्याचं हे पाल, पाल असलं तरी आत गाद्यागिरद्या, उशा, लोड असतात. पुरोहितांसारखी खंडणी, देणगी, दक्षिणा घेऊन गेलेला असतो. तो हैदराबादला सेवा करतो. आबाजी-लिंबाजी हे काय प्रकरण आहे, ते तो सांगू लागतो. मुंबईला नंदी फिरवत असताना नखात खडा अडकतो. नंदी लंगडू लागतो. आबाजी-लिंबाजीने या माळावर ते खडे नख्यांतून काढले ते खडे त्यांच्या नावाने पूजले आणि ते या जमातीचे देव झाले. प्रत्येकाने पाच बकरं कापायची. निवद, नारोळ आणि कंदोरी, देऊळ म्हणजे एका झाडाखाली वर छत नसलेला तीन भिंतींचा माळ. किती बकऱ्या कोंबडी पडली असतील? सायबा काय सांगू? रक्ताची नदी वाहते, मांसाचा चिखल होतो. नुसती कातडी चार ट्रक भरली. एका ट्रकमध्ये मुंडी भरली. एक ट्रक नुसते पायखुरा भरली. नारोळ्यांचा एक ट्रक भरला अन् नैवेद्याचा ढीग तर सारखा उपसला जात होता. कोंबडं किती पडलं त्याला हिशेब न्हाय. नवसामावसाला पावतूया. समदा इलू (इलू पाल) कितीक आसनं का ठावं. आम्ही समदी यडलोड (नंदीबैलवाले) तीन सालांनी येतो. आमच्यात लय करून बायका डाव्या हातानी पदर घेत्यात. जाती बी बऱ्याच हायती. पाटील पुठ्ठा, चौगुला पुठ्ठा, कोमटी पुठ्ठा, दौंडकरांचा पुठ्ठा आसं हाय. रोटी-बेटी व्यवहार होत नाही. पाटील म्हणजी बंदा रुपाया. चौगुले पुठ्ठा बारा आणे. कोमटी पुठ्ठा आठ आणे अन् दौडकर पुठ्ठा चार आणे. असा एक रुपया. समदी आपापल्या पायरीनं राहणार. पाटलांच्या वाघमारे, पवार, जाधव, शेंडके आहेत. आम्ही त्याला कमलोल, लोलूल, पानगट्टी, हीचोड, बत्तलोड, औदूलोड, जामतोड, उगामोडू, तलकोंडोड, करकोलू, केंदाबईलोल, उपोलोलू, दोतलोलू, आहेत. रोटी-बेटी व्यवहार त्यांच्यात होणार.

चौगुले पुठ्ठ्यात बुडोलू, बोतूलोल, बौडौलू, कमतोमोलू, औबंदाडोलू, लंजोल असतात. त्यांच्या लग्नात वर न्हाई. खाली जण पावलानी कमी हाय.

धोंडीबा लक्ष्मण पवार सांगत असतो- "नैवेद्यात चपाती, वरण-भात, लिंबू, केळी, उदबत्ती, कापूर, कुंकू-हळद, गुलाल, लाडू, पेढं, हाल्यावर पाण्याची पखाली वाजवत-गाजवत सवाष्णींनी देवळात न्यायची. ज्याचं त्यानं बकरं कापायचं. मुसलमान चालत न्हाय. मुसलमानानं कापलेलं बकरं खाल्लं तर दंड होतो."

मला नवल वाटून मी इचारलं, तर त्यो म्हणाला, "मुसलमान आमाला चालतच न्हाय. तवाच्या काळात मुसलमान आम्हाला बाटवाय लागला बघा. डुकराला मुसलमान भेतंच. म्हणून तवापास्नं आम्ही डुक्कर भाजायचा. बघ ऽ ते

बघ ऽ कसं भाजत्यात.''

तो मला डुक्कर भाजत असल्याचं दाखवतो. माझंही लहानपण जागं होतं. मुसलमानांच्या भीतीनं सैरभैर झालेले हे लोक आपल्या धर्मासाठी डुक्कर खाऊ लागले. गाव सोडून पळाले. धर्मानं केवढं वाटोळं केलंय. भीक मागू; पण धर्मासाठी. गोड सटवाई, ककोड सटवाई करायची. ककोड सटवाई केली नाही तर पोरं जगणार नाहीत. प्रत्येक पोराची पाचवी वर्षानं करायची. काळी गाभण पाट कापायची. पोटातलं पिल्लू काढायचं अन् त्याचा निवेद दाखवायचा. पोरांचं जावळ काढायचं. खायाच्या पानानं कापल्यासारखं करायचं अन् मग मामानं केस कापायचं. रानसटवाई आकाडात नदीकाठला करायची. आमुशा बघून आकाडात जत्रा करायची. कनकीचा दिवा जळेस्तोवर समदं करायचं. दिवा इजला की नवं बकरं लावायचं. कवा काय मटाण खावं लागतू बघा. दिवा इजू न्हाय म्हणून म्हेनत करायची. पर इजला तर सटवाई गेली म्हणून पुन्हा बकरं कापायचं. नाही तर मटणाचा तुकडा अन् दारूचा घोट घेऊन उठायचं. समदं पुरून टाकायचं. बकरं वल्या अंगानं कापायचं. बाया-पोरांशी साऱ्यांनी जेवन हुईस्तोवर वल्या कपड्यानं ऱ्हायाचं. कापडं वाळू द्यायची न्हाय आणि दिवा इजू द्यायचा न्हाय. कापडं वाळली का नदीत उडी मारायची. पण जेवून सारं-पुरून टाकस्तोवर साऱ्यांनी वली कापडं घालायची. तीन वर्षांनी एकदा हिथं लगीन जमवायची. पोरीला हुडा द्यायचा. सतरा रुपयांना बायकू मिळणार. पर आता पोरीचा बाप लय फुगतंय. लय पैका मागतूय. पाटलाम्होरं सतरा रुपये घेतंय अन् आतल्या अंगानं पाच पाच हजार रुपये घेतंय. माझंच बगा आता, लगीन केलो. ही माजी पयली बायकू. ही मदली अन् काल केली ती धाकली. एक चौदा-पंधरा वर्षांची, दुसरी धा-बारा वर्षांची, तिसरी दोन-तीन वर्षांची. 'ही' आता वयात आलीय.'' म्हणून थोरलीकडं बोट दाखवून तो म्हणतो, ''तिला दोन सालं झाली. अवंदा पोर झालं. मधली दोन सालानं मोठी होईल अन् तिसरी सर्वांत धाकटी चार-पाच साल सांभाळायची. पोरास्नी काय काळजी न्हाय.

देव सांभाळतू हाय की, तिगीबी कमिवत्यात. भीक आणत्यात. सुई-दोरा, मणी, पोत इकत्यात. पोट भरत्यात. एक बाहीर फेरीला गेली तर दुसरं पालावर राकान करतंय अन् तिसरं भीक मागून आणतंय. कितीबी बायका करत्याल. त्यात काय? ज्याच्या मनगटात ताकत ऱ्हाती, त्यो बाईल करणारच की! नवरा म्हातारा असला तरी बाई नांदणार. वाकडा पाय पडणार नाय. बळजोरी नाय का काय नाय. जातगंगा तीन वर्षांनी सारं गिटणार[२]. काडीमोड देणार. पर पाय हिकडं-तिकडं नाही पडणार. पडला का ती बाई मेलीच म्हणा! कुणी कुणाच्या हातुरनावर बसायचं न्हाई.

---

२. गिटणार - मिटवणार

नवरा-बायकू बसणार. दुसरं कुणी नाही. चुकलं तर गाढवाचं मूत तोंडात वतणार. अन् जातीसाठी डुकराचं घाण खाया लावणार. काय टाप हाय काय करायची कुणाची?''

धोंडीबा जातपंचायत, लग्न, प्रपंच, जमात, कायदेकानून सारं तोंडपाठ सांगत असतू. शाळाबिळा का करायचं ही बैलंच आमचा मळा... अन् शाळा. लहानगा बैल आणून त्याला शिकवायचा. बैलच आपलं सारं. ज्याच्या प्रपंचात बैल दावणं भरल्याली त्यो श्रीमंत. पैकवाला. पर सारं पाटील ठरीवतूया. आबाजी- लिंबाजी करणार. आता घर पायजेल, जागा पायजेल पर कोण देणार? आपुन राणी, उदमी न्हाई किंरा कुळवाडी न्हाई[३]. आपली जात भिकार. आपल्याला माणूस कोण म्हणील? आता आम्ही जेवायला बसलो. करपून गेलेली सागुती वास मारीत होती, पोटाला बरं न्हाई ठाऊक असूनही सारे जण त्यांच्यात बसलो. भाकऱ्या बरबाट खाल्लं.

अंधार दाटून आला होता! चुलीचा विस्तव विझत होता. कालवा विरत होता. वडापुराचा माळ गपचीप गुमान काळ्या अंधारात गडप होत होता. कालवा विरत होता. बैलाच्या गळ्यातल्या घंटा वाजत होत्या.

आम्ही पालाम्होरं पडलो होतो. आभाळातल्या चांदण्या मोजत गुरमरलो होतो. आता डोळे झाकतील, झोप येईल असं वाटत असतं. सारे घोरू लागले होते. मी कूस बदलत धुळीत फार दिवसांनी झोपलो होतो. त्यात सर्दीनं पिडलं होतं. खोकतही होतो; तेवढ्यात दुसरीकडे कालवा सुरू झाला. नवरा बायकोला बुकलत होता. ती बारकी पोरगी त्याला 'नाही' एवढंच म्हणत होती. कालवा विरला. पुन्हा काळोख मला खाऊ लागला. त्या काळ्याकभिन्न अंधारातून प्रकाशाकडं जायचं. हीच घाण उपसायची. प्रकाशाचे पुंजके तर लांब आभाळात तुरळक दिसत आहेत. आशेचा किरण दिसावा तसं; पण भोवतालचा काळोख काळीज चिरत होता. कानात एकविसाव्या शतकाची आरोळी होती. मी निजलो होतो काळ्याकुट्ट अंधारात; जिथं कदाचित त्याही पूर्वीचं. माणूस दोन पायांवर आला तेव्हाचं. आभाळातल्या चांदण्यासारखं बरंच लांब. कुठं तरी देवळाच्या बाजूला आता पुन्हा कालवा वाढतोय. तो आहे लांब; पण कानात घुमतोय. अन्न, वस्त्र, निवारा, शिक्षण, आरोग्य, समाजवाद, साम्यवाद, धर्मनिरपेक्षता, विज्ञाननिष्ठा सारी मीच माझ्या मनात पेरलेली हाय रे. मलाच आभाळातल्या चांदण्यांसारखी दूरची झालेली. खरा हा अंधार. ही धूळ, ही डुकरांची लीद, हा हाडकांचा ढीग अन् ती पाच-सात वर्षांची आर्त किंकाळी. ती नाही ऽऽ नाही ऽऽ म्हणत होती. रात्र केव्हा संपली कुणास ठाऊक. आर्त किंकाळी आजही कानात घुमते आहे, एकविसाव्या शतकासारखीच!

❖

३. किंरा कुळवाडी न्हाई - शेतीवाडी नाही.

...आणि गेरणचे हौतात्म्य वाया जाणार नाही!

नागपूरच्या डॉ. लोहिया अध्ययन केंद्राने भाषणे आयोजित केलेली म्हणून नागपूरचा फेरफटका मारला. महात्मा जोतिराव फुले समता प्रतिष्ठानचे कार्यकर्त आमचे स्नेही नागेश चौधरी आणि डॉ. लोहिया केंद्राचे कार्यकर्ते यांनी नागपुरात छान स्वागत केलं.

भाषणाच्या निमित्ताने नागपूरच्या परिसरातील भटक्या-विमुक्तांच्या स्थितीसंबंधी माहिती घेणे, त्यांच्या प्रश्नांच्या स्वरूपाची चर्चा करून त्यांना तेथील पुरोगामी मित्रांशी जोडून देणे आवश्यक वाटल्याने नागेश चौधरी आणि मी नागपूरच्या पूर्वेला असलेल्या मांग गारुडी तांड्यावर जायला निघालो. नागपूरचे तसे सांस्कृतिक, सामाजिक, आर्थिक विभाजन, एका पुलाने केले आहे. पुलाने खरं तर जोडायचं काम करायचं, इथं पुलानं गावाला दोन भागांत वाटलंय. पुलाच्या अलीकडचं गाव आणि पुलाच्या पलीकडचं गाव असे भाग झालेत. पूर्वेकडे उपेक्षित समाज, तर पश्चिमेकडे तथाकथित संस्कृतिश्रेष्ठांची वस्ती. नागपूर शहराला लागूनच पूर्वेकडे आम्ही चालत निघालो. शेकडो एकराचं उघडं-उजाड रान मोकळं ओकंबोकं पडलेलं आहे. काळी माय तहानलेली, भुकेलेली. भूमिपुत्रांच्या कष्टासाठी आणि तिथंच हागनदारीला शहराला लागूनच, पण पटकून एकांतवासाची खुली जेल भोगत असलेली परंपरागत मांग गारुडी वसाहत. मागे याच वसाहतीवर गेलो होतो. शहरापासून वस्तीकडे जाणारा डांबरी रस्ता उजाड करून टाकलेला, उखडून टाकलेला. शहर संपतानाच हा उखडलेला रस्ताही संपतो आणि पायवाट तेवढीच तांड्यावर जाते. नागेशने लांबूनच वस्ती दाखवली. पाय जपून टाकावे लागत होते. माणसांची हागनदारी पार करायची. इकडं पश्चिम महाराष्ट्रात बरं असतं.डोंगर-

दऱ्या, ओढे-नाले दाट असतात. त्यानं आडोशाला बसणारांना निदान लाज तरी राखता येते. नागपुरात उघड्यावर तर बसावंच लागतं, पण आडोसा नसल्यानं लाजऽ अब्रू गुंडाळूनच बसावं लागतं तर असे हागे ओलांडत, नाकाला बजावत मांग गारुडी वस्ती गाठली.

वस्ती जवळ येताच तांड्यावर नेहमीसारखीच प्रचंड धावपळ सुरू. दाणादाण, पळापळ, आपापल्या भट्ट्यांच्या चुलीत पाणी ओतलं जाऊ लागतं. बाया-पोरं उंदरावाणी आपापल्या बिळात घुसतात आणि बघता बघता वस्तीत कोणी दिसत नाही. आम्ही वस्तीत शिरलो तेव्हा वस्तीवर म्हाताऱ्या बाया-पोरं तेवढी असतात. नागेशला लोक ओळखत असतात. ओळख पटली आणि एक बाई काही इशारा करते. तसं मांग गारुडी वस्ती पुन्हा आपल्या उद्योगाला लागते. गरिबीची अवकळा दिसत असते. रापलेले चेहरे दिसत असतात. एका गुरांच्या गोठ्यात तरुण मंडळींचा 'डाव' चाललेला असतो. पत्ते कुटायचे, बाया कुटायच्या. शिळं-पाकं अन्न मागून खायचं. त्यानं ऐन तरुणपणी हात हात हाडं वाकलेली ही तरुण पोरं उदास बसलेली. आम्ही जवळ गेलो तरी कुणी बसा म्हणत नाही, का विचारपूस नाही. नागेशमुळं फक्त हे बाहेरवाले नाहीत, एवढी ओळख पुरेशी असते. तर हे मांग-गारूडी साठ सत्तर घरांची वस्ती. वस्तीला लागून शेकडो एकर पडीक काळंभोर रान. माणूस पेरलं तर उगवल, पण या शापितांना भूमीचा भार बनवून ठेवलेलं. घरालाच कशीबशी जागा मिळालेली. बोधन नाडे, वामन नाडे, वय पंचाहत्तर वर्षं. तसा रणरणीत. हाडकुळा काळ्या बाणाचा वामन म्हातारा जवळ येऊन बसतो. तरुण पोरांची पानं खेळणं चालूच असतं. मध्येच केव्हा तरी ही पोरं बोलत असतात. एरवी नेहमीचीच डावात रंगलेली. मला तर खूप चीड आलेली; पण इलाज नाही. गप्प असतो. वामन नाडे सांगत असतो, 'आम्ही मांग-गारुडी. बापजादे लय वर्षांपासून राहतेत. आम्ही इंग्रज बघितला. त्यांची हाजरी बघितली. एक आण्याला सव्वा पोतं जवारी बघितली. आंबाडी खायलो. तीन पाव दारूपाई सजा भोगलेली, माझा जन्म तुरुंगात झाला. हिथं शंभर घरं व्हती. पर आता नाहीशी झाली. गाव आव राकीना. चोराच्या पोटची म्हणून म्हणत्यात. गावात पोरं गेली, का आले चोर म्हणून हाकालत्यात, मारत्यात. पोलिसांना पाखरं घावल्यात म्हणत्यात आन् कोंडत्यात. म्हणं गावातल्या दुर्गामातेच्या जत्रंला जात न्हाय. गुदस्ता बस्तीस लोकांना लाकपामंदी टाकलं. का तर म्हणं तुमी जत्रंत आला म्हंजी चोऱ्या व्होणार आन् चोऱ्या झाल्या का पब्लिक आमच्या नावानं बोंबलणार. तवा आमी जत्रंला गेलू आन् आसं जत्रा बघायचं पोरं-लेकरं लागणार तवर पोलिसाला साले पंछी मिळाले म्हणून आटक केली. तीन दिसानं सोडलं. करपरी दुतवली न्हाय (भाकरतुकडा मिळाला नाही), शिवऱ्या येचायच्या (भाकरी मागायच्या) शिवऱ्यांचं कुटकं शिळपाकं

पोटात धकत न्हाय. शिळंपाकं पोटात धकायचं तर दारवा पियाच्या आन् इतकं कुजकं कदान्न पोटात धकवायचं.'' बोधन नाडे, वामन नाडे सांगत असतात. जवळपास पोरं खेळत असतात. पोरांना, ''येवढी जमीन पडलीय कसत का न्हाय?'' आपल्या बापाची न्हायजी कसायला.'' एक जण, 'कोगरील जमीन जी.' तिसरा, 'तुमी देताका जमीन आमास्नी.' चौथा, ''आमी कास्तकार न्हाय, मांग-गारुडी हायजी. म्हण तर सुमार चाललीया. भट्या चालल्यात. साळा का करायची जी. कोन घेणार आमास्नी साळंत. हाथं साळा दिलं का जी. भाकर द्या भाकर. साजिरं बस रं पोट्टा पिऽ शिगीऽ शील?'' मध्येच लहान पोरांना दटवीत एक तरुण पोरगा हातांतली पानं खाली टाकून बोलू लागतो.

''आमचा समाज मोठा हाय जी, पर पाखरावाणी. वाऱ्याला उभा राहत न्हाय. पोलीस पिटत्यात तर त्यो का करंल. आमी पडले मागंच? आमच्याबी लय जाती हायत जी. मांग, ढाल्यामांग, रंगवीमांग, तेलंग्यामांग, काकऱ्या-कुकऱ्या मांग, दसऱ्यामांग, नलूरमांग, पेड-मांग. काकऱ्या मांगालाच मांग म्हणतेत. ढाल्या मांग लमानीची सेवा करतो. तोड्यावर हालगी वाजवितू. रंगवीमांग कातडं रंगवितू. तेलंग्यामांग शिंदीची दारू गाळतू. काकऱ्या मांग केरसुन्या इनतू, दोर वळतू. खळ खालतू. देसुरामांग भीक मागत हिंडतू. आन् आमी मांग-गारुडी वाजवतू, म्हशी राखतू, म्हशी भादरतू. शिंग सालतू. आन् बारकानल्या, मोठानल्या चोऱ्या करतू. दारू गाळतू, इकतू. आता चोऱ्यामाऱ्या करत न्हाय, पर दारू अजून चालू हाय. इथल्या दारूच्या भट्ट्या पाहिल्या त्याही मांगाच्या आहेत. बाया दारूच्या भट्ट्या चालवत असतात, तर बापे पते कुटत वडीत बसलेले.''

लक्ष्मण नाडे म्हणतो, ''आमच्या मांग गारुड्यात खालचं-वरचं लय असतं. आमच्यात बी आकरमाशी आहेत. बारामाशी हायेत. आंकुशी, काळे रोकडे, हातागले, बोढखे, लोंढे, भाळे, राखणसरे, उफाडे, नाडे, देठे, पाथकर, उफडे, माणकर. आमचा बामन त्यो वरचा, उरल्याले खालचे. त्या बारामाशी. डक्कलवार आमचा भार आहे. त्या कवातरी येतो, मोर नाचवत गाणं म्हणतू. आमचाच भिकीशिवाय त्यो कुणाला मागत न्हाय. उपाशी मरंल, पर दुसऱ्याच्या आन्नापान्याला शिवणार न्हाय.''

''रस्ता का उखडून टाकलायजी,'' मी म्हणालो. तसा लक्ष्मण म्हणाला, ''सायेब, रस्ता झाला का पोलिसांची गाडी आंगातुक वस्तीत घुसतीया. लोकास्नी पळायला धावत न्हाय का माल दडवता येत न्हाय. म्हणं आमाला वाटच नग. म्हणं वाट उखडून ठेवलिया. पोलिसांचा मोठा वैताग हाय बगा. गावात परमिटा दिऊन दुकान घालून दारवा इकत्यात. सायेब, आमी पिढ्यान् पिढ्या ह्यो धंदा करतू. आमाला बी तसलं परमिटा मिलत तर का आमी बी दारवा पद्धतशीर इकून घरदार

परपंचा करील बगा. तुमी आलव तर येवढं कराल तर मेहरबानी होईल बगा. तसं आता आवंदाच्या इलेक्शेनला आमाले लय लोकांनी भजला. आमची लय मतं हायताना म्हणं हापसा दिला. आता पाणी मोप मिळतोय. पन्नास-साठ म्हशीबी संभालतोय. पर चारा परवडत न्हाय. आता हे शेड बगा लय झॉक हाय जनावरं नाईत. जात एका गावाला राहिना तर जनावरं संग नेत्यात. सरकार म्हणती कर्ज फेडा. आता कसं कर्ज फेडायची? जनावरं का मातीवर जगन? हातला चारा उडाला का म्होरल्या गावाला जावाच लागतूया का न्हाय-लोकाइसनी महार जोहार घालतूया तर आम्ही हयात म्हणतूया.'' ह्यानं वरून लक्षात आलं, की 'ह्यात मायबाप ह्यात' आसं भारूड एकनाथ महाराजांनी लिहिलंय. ते डॉ. प्रभाकर मांडे यांच्या 'गावगाड्याबाहेरील' या पुस्तकात वाचल्याचं आठवलं. म्हणून लक्ष्मणला म्हणायला सांगितलं. तसं जेरमनच्या थाळीवर टिचक्या मारीत दुडक्या चालीनं लक्ष्मण गाऊ लागला.

'ह्यात म्हणजे जोहार
ह्यात मायबाप ।।
गाव असता वस पडले । घर असता जळून गेले ।
जोडे असता टेका मोडले । ते माझ्या जाळीत सापडले ।
ह्यात मायबाप ह्यात ।
गावचं पाटील मरून गेले । त्याचे नारीने चुडे भरले ।
त्याचे वाड्याचे बुरूज ढासळले नि पोराचोरानं सापडले ।
ह्यात मायबाप ह्यात ।
एका जनार्दनी मांग । पाटील आपुल्या नारीला सांग ।
सांगितले तर सांग । नाही तर उरफाट्या झाडाशी टांग ।।
ह्यात मायबाप ह्यात ।'

लक्ष्मण रंगून गाणं सांगत होता. वस्तीवर मरणकळा आलेली. पोटं खापटीला गेलेली. पोरं-लेकरं शेंबुड वढीत, नागडीउघडी नव्यानचं आलेल्या हापशावर पाण्यात खेळत असतात. नागेश व मी उठलो. सारी वस्ती पाहावी म्हणून बाहेर पडलो. कवलारू उतरत्या छपराच्या रसायनची भट्टी लावलेली. लाकडी पिपात पाणी साठवलेलं. त्यानं चिखल झालेला. जवळच कुजक्या गुळाचं पाणी. कसनुसा वास. जीव नकोसा झालेला. म्हातारी बाटलीतली धार काठीवर धरून भट्टी लागल्याची खात्री करत असते. एकाही माणसाच्या अंगावर तसूभर चरबी दिसत नव्हती. सारी माणसं रापून करपून गेलेली. म्हातारी, तरणी सारी सारखीच. पोटं खपाटीला आन्

कातडी हाडाला चिकटलेली. मासाचा पत्ताच नाही. आम्ही वस्तीवर निरोप घ्यायला लागलो. बरोबर आलेले वस्तीतले लोक एकामेकानं उभे. ''सायब, आता पुन्हा या. आमी जागा मागतो. शेती करतो कास्तकरावानी पर आमाला शेती द्यायला लावा. आम्ही लढतू. तुम्ही सांगा आम्ही नांगर घालतू. तसलं आम्ही गिराणपेशी 'सायब' आता कवर कराव्या उठाबशी, तुमी देवागती आले. आता आमी होती ठायबशी, पर तुमच्या सरकारला म्हणावं बुड टेकायली हावकाची उलीकशी जागा दे. जोगवा दे. पोहपाण्याला, कोर कुटक्याला आधार.''

आम्ही निरोप घेऊन शहराकडे निघालो. नागेश, मी बोलत असतो, जात नावाच्या जळवांवर. मांगांच्या जाती, महारांच्या साडेबारा जाती, कैकाड्यांच्या जाती. जातीगोतींत वाटलेला हा गाव शहरापासून चार फर्लांगावर पिढ्यान् पिढ्या आपला वेगळेपणा जपतो आहे. महारोग्यांसारखं. शहराच्याच जवळपास म्हारुडा बनून. नाही तर हेही वेगळे पाकिस्तानच की. जातीच्या चिवट मुळीला हरळीचे पाय. कशा निवडाव्यात, किती आणि कशी? परत आलो तर दुपार उलटून गेली होती. मांग गारुडी तांड्यावरून आलो आणि आमचे कविमित्र वामन निंबाळकर यांचे घरी गेलो. वामन, नागेश, वामनच्या सुविद्य पत्नी आणि मी नागपूरजवळ असलेल्या गणेश पारधी हत्याकांडात कुविख्यात असलेल्या पारधी तांड्यावर जायला निघालो. पाऊस लपंडाव खेळत होता. स्कूटरवरून जाण्याचा बेत ऐनवेळी रद्द केला. नागेशची स्कूटर वामनच्याकडे ठेवली. तोपर्यंत वामनने त्याच्या एका मित्राची गाडी मागवली. पांढरी शुभ्र फियाट तांड्याकडे धावू लागली. रस्त्याने गेरण पारधी आणि त्याची हत्या हाच विषय होता.

आज एक वर्ष झालं. गेरण नामक पारधी समाजातला तरुण, राजबिंडा पोरगा गावकऱ्यांनी शिकार करून ठार मारलेला असतो. त्याच्या वतीनं नागेश चौधरी यांनी दै. 'सकाळ' पुणेमधून लिहिलं होतं. त्या हत्याकांडाचा निषेध नागपूरच्या नागरिकांनी मोठ्या प्रमाणात केला होता. नागेश, वामन सारा वृत्तान्त सांगत होते. नागेश म्हणाला, ''हा गेरण म्हणजे एक राजबिंडं रूप असलेला. व्यवस्थेविरुद्ध मोठं विलक्षण बंड होतं.''

तर हा गेरण नामक पारधी तरुण नागपूरच्या एका महाविद्यालयात दुसऱ्या वर्गात शिकत असलेला मुलगा. एन. सी. सी.पासून अभ्यासापर्यंत सगळ्याच बाबींत गती असलेला चळवळ्या. अनेक धावण्याच्या शर्यती त्याने जिंकलेल्या, तर अनेक सायकल शर्यती गाजवलेल्या. कॉलेजात स्वतःच्या गुणाने चमकलेला हा तरुण दिसायला अतिशय देखणा. रुबाबदार व्यक्तिमत्त्व असलेला. आईनं लाडानं नाव ठेवलेलं गेरण. कॉलेजात गेरण हे नाव काही त्याला पटेना, म्हणून त्यानं गेरणचं गणेश केलं. डोक्याला टोपी घालू लागला. हातात घड्याळ आलं. केसाला

तेल लावून केस उलटे फिरवू लागला. कापडंचोपडं नीटनेटकी झाली. तांड्यावरून रोज कॉलेजला येत होता. नव्या विचारांनी भारलेला गेरण आपल्या तांड्यावर आपल्या माणसांची सुधारणा करू मागत व्होता. तांड्यावरल्या बाया-पोरांना शिस्त यावी, त्यांनी संडासला पाणी न्यावं, बायांनी केस विंचरावेत, कपडे नीट नेसावेत, हातभट्टीची दारू बंद करावी, उद्योगधंदा करावा, दारू गाळून पोट भरण्यापेक्षा कष्ट करून पोट भरावं, पोरा-लेकरांना शाळेत घालावं, गावातल्या मंडळींनी हा पारधी तांडा म्हणजे मन मानेल त्या बाईला वापरण्याच्या परंपरेने पिढ्यान्‌पिढ्या मिळवलेला परवाना समजू नये. इथंही चांगले लोक राहतात, असं गाववाल्यांना ठणकवावं, आपली सख्खी भावजय विधवा असलेली काही नीट चालीची नाही, तिनं सुधारावं, गावातल्या लोकांना थारा देऊ नये. या विचारांनी गणेश तांड्यावर सुधारणा करू लागला होता. आदिवासी पारधी समाज कल्याण समितीद्वारा संचालित, 'सौ. सिंधुताई बालवाडी-गोंडखैरी' ही बालवाडी १५ जुलै १९८४ रोजी सुरू केली. त्याची कार्यक्रमाची बातमी गेरणने स्वहस्ताक्षरात लिहून वर्तमानपत्रांना दिली होती. नागेश, वामन, सौ. वहिनी सांगत असतात. मी हुंकारत आजूबाजूला पाहत असतो. नागपूरची उपनगरं, औद्योगिक वसाहती, त्याला खेटून वाढलेल्या झोपडपट्ट्या आणि या झोपडपट्ट्यांना लागून असलेला उघडाबोडका माळ. हा माळ चढून जरा पुढे गेलो, का गोंडखैरीचा पारधी तांडा लागतो. माळावरच रस्त्याच्या कडेला गाडी थांबवली. गाडीतून खाली उतरलो तर तो उजव्या बाजूला पाच-पन्नास मंगलोरी कौलांची झोपडपट्टी दिसत असते. डावीकडे खडी फोडण्याची मशीन. पुढे उताराला पानमळ्यासारखी शेतं. जवळून ओढा गेलेला. ओढ्याच्या पलीकडच्या बाजूला गोंडखैरी नावाचा हिंदुस्तानातल्या कोणत्याही गावासारखा एक गाव. अलीकडे माळावर गणेशचा पारधी तांडा.

नागेश खाली उतरला. गाडी आलेली बघून पोरं-लेकरं भेदरून वळचणीला उभी. समोरून एक काटकुळ्या अंगाची पन्नाशी गाठलेली काळीसावळी पारधीण डोक्यावर भला मोठा हंडा घेऊन पाण्याला निघालेली. समोरून नागेशला येताना पाहून ऊर बडवून रडू लागली. नागेश म्हणाला, "ही जंगली बाई - गणेशची आई." मी सावरून पाहू लागलो. वामन व त्याची मंडळी तोपर्यंत म्हातारीला भिडलेले. तिला नीट धडपणे सांगताही येत नव्हतं. नुसतं हांबरडा फोडून 'गेरण, गेरण' म्हणून रडत होती. "आसाच माह्या गेरण आला असता... मोटारीतनं... माझा गेरण..." या म्हातारीनं हंडा खाली ठेवला. तो दुसऱ्या पोरीनं उचलून न्हेला. आमचा हा ताफा एका कौलारू छपराम्होर थांबला. तिथं एक पंचवीस-तीस वर्षांचा तरुण पोरगा बाहेरच झोपलेला. तो ताडकन उठून बसला दारात. खपाटीला पोट गेलेला, नुसत्या हाडांचा सापळा असलेला. बगड्या खाली ध्यान घालून बसलेला.

आम्हांला बघून ऊर बडवू लागला. वामन, त्याची मंडळी, नागेश यांना बहुतेक जण ओळखत असतात. बगड्याला माझी ओळख सांगतात. जंगली बाईला सात मुलं. गेरण थोरला. त्याच्या पाठीवरली कलावती, इंगलकली, सुंपऱ्या, गेरण, पपून, मस्केत, सीता राधा, अशा उतरत्या नावाने त्यांची नावं. थोरल्या पोरीचं लग्न झालेलं. सीता नावाची गेरणची लहान वयात आलेली बहीण. हिचं लग्न गेरण गेल्यावर नुकतंच उरकलं. पोरगी उफाड्याची. दिसायला देखणी, नागेश सांगत होता. या पोरीनं जिवाची शर्थ करून गेरणला वाचवण्याचा आटोकाट प्रयत्न केला. तर जंगली बाईजवळ जाऊन मी विचारपूस करू लागलो. तसं सारा तांडा एकाच तोंडानं बोलू लागला. एकच कालवा झाला. म्हणून मी एकालाच बोलायला सांगू लागलो. तेवढ्यात पावसाची सर आली. साऱ्या घरांची-खुराडीच. म्हणायला घरं नाहीतर उकिरडच म्हणायचं. तर एका घरात जाऊन बसलो. १०' × १०' च्या खोलीत गेरणचीच ट्रंक, त्यावर सात-आठ खुर्च्या ज्या गेरणने घेतल्या होत्या. बगड्या म्हणाला, "आम्हा घरी कुठल्या खुर्च्या? पर पोरानं घेतल्या व्होत्या. हा त्याचा फोटो.' फोटोवरची तारीखही नवी. एन्. सी. सी. च्या ड्रेसमधला गेरणचा फोटो म्हणजे एखाद्या पी. एस. आय. सारखा दिसत होता. हातांतली काठी, रुबाबदार चेहरा, जसा पोलीस अधिकारी. तर जंगली बाईला कुणी बोलू दिना. तिच्या जिवाची नुसती तगमग झालेली. पोटात आग पडलेली. ती कुणाचं न ऐकता रडून सांगू लागली. तिच्या पोरी तिला बोलू देत नव्हत्या. तर बगड्या तिच्या अंगावर जात होत. सांगू नगं. सारं त्याच्या भाषेतनं चालू. नागेश, वामन, त्याची मंडळी चित्रासारखे बसून. त्यांना काय चाललंय ते कळना. मी जरा आवाज चढवून मला पारधी भाषा समजते, हे सांगितलं. तिला बोलू द्या म्हणून मोठ्यानं ओरडलो, तसं कालवा थांबला. या मानसाला आपण बोलतोय ते कळतंय. हा आपल्यातलाच हाय. म्हटल्यावर कलावती सांगू लागली. "दादा आई काय बी बोलत ऱ्हाती. कज्जा कोर्टात हाय म्हणं आमी तिला बोलूच देत न्हाय." "बरं आता काय झालं ते नीट बैजवार सांगा," मी म्हणालो. आता सारेच शांत बसलेले. तेवढ्यात राधा म्हणाली, "कला, तू थांब. लक्ष्मणच सांगल समंद बैजवार." मग लक्ष्मणला हुडकायला सुरुवात. लक्ष्मण गेरणचा मेहुणा, कलाचा नवरा. वीस-बावीस वर्षांचा. गावात शेनीमा (व्हिडिओ) बघायला गेलाय, त्याला शोधायला पपून गेला.

कला पुढे सांगू लागली.

"गेलं साली बेंदुर व्होता. आमच्या तांड्यावरल्या समद्या हातभट्ट्या बंद करायला गावकऱ्यांनी लावल्या व्होत्या. गेरण कालिजाला गेला नव्हता. तो गावात गेला व्होता. त्याच्या संग लक्ष्मण व्होता. गावातली दारूची दुकानं उघडी व्होती. त्याला लायसानं व्होतं म्हणं. गाववाल्यानला गेरणनं दारूची दुकानं बंद करायला

सांगितली. तिथं गोवरधन, कुलाल सादुजी, मधु कुबडे पैलवान, गणपत ढिवर, बलवंता निडके, रामलाल पाटील, पेल्लरगडे (सरपंच), वसंत कुबडे बसले व्होते. बेंदराचा सण व्होता. गावात बैलं रंगवली जात व्होती. त्यात वसंता कुबड्याचे पारधी तांड्यावरल्या गेरणच्या भावजईशी संबंध होते. तिनं सारा तांडा डोक्यावर घेतला होता. कुणाचं ऐकत नव्हती. गाववाल्यांना साथ देत व्होती. तिनं सुधारावं म्हणून गेरणनं खूप काम केलं; पण उपेग झाला नाही. म्हणून त्यानं वसंता कुबड्याला दोनदा रातीला हानला व्होता. गाव पंचायतीच्या निवडणुकीत गेरणनं खूप काम केलं. ही ग्रुप ग्रामपंचायत हाय. आमच्या तांड्याला लय किंमत हाय. गेरणनं इनायक झोडपया बौद्ध समाजातल्या तरुण मित्राला उपसरपंच म्हणून पाटलाच्या विरुद्ध निवडून आणला व्होता. पारध्याचं पॉर लय माजलंय म्हणून पेल्लरगडे म्हणत व्होता. समदा गाव गेरणवर जळत व्होता. त्यानं हे निमित्त आयतंच घावलं. पारध्याला त्याची जागा दावली पायजी म्हणून सगळ्यांनी त्याला खाली पाडून हानायला सुरुवात केल्याली. गेरणची पँट फेडलेली, हांडर पँटीवर जीव घिवून त्यो पळत गावातंन तांड्यावर येत व्होता. लक्ष्मण म्होरं तांड्यावर येऊन गेरणला मारू लागल्याचं सांगू लागला आणि आमचे लॉक बगाया पळत गावाकडं निगाले. तर गावातनं पाच-पन्नास पोरं गेरणच्या मागं त्याला मारीत पळत व्होती. कालवा लय झाला. शे-दोनसे माणूस तांड्यावर चालून आलं. गेरणला कुणी लपू दिना. आपल्या तांड्यात तो जीव वाचवू बघत व्होता. मागनं मार बसत व्होता. त्यो पळत त्याच्या घरात घुसला. घरात भिऊन कोपऱ्यात उभी आसलेली सीता त्याला घरात घिवून दार लावली. बाहेर लोक घर फोडू लागले. आमी सारी माणसं मुठीत जीव घिवून पळत सुटलो व्होतो. मागं गेरण आणि सीता उरली. सीतानं कोपऱ्यात परकरात गेरणला दडवला व्होता. गाववाल्यानं दाराला धक्कं मारून काडी लावून दिली. तर गेरण मोठ्यानं ओरडला. आज्यात किराण मारून सीताला खांद्यावर घिवून घरातनं बाहेर पडला. सीता दुसऱ्या आग न लागलेल्या घरात घुसली आन् गेरण म्होरं पळू लागला. गेरणच्या मागं गाव पळत व्होता. हातांत काठ्या-कुऱ्हाडी व्होत्या. गेरण जिवाच्या आकातानं पळत व्होता. त्याच्यामागं पेल्लरगडे, वसंता कुबडे, गोवरधन, मधू पैलवान आन् मैयदाळ माणसं पळत व्होती. वस्तीला आग लागली व्होती. आखीर म्होरल्या लवनात गेरण पडला. एक मोठी किंकाळी कानावर आली. गेरणच्या अंगावर घाव घालून त्याची हारणासारखी गाववाल्यांनी शिकार केली. त्यो वारला तिकडं डोळं लावून पुन्हा एकदा सगळा तांडा हंबरडा फोडून रडू लागला. आम्ही कडं रितं केलं, जंगलीच्या दुःखाला सीमा नव्हती. एवढ्यात लक्ष्मण गावातून आला. त्यानं गेरणची पुस्तकं-वह्या दाखवल्या. त्याची बालवाडी पाहिली. ती आता बंद आहे. या बालवाडीत गावातल्याही मुलांनी शिकावं म्हणून धडपडणारा

गेरण गावानं खतम केलाय. एक वादळ संपलंय. आता त्याच्या आई-वडिलांना पैशांची आमिषं दाखवली, साक्षीदार फोडण्याचं काम करायला गाववाले जामिनावर सुटून घरीच आहेत. सीताचं लग्न तातडीनं उरकलं नसतं तर तिचाही भोग गाववाल्यांना पायजेल व्होताच. गेरणच्या खुनानं वस्ती भेदरून गेलीय. तर त्याची भावजय शेफारलीय. ती म्हणते, "गेरणचा काटा काढला, आता एक एकाला घालवीन सरगाला." आम्ही जंगली, बगड्याचा पानावल्या डोळ्यांनी निरोप घेतला. वामन, नागेश, मी साऱ्यांनीच खिसं रिकामं केलं; पण फाटलेल्या आभाळाला ठिगाळ लावण्याचं सामर्थ्य आमच्या हातांत नाही, हे कळत व्होतं. जबाब बदलू नका. असं सांगणारं माझं मन पैसे हातांत पडल्यावर बगड्याचा फुललेला चेहरा बघून गलबलून गेलं. बगड्या उद्या बदलेलही. नाही तरी हे नेहमीच व्होत आलंय. नवं काय आहे? गोंडखैरीचे मस्तवाल नागरिक भुरट्या समाधानानं निर्दोषही सुटतील. वर्ष झालं आजुनी साधी सुनावणी नाही आणि उठता-बसता पारध्यांना चोर ठरवणारी न्यायालयं तत्परतेनं विलंब लावून ढोकीच्या हत्याकांडाची पुनरावृत्ती करणारच नाहीत याचा नियम नाही. या देशात गरिबाला न्याय मिळेल, याची खात्री नाही. पैशानं सारं विकत मिळतं. तिथं न्याय अन्यायाचा विचार करायला फुरसत कुणाला?

गाडी परत नागपूरकडं निघाली होती. वाटेत आम्ही बोलत होतो. वामन, नागेश, बालवाडी पुन्हा सुरू करण्याचा विचार करीत व्होते. त्याचा स्मृतिस्तंभ उभा केला पाहिजे म्हणत व्होती. तर मी भटक्या-विमुक्तांच्या चळवळीतल्या या हुतात्म्याला मनातून पुन्हा पुन्हा श्रद्धांजली अर्पण करत व्होतो. मनात व्यवस्थेविरुद्ध लढण्याची जबरदस्त आकांक्षा असलेले हजारो गेरण निमित्त होतील. आज शेकडो गेरण आमच्यात आहेत. त्यांचे हजारो गेरण पैदा होतील. किती लोकांचे रक्त मागणार आहे हा भोचक बदमाशांचा देश, किती आया-बहिणांना उजाड करणार आहे! इथली माती, जिच्याशी प्रस्थापितांनी बेइमानी केली, आणखी किती गेरण खाणार आहे?

गेरण आज आमच्यात नाही; पण त्याच्या पहिल्या स्मृतिदिनाच्या दिवशी आम्ही लक्षावधी भटके-विमुक्त व्यवस्थेच्याविरुद्ध आमचे बंड जाहीर करीत आहोत. गेरणचे हौतात्म्य हे एका पारधी तांड्यासाठी नाही. ते माणुसकीच्या, न्यायाच्या, नीतीच्या, समतेच्या एका नव्या स्वातंत्र्यलढ्यासाठी हौतात्म्य आहे. ते कदापि वाया जाणार नाही. असे आम्ही सगळे समतावादी नागरिक स्वतःला बजावीत आहोत. आता हा विषमतेविरुद्धचा जिहाद अटळ आहे. आमची लढाई, गेरणची लढाई ही नव्या जगाच्या निर्मितीसाठीची लढाई होती; सामाजिक, आर्थिक विषमतेविरुद्धची लढाई होती. ती नव्या जगाला जन्म दिल्याशिवाय, मूल्यव्यवस्था बदलल्याशिवाय थांबणार नाही.

❖

मरणानंतरही जात आडवी!

लालसिंग रजपूतला निरोप दिला. त्याला एका वेगळ्या तांड्यावर 'लमाण बंजारा' मंडळींनी चहाला बोलावलं होतं. वेळ जाऊ नये, म्हणून आम्ही दोघं दोन तांड्यांवर गेलो. सायंकाळी निलंग्याजवळच्या 'कोराळी' गावी असलेल्या 'बेरड जमाती'च्या तांड्यावर जायचं होतं. सायंकाळी एकत्र जमायचं ठरवून लहान-मोठ्या तीस-पस्तीस तांड्यांवर जाऊन 'निलंग्या'ला येऊन पोहोचलो. 'निलंगा' आता महाराष्ट्रातल्या कानाकोपऱ्यात पोहोचलेलं शहरवजा खेडेगाव. वस्ती नगरपालिका असावी एवढी, पण गाव तसं म्हाजूर झालं ते माजी मुख्यमंत्री शिवाजीराव पाटील-निलंगेकर यांच्यामुळे. तर या 'निलंगा' गावात आमच्या भटक्या-विमुक्तांची लोकसंख्या मोठी आहे. वडार, कैकाडी, गोंधळी, जोशी, मसणजोगी, पारधी, बंजारा, बेरड इत्यादी जमातींची संख्या फार मोठी आहे.

'निलंग्या'त आमची संघटनाही मोठ्या प्रमाणात काम करते. विलास माने, उत्तम माने, दादाराव जाधव, प्रताप माने, पाटील यांसारखी तरुण मंडळी तिथे उत्साहाने काम करत असतात. निलंगा, उमरगा, कासार शिरसी, लातूरच्या ग्रामीण भागांत विलास माने, उत्तम माने यांना सर्व तांडे ओळखत असतात.

उन्हं माथ्यावर आलीत. मातंग समाजातल्या एका मित्राने प्रेमाने जेवायला बोलावलेलं असतं आणि आम्ही कार्यकर्ते कैकाडवाड्यात दादारावच्या घरात बसलेलो असतो. घर कसलं? माळवादच.[१] माळवदावर पत्रा टाकून निवारा केलेला. पाऊस नसतो म्हणून ठीक, नाही तर घरात पाणी की पाण्यात घर, हे समजणारही नाही.

---

१. माळवाद - माळ्यावर पत्रा टाकून केलेला निवारा.

तर दादा एखादं वाहन मिळतं का म्हणून बघायला गेलाय आणि आम्ही त्याच्या घरी प्रताप माने पाटलांची मस्करी करत बसलोय. अशा टिवल्याबावल्या चाललेल्या असतात. चहा होतो. चहा झाल्यावर असे निघणार तर दहा-पंधरा स्त्रिया दगडी जिना चढून वर येतात. एकमेकीला चिकटून-खेटून गर्दीत जिना चढून गर्दीनं वर आल्यावर जागाही थोडी, पण सगळ्याजणी वरच येत होत्या. इथे कैकाडवाड्याला जोडून मातंग वस्ती आहे. त्यांचे संबंध घनिष्ठ आणि शेजारधर्माचे, कुणी तरी त्यांना मी आल्याचं सांगितलं असावं. म्हणून त्या भेटायला आल्या असाव्या.

एक काळ्या-सावळ्या रंगाची, रूपाने बरीच देखणी, नाकेली, चाळिशीतली बाई पुढं झाली आणि 'जय मातंग' म्हणून नमस्कार करून बाजूला उभी राहिली. मी नमस्कार केला. ती बसली. दुसरी साधारण तशीच, पण जरा मोठ्या कुंकवाचा टिळा लावलेली, 'जय मातंग' घातला. मी नमस्कारानं उत्तर दिलं.

एक बाई तर आल्यापासून जाम लाजून पदराने तोंड झाकून खाली मान घालून बसल्या होत्या. मान काही अखेरपर्यंत वर झाली नाही,का तोंड दिसलं नाही. जरा स्थूल अंगाच्या मातंग भगिनी बोलू लागल्या. "दादा, तुम्ही आलाव म्हणं समजलं. म्हणं आम्ही आलो. आता आमचं 'मातंग महिला मंडळ' आमी चालवतोय. बायांचा चांगला साद हाय. तवा जरा मार्गदर्शन करा. आम्ही कसं काम करावं, कसं नाय करावं?" मला जरा बरं वाटलं. या अडाणी समाजातल्या महिला जाग्या होऊ लागल्या. त्यांना संघटित व्हावंसं वाटू लागलं. यानं माझा ऊर भरून आला. मुळात यांना असं करावं वाटणं हेच जास्त झालं. मी आपलं त्यांचं कौतुक केलं. संघटनेची गरज त्यांना सांगितली. शेवटी चर्चा सुरू झाली. सगळे मोकळेपणाने बोलत होतो. आता, 'रोजगार हमीपासून ते एक गाव-एक पाणवठा आणि महागाईपासून नवरा-बायकोच्या भांडणांपर्यंत चर्चा जाऊन आली.' अतिशय खेळीमेळीच्या वातावरणात चर्चा चालू असते आणि चर्चा दलितांतर्गत एकजुटीपर्यंत आली. बाई पोटतिडकीनं सांगत होत्या, की दलितांची एकी झाली पाहिजे आणि डॉ. बाबासाहेब गोपले यांच्या अध्यक्षतेखाली सर्वांनी एकत्र आलं पाहिजे.

मी तर अवाक् झालो, कारण हे डॉ. गोपले नावाचं प्रकरण तसं अतिशय मजेदार आहे. मी म्हणालो, "बाई, या माणसाला काही विचार नाही. साऱ्या दलितांचं नेतृत्व त्यांना कसं करता येईल? आपल्या सगळ्यांच्या डोक्यातल्या जाती नको का जायला? पूर्वीचे महार म्हणतात,'जयभीम', तुम्ही म्हणता, 'जय मातंग.' आता चर्मकार म्हणतील,'जय ककय्या', आमचे भटके-विमुक्त म्हणतील, 'जय भटका', 'जय भवानी', 'जय शिवाजी'; तर चालूच आहेत. मग आपली जूट कशी होणार? आता, आपली जूट व्हायची तर निदान सारे एका आवाजात तरी गाऊ या. आपण सारे जण भारतीय आहोत. तेव्हा आपण सारे 'जय भारत' असं

का म्हणू नये? निदान जाती गळून पडून आपण घोषणा तरी एकत्र देऊ शकू. ही सारी पुढारी मंडळी जातीच्या मूलभूत भावनेला खतपाणी घालतात आणि तो समाज एका वेगळ्या गुंगीत राहू लागतो. तो त्यांची अस्मिता जातीतच शोधतो आणि मग नुसती विभाजनं होत राहतात आणि अशी विभाजनं आपल्याला एकमेकांपासून दूर नेतात. तेव्हा तुम्ही लोक संघटित व्हा, पण 'जय मातंग' म्हणू नका. फार तर दलित म्हणून आणि निदान माणूस म्हणून; पण जातीची अस्मिता देणाऱ्या डॉ. गोपल्यांसारख्या माणसाच्या नावाने तरी नका असं करू.'' हे माझं विधान बाहेर पडताच मघापासून चुळबूळ करणारी एक बाई जिने तोंडच दाखवलं नव्हतं ती उठली आणि निषेधात्मक पवित्र्यात दणादणा पाय आपटीत निघून गेली. मला काही कळेना. एक गेली की दुसरी, की तिसरी, एकामागनं एक करीत साऱ्याच्या साऱ्या गेल्या. मला कळेचना असं काय मी वावगं बोललो की काय? कार्यकर्ते म्हणाले, ''आपण बरोबर बोललात; पण या बायकांच्या डोक्यात डॉ. गोपल्यानं नाही नाही तो मालमसाला भरलाय. तुम्ही वाईट वाटून घेऊ नका.'' आमची चर्चा आता याच मुद्द्यावर सुरू झाली. दलितांनी प्रत्येक जातीने आपला वेगळा अभिनिवेश तयार केलाय. वेगळी अस्मिता, वेगळा विद्रोह आणि समतेचीच पण वेगवेगळी रूपं, वेगळ्या घोषणा. त्यामुळे कोणाला कोणाचा मेळ नाही. त्यात काही माथेफिरू मंडळींनी समाजाचा पार गळाच दाबून टाकलाय.

गतानुगतिक समाजात या समाजाचं भरणपोषण विषमतेवर झालंय. विभूतिपूजा हाच इथला देवाचा अवतार आणि धर्माचा अवतार झालाय. मुळातले संस्कारही विभूतिपूजेचे, मूर्तिपूजेचे, आकारांच्या पूजेचे. त्यामुळे विचारांची पूजा वगैरे भानगडच नाही. मग 'जय मातंगवाल्यां'नाही नाही. आता डॉ. बाबासाहेब आंबेडकर तर देव्हाऱ्यावर बसलेतच; पण अलीकडे ते अंगातही येऊ लागलेत आणि आकाशवाणीवर त्यांच्या आरत्याही गायल्या जाऊ लागल्यात. पुढाऱ्यांची तर एक अख्खी पिढी वाया गेली, ती बाबासाहेब पेन कसा लावीत, टाय कसा लावीत, कोट कोणता वापरीत, चश्मा कसा वापरीत, कोटाचा रंग कोणता असायचा, बघायचे कसे, बोलायचे कसे, चालायचे कसे, जेवायचे कसे, अशा सर्व लकबी यांच्यात असायच्या, नव्हे त्यावरून तो किती कट्टर आंबेडकरवादी आहे हे ठरत होतं. मयतीला गेले तरी भाषण करतील आणि भाषणाचं पहिलं वाक्य असेल, 'डॉ. बाबासाहेब आंबेडकर म्हणाले होते...' तेव्हा आम्ही साऱ्या आंबेडकरवाद्यांनी त्यांचं अवमूल्यन तरी करू नये; पण ते तसं चालत नाही. मी आंबेडकरवादी आहे, याचा अर्थ मी विभूतिपूजक असलोच पाहिजे का? आणि आता तर डॉ. बाबासाहेब आंबेडकर प्रत्येक जातीला हवा आहे. प्रत्येक जातीला एक 'गॉडफादर' असावा लागतो. मी बाईंना सांगत होतो. ''बाई ज्याच्यावरून जीव ओवाळून टाकावा एवढा मोठा अण्णाभाऊ साठे -

मराठीतला महान लेखक. तो म्हणाला होता, ''जग बदल घालून घाव गेले सांगून आम्हा भीमराव.'' जगातल्या कामगारांना एक व्हा सांगणारा अण्णाभाऊ त्यांच्या हयातीत मातंगांचा नेता झाला नाही. कारण त्याने जातीचं राजकारण केलं नाही. मातंग राज्य, मातंग साम्राज्य, मातंग ऋषी, मातंगी, मातंग महागणराज्य, मातंग मूळ पुरुष, मातंग गुरू, मातंग गुरू लहुजी वस्ताद साळवे या सर्वांचं उदात्तीकरण काही अण्णाभाऊंनी केलं नाही किंवा 'मातंगांच्या राज्यासाठी रक्ताचा शेवटचा थेंब असेपर्यंत लढेन,' असली फालतू भावनिक प्रक्षोभ निर्माण करणारी भाषा वापरली नाही, किंवा आमच्या प्राध्यापक आमदार लक्ष्मण ढोबळे या विद्वान मित्रानेही कधी असली रक्ताची भाषा केली नाही. परंतु समाजातला पुनर्जीवनवादी, विभाजनवादी विचार लोकांच्या बुरसटलेल्या प्रक्षोभक भावनांना खतपाणी घालून आपल्या नेतृत्वाच्या पोळ्या भाजण्याचं काम डॉ. गोपल्यांसारखी माणसं करत आहेत, असं माझं मत आहे. या गोपल्यांनी 'मातंग सेना' काढली आहे. मी सेनेचं स्वागत यासाठी करीन, की तिने सगळ्याच जातिवादाविरुद्ध लढावं; मग तो ब्राह्मण असो की भंगी. त्यांनी आपली शक्ती नुसत्या मातंगांच्याच रक्षणासाठी लावू नये. या डॉक्टरांची चित्रं पाहिली ती हुबेहूब डॉ. बाबासाहेब आंबेडकरांसारखी आहेत. डाव्या हातात पुस्तक, उजव्या हाताने दिशादर्शन, मान ताठ, अंगात कोट, डोळ्यांना चश्मा, अंगात सूट-कोट-टाय अगदी हुबेहूब डॉ. बाबासाहेब आंबेडकर. आप्पासाहेब डॉक्टर तर आहेतच; आता फरक एवढाच, हे बाबासाहेब नव्हेत आप्पासाहेब होते. झालं, अलीकडे तर म्हणे तेही बदलले आणि आप्पासाहेबांचं नामांतर बाबासाहेब झालं. तेव्हा अशा रीतीनं मातंग समाजाला एक डॉ. बाबासाहेब गोपले तर मिळाले; पण ज्यांना पाय ठेवायला धरतीवर जागा नाही, गावच नाही तर गावकूस कुठलं? हागनदारी तरी कुठे त्यांच्या मालकीची आहे? बौद्धांनी सवलती लाटल्या म्हणून बोटं मोडून काय होणार? जो आधी जाणार तो लाभ उठवणारच. त्यात वावगं काय आहे? त्यानं गैरमार्गानं, अनैतिक मार्गानं लाभ उठवला तर ते आक्षेपार्ह आहेच; पण आम्ही काय करावं? आमच्या डोक्यावर मातंगही आहेत. तेही खात आहेत. त्यांनाही आमदार-नामदार महामंडळे आहेत. तेही खात आहेत. म्हणून आम्ही अस्पृश्य, आदिवासी सर्वांविरुद्ध लढावं की सेना काढाव्यात. या देशात प्रत्येक जातीला आपण क्षत्रिय असल्याचा, राज्यकर्ते असल्याचा भ्रम होतो आहे, आणि आपलं ते गेलेलं राज्य कसं मिळवावं, यासाठी कडव्यात कडव्या जातीयवादी भूमिका लोकांच्या डोक्यात कोंबता येतात. जातीचा आधार बळकट होतो आणि मग दुसऱ्या जातीच्या विरोधी भांडण काढायचं. त्याशिवाय आपली जात मोठी, राज्यकर्ती होत नाही. दुर्दैवाने आपल्याला लोकशाही समजली नाही आणि त्यांतली ताकदही समजली नाही, म्हणून आपले एकांडे शिलेदार काळाची चाकं मागे फिरवू पाहत

आहेत. हे सर्व जातिधर्मांमध्ये मोठ्या प्रमाणात कडवेपणा वाढतो, हे आणि माझ्या दलित बांधवांनी तरी खूणगाठ बांधली पाहिजे की, जातीने आम्ही शापित आहोत. तिला गाडल्याशिवाय आम्हाला श्वाससुद्धा घेता येणार नाही. साऱ्याच जातिव्यवस्थेने माणसांचे कोंडवाडे केलेत. एक कोंडवाडा ब्राह्मणांचा, दुसरा आपला. प्रत्येक जातीच्या कोंडवाड्यात बंदिस्त असलेला हा समाज डॉ. गोपलेसाहेब आपण सारे एकत्र आलो, तरच तुटणार आहे. याउलट जातीचा अहंकार कुरवाळत राहिलो तर आपसात कटून मरावं लागेल आणि या देशाची हीच नीती आहे. साऱ्या मागास जाती आपसात लढत राहतील, तेवढंच या देशातल्या मूठभर लोकांना हवं आहे. आपण गरिबीबद्दल बोलू या, महागाईबद्दल बोलू या, देशाच्या संपत्तीच्या विभाजनाबद्दल बोलू या. समाजवाद, लोकशाही, धर्मनिरपेक्षता, विज्ञाननिष्ठा या घटनेतील मुख्य गोष्टींबाबत बोलू या. आपले समाज पुन्हा इतिहासात घेऊन जाऊ नका.''

माझी बडबड उपयोगाला आली. त्यातल्या काही स्त्रिया परत आल्या. माफी मागू लागल्या. माफीचा प्रश्न नव्हता. या बहिणींना म्हणालो, ''सगळे मिळून-मिसळून एका आईच्या लेकरावानी राहू या. पिढ्यान्‌पिढ्या आपण येथे राहतो,'' असे सांगून आम्ही निघालो.

दिवस मावळतीला गेला होता. जातीच्या महारोगाने संवेदनाहीन झालेला समाज पाहात होतो. समाजपुरुषाच्या अंगातून रक्ताच्या धारा वाहताहेत. त्यावर माश्या बसल्यात. जळवा रक्त पीत आहेत आणि समाजपुरुषाची पिल्लं आपापल्या कोंडवाड्यात आपापल्या स्वार्थाची तजवीज करत आहेत. कोण कोणाला विचारत नाही. शेजारी जगला की मेला, हे जर माहीत नाही तर हा कसला देश, कसला धर्म, कसल्या जाती, कसला समाज? ही तर नुसती गर्दी बाजारातल्या गर्दीसारखी.

दिवस मावळतीला गेला होता. कडूसं पडू लागलं. आमची गाडी कच्च्या रस्त्याला लागली होती. कर्नाटकच्या दिशेने निघालो. चारी बाजूला उघडाबोडका माळ बेवारस जितराबासारखा ओकाबोका पडलाय. चिटपाखरू दिसत नाही. नुसती तांबडी माती आणि मोठे मोठे दगड खडक. एखाद-दुसरं बाभळीचं, रामकाठीचं झाड, तरवडाची झुडपं आणि शेवऱ्या. त्यानं थोडं फार हिरवं दिसतं. एरवी अख्खं रान ओकंबोकं. अंधार पडून गेलाय, आता आसपास दिसत नाही, समोर नुसता ओसाड रस्ता. गाडी पुढे निघते. समोरून गडी आला. (टापशी) टाप्सी[२] लावलेला. हातांत कानाएवढी काठी, खांद्यावर घोंगडी, पायांत करकरीत वहाणा, धोतर आन् अंगावर ढाबळ घेऊन निघालेला बांधीव देहाचा एक माणूस समोरून आला. त्याला विचारले, ''आरं बाबा, कोराळी कुठं आहे?'' तो म्हणाला, ''सायेब, तुम्ही म्होरं

---

२. टाप्सी लावलेला - डोक्याच्या पागोट्याहून वस्त्र गुंडाळणे.

आलाव. शिरसाला जावा. मागं वळा आन् तसचं डाव्या अंगाला गाडवाट जातीय त्यानं जावा. कोण लोक तुम्ही?'' आम्ही सांगितलं. तसं तो झपाझपा म्होरं आला. म्हणाला, ''आवं सकाळच्यानं माणसं वाट बघुलीत कंटाळून गेलीयत. आता पतूर फाट्यावर लोकं उभी होती.''आम्ही त्याला गाडीत घेतला. परत निघालो. खरंच फाट्यावर कार्यकर्ते उभे होते. दहा मिनिटांत कोराळी आली. गावात लिंगायतांची शे-दीडशे, बाकी मागास जातीची वस्ती. बेरडांची पन्नास-साठ घरं, म्हणजे कोराळी. गाडी आली तसा कालवा वाढला. सकाळपासून बेंडाचा ताफा बसला होता. लगेच लालसिंग व मी गाडीतून बाहेर आलो. अंधार मी म्हणत होता. गावातल्या लायटी गेल्या होत्या. डोळ्यांत बोट घातलं तरी दिसत नव्हतं. शेजारी बेरडांची खोपटी होती. एका खोपटात जाऊन बसलो. माणसांची जमवाजमव झाली. बेंडाचा ताफा वाजू लागला. आमचा चहा झाला. कोरा करकरीत चहा किती तरी दिवसांनी मिळाला. चहा घेतला. विलास माने, उत्तम माने यांनी लोकांची ओळख करून दिली.

आता सातूबाईला बोलावून आणलं. नंतर तिच्या म्हाताऱ्याचा विषय निघाला. तसं तिला भडभडून आलं. ती रडू लागली. थोडा वेळ रडल्यावर ती सांगू लागली. ''दादा, आम्ही डुयान डुया हातचं ह्या गावात रहातूया. आम्हास्नी थोड्या थोड्या जमिनी हायेत. बकरी हायेत. कसंबसं मोलमजुरीवर पोट भरतूया. हातचं आमच्या मसणवाटा हाय. त्या आमच्या डुयान डुयाच्या मसणवाटा हाय. तितंच आमची आतापातूरची माणसं आमी पुरत आलू. तिथं आमच्या वाडवडिलांची थडगी दिकूल बसवल्यात. हे डुयान डुयान चालत आलंय आन् देवानं नेमकं माझ्या म्हाताऱ्याच्या वक्तालाच आसं का केलं असंल रं? काय पाप म्हणू म्या? देवावानी म्हातारा गेला. आम्ही सारी दुःखात व्हतो. समद्या वाड्यावर सांगावं धाडलं आन् माणूस जमाया लागलं. ताटी बांधायला लागली, शिंकाळी बांधली. मढ्यावर नवं कापड घातलं. तोंडात पाण्याचा थेंब आन् तुळशीचं पान ठेवलं. गुलाल टाकला. ववळून झालं. बाया-पोरांचा नुसता कालवा झाला व्हता. बापे कामाला लागले आन् ही बिलामत आली. आदी लिंगायत समाजातला बिराजदार आला. तो पोलीस पाटील, पोलीस पार्टी घिऊनच. आम्ही मडं उचललं, आन् मसणवाट्यात गेलो. तेवढ्यात बिराजदारानं पुलिस पार्टी आनली आन् हातं मुडदा पुरायचा नाय म्हणून हुकूम दिला.

बिराजदार म्हणत होता ७/१२ च्या उताऱ्यावर ही जागा माझी हाय. मी माझ्या जागेत कुणाला पुरू देणार नाय. आता मडं ताटकळत पडलं. आम्ही पोलीस आन् बिराजदाराच्या हाता-पाया पडू लागलू. गावातल्या सरपंच पाटील, पुढारी समद्यास्नी साकडं घातलं. पर उपेग झाला नाही. कुणालाच घाम फुटंना. मडं तर पडून राहिलं. रातीला म्हातारा मेला. बारा तास होऊन गेलं. मड्याला वास सुटाया लागला.

मड्यावर घातल्याली फुलं वाळून गेली. माश्या फिराया लागल्या. का करावं समजेना. बिराजदार पैकावाला माणूस, काय करणार? आमच्यातली शिकल्याली दोन-तीन पोरं हाईत. त्यांनी सायकली काढल्या आन् इलास मान्याकडं गेले. इलास मान्यानं गावातल्या लोकांस्नी गोळा केलं. तलाठ्याकडं गेलं. मामलेदाराकडे गेलं. प्रांताकडं गेलं आन् सांच्याला दुसरी गाडी भरून आली. त्यातनं इलास माने आला व्होता. त्यो पुलिसांसंगं तंडला. मामलेदार प्रांत बिराजदारावानीच बोलाया लागली. दुसरीकडं पुरा म्हणं सांगू लागले. आम्ही म्हणालो, ''आमचं वाडवडील हितंच पुरलं, त्यांची थडगीबी इथंच हायेत आन् आजपातूर हा आमचा मसणवाटा हाय, आम्ही सोडणार नाय. पोलीस कावले. गोळ्या घालू म्हणाले. प्रेत उचलून न्हेऊ म्हणाले. आमची लोकंबी चिडल्याली होती. बाया-पोरी पळाल्या. बापे, मोठ्या बाया उरल्या. तोंडात सकाळपास्नं राळं वाळलं होतं आन् बिराजदाराला सांगून सांगून दाताच्या कन्या झाल्या होत्या. पर त्याला घाम फुटत नवता. झालं इलास माने म्हणाला, ''सायबा आम्ही बेरड लोक हाय. आम्ही मुडदा हितंच पुरणार.'' इलासनं टिकाव हातात घिवून खड्डा काढू लागला आन् सारे बाया-बापे खड्डा काढू लागले. पोलीस तडफडाट करू लागले. तवर खड्डा झाला. मामलेदार, प्रांत सारी माणसं गावात चावडीवर गेली. आमी मुड्याला मूठमाती दिली आन् मागारी आलू. तवापास्नं गावात नुसती आग धुमासतीया. दादा, हे बामनं-मराठी परवाडली पर ही लिंगायत नगू. ही सावलीला उभी करत नाहीत, एवढा बाट पाळत्यात. गावातल्या बुद्धास्नी बी आसंच केलंया. त्यास्नी बी मसनवाटा न्हाय. गावात चांगली माणसं हायेत, पर बिराजदार त्यानला ऐकत न्हाय. काय पाहिजे ते करा. जागा माझी हाय, रेकॉर्ड हाय. तवा हितनं तुमचा मसणवाटा हलवा. आम्ही जागा इकात मागितली, पर न्हाय म्हणतूया. जागाच द्या. आता तूच सांग आमच्या वाडवडिलांच्यावरनं ह्यो नांगर फिरवाया म्हणतूया. कसं करावं. कसलं रं कागुद? आमी बापजलमात बगितला न्हाय.'' बाईनं शेंगा पुढ्यात टाकल्या होत्या. रात्र वाढत होती. काळोख दाटला होता. दारात ग्यासची बत्ती आली. बाया-पोरं म्होरं घुसू-घुसून बगत व्होती. साऱ्या झोपड्याच दगडाच्या गडग्यांनी वाडगं बांधावं तसं कंबरंपतुर दगड्याच्या भिंती उभ्या केलेल्या. त्याच्यावर वासं- आडं आन् नेपताड्याच्या झावळ्यानं बुरझान घालून काडानं कुणी कंजाळानं शेकारल्यालं. दारात अंगान, दगडाच्या गडग्याचं बसायला दगुड, टेकायला दगुड. वाटंत सारी दगडंच दगडं. साटल्यालं पानी दिकुल दगडांनीच घालावल्यालं. ढेपला दगुड- गोटं. तर आता बँड वाजू लागला. गॅसबत्ती चालू लागली. मागं आमची मिरवणूक. बाया का ववळीत व्होत्या, त्यास्नीच ठावं. पर असंच नाई का वरच्या जातीचे लोक करीत. वरच्या जातीवाणी जगायचं. ते करत्याल तसं करायचं. ते मुडदा पुरत्यात आपन पुरावा. ते जाळत्यात.

आपून जाळावा. ते लिंग गळ्यात बांधत्यात आपून बांधावा. ते कपाळ भरून पट्टं लावत्यात आपून लावावा. ते जे करत्यात ते ते करावं म्हंजी झालं. जगा-दुनियेनं नावं ठिवू नी आसं वागावं. अंगावर घोंगड्या, हातांत काठी, डोक्याला पटका अन् पटक्यावर ढाबळीचा टापशी.[३] तडाख्यानं दगुड आला तरी डोक्सं शाबूत ऱ्हाया पाहिजे. बाया-पोराचा हाच गणवेश. बोळाबोळांतून बँडवाले म्होरं चालले होते. पायवाट कसली दगडांनी दगड चुकवत पाय टेकत म्होरं चालायचं. त्यानं सारखं ठेचा लागत व्होत्या आन् बाकी सारी पोरंसोरंसुद्धा डांबरी वाटनं पळावं तसं चालल्यात.

लालसिंग व मी एकमेकांकडे अंधारातही बघत असतो. मिरवणूक जोरात वाजत-गाजत चाललीय. उकिरडे ओलांडत, सांडपाण्याचे ओघळ ओलांडत एकदाची मिरवणूक चौकात आली. चौकात आल्यावर गावाच्या मध्यावर असावी. सभोवर जुने वाडे दिसत होते. एका मोठ्या चौकात चारी बाजूने वाडे. किराणा मालाची एक-दोन दुकानं. ही आसपासची वस्ती लिंगायत मंडळींची. लोकांनी घोषणा देत मिरवणूक ग्रामपंचायतीच्या ऑफिस पडवीत पोहोचली. स्पीकर जुळला होता. स्पीकर वाजू लागला. लोकांची गर्दी वाढू लागली. हवेत गारठा होता. लोकांनी अंगावर चादर, धोतरे, गोधड्या पांघरलेल्या. बाया एका बाजूला, दुसऱ्या बाजूला पुरुष. तुटक लांब दगडांवर बसलेले गावकरी. ग्रामपंचायतीचं ऑफिस नवंकोरं. सरपंच बिचारे शिकले-सवरलेले. लिंगायत समाजातले. त्यांच्याच अध्यक्षतेखाली सभा सुरू झाली. सुरुवातीला विलास माने बोलला. त्याने मुडदा कसा पुरला, गावात अस्पृश्यता कशी आहे, संघर्ष कसा सुरू आहे आणि गावातल्या सवर्ण समाजाने कशी अडवणुकीची भूमिका घेतलीय, सारं सांगितलं. त्यानंतर शेषराव ममाळे बोलायला उभा राहिला. त्याने गावकऱ्यांवर कडक शब्दांत टीका केली. त्याने वातावरणात थोडा तणाव निर्माण झाला होता; परंतु सोलापूर शहर महानगरपालिकेचे उपमहापौर आणि आमच्या संघटनेचे उपाध्यक्ष लालसिंगजी रजपूत बोलायला उठले आणि सारा तणाव संपून गेला. लालसिंगने अतिशय संयमित भाषेत गावकऱ्यांची कानउघाडणी केली. सभा आता मोकळी झाली आणि सभाच मुळी जातिव्यवस्था, धर्म, कर्मविपाक, अस्पृश्यता, शिवसेना इथपर्यंत आली. माझं भाषण नेहमीसारखंच झालं. मी गावाला महात्मा बसवेश्वराचं काम व त्यांनी सांगितलेला विचार सांगितला. माझाही अनुभव सांगितला. सभा संपली आणि गावकरी मंडळी जमली. कार्यकर्ते बेरड वस्तीवर गेले. आम्ही गावकी पोलीस पाटील, सरपंच यांच्याशी बोललो. लोकांना भाषणं आवडली होती. कारण भाषणं चालू असतानाच शेजारी भजन चालू

---

३. ढाबळीचा टापशी - डोक्याच्या पागोट्यावरून ढाबळी.

होतं आणि मंडळींनी 'महाभारता'ची पोथी लावली होती. ती संपवून सभेस आली. चर्चा खूप झाली. गावातली लिंगायतेतर मंडळी मोकळ्या मनाने बोलत होती; परंतु लिंगायत मंडळी वाडे लावून बसली होती. सरपंच आणि एक-दोघं जण बोलत होते. त्यांचं म्हणणं एवढंच होतं, की जमीन त्यांच्या मालकीची आहे. सातबारा त्यांचा आहे. यांनी स्मशान दुसरीकडे घ्यावं. आम्ही बेरड मंडळींच्या भावना त्यांना सांगितल्या; पण मंडळी ढीम म्हणेना. आता आपण संबंधित माणसाशी बोलावं म्हणून गेलो, त्यांच्या घरी सांगितलं, 'गावाला गेलेत,' आता काही पर्याय नव्हता. आम्ही परत आलो.

वस्तीत आलो तर अंगणात माणसांचा घोळका तसाच बसलेला. कसली तरी खिचडी, केळी आणि इतर जिन्नस आणले होते. बारा वाड्यांतली माणसं खाऊ लागली. जेवणं झाली. संघटनेबद्दल चर्चा झाली. एकजुटीचं महत्त्व एकमेकांना सांगू लागली आणि विलास उठून म्हणाला, "मंडळी, सारी गप्प बसा. आता मावशी गाणी म्हणणार आहेत." आम्ही सावरून बसलो. आता सात-आठ बाया एकत्र जमल्या. एक जण पुढं गाणं म्हणे, बाकीच्या मागे म्हणत. ध्रुपद होतं, 'कोल्हेने कोले' हा कानडी शब्द असावा. ध्रुपदासारखा येत होता. बाईंनी स्वतः रचलेली, चाली लावलेली लोकगीतं गायला सुरुवात केली. वातावरण मोकळं झालं. आवाज सरस वर जाऊ लागला आणि तेवढाच सरस खाली येऊ लागला. स्वरातला चढ-उतार आणि पालथी घातलेली काश्याची थाळी. तिचा तबल्यासारखा ठेका एवढ्या तुटपुंज्या साधनावर रंगलेली गाणी कोरसमध्ये वाढत गेली. बाई एवढ्या शीघ्र कवयित्री, की त्यांनी त्यांच्या गीतात मुडदा कुठं पुरावा, ही सगळी कथा सांगितली आणि आता नुकतीच संपलेली सभाही गाजली. अडाणी हेल, अडाणी स्वर, अडाणी ऐकणारे, पण एक वेदना सगळ्याच गाण्यांत असते. आम्हांला कुणी माणूस मानतच नाही. आम्हाला कुणी जवळ घेत नाही. आम्हाला माणूस पुरायला तीन बाय सहाचा खड्डाही मिळत नाही. सगळी चर्चा पुनः पुन्हा मुडदा कसा पुरता आला नाही, याच विषयाभोवती फिरत राहिली. यांनी जोपासलेल्या कला, त्यांचं संगीत, यांची हिंमत सारंच वेगळं. महागाईनं सारेच पिडलेत. राऊबाई सांगत होती, "आवंदा दोन महिन्यांत गाव सोडावं लागंल. पाणी प्यायला मिळायचं न्हायी. जनावरं इकाया काढायचीत. माणसाला पाणी नाही मग जनावराला कुठून पाणी मिळणार, खायला नाही, प्यायला नाही, रोजगार नाही. आता गावंच्या गावं रिकामी होतील. माणसं पुण्या-मुंबईकडं पळतील. कुठं आपली मालकीची जागा हाय. आपली हाडं कुठेबी पडणार, पर ही जागा आमची हाय, आमी कुठंबी निघून जाऊ, पर आमच्या मसणवाटा सोडणार न्हाय."

साऱ्या रस्त्याने एकच चर्चा होती. खरंच, काय लागतो आपण या देशाचे?

देश कशाला म्हणतात? जिवंत माणसांत तर वैर असतंच. ती भिकारी, गुन्हेगार, अस्पृश्य असतात; पण मेलेल्या माणसाशीही वैर असते. मुडद्यालाही जात असते. मुडदाही गुन्हेगार, भिकारी, अस्पृश्य असतो; पण इथे हे सत्य आहे. मग मनाला कितीही वेदना होवोत, आपण रोज शाळेतल्या पोरांना शिकवत असू 'भारत माझा देश आहे, सारे भारतीय माझे बांधव आहेत.' आम्हाला मात्र सवतीच्या पोरासारखं या देशानं व्यवस्थेच्या बाहेर वाळीत टाकलंय. ते वाळीत जेव्हा उठेल तेव्हा आम्ही म्हणू, 'आम्ही सारे भाऊ आहोत. सारा देश आमचा आहे.' नाही तर तोपर्यंत 'बोलाचीच कढी नी बोलाचाच भात,' जेवुनी तृप्त कोण झाला?

❖

मेलेली मनं उठतील तर रान पेटवतील!

'मरणानंतरही जात आडवी,' हा लेख छापून आला. तो निलंग्यातही वाचला गेला. निलंग्यातल्या अनेकांनी पत्रं लिहिली. मला वाटलं बरं झालं. आता कोराळीच्या बेरड मंडळींच्या मसणवाट्याचा प्रश्न निकालात निघेल. निलंग्यातल्या परिवर्तनवादी मित्र संघटनांच्यात जूट होईल. मातंग भगिनींची पत्रं आली. आम्ही जुटीने काम करू, जातीयवादी विचारांपासून लांब जाऊ. मला मोठं समाधान काही करता आलं याचं; पण असं समाधान लाभायला कुठलं? पंधरा-वीस दिवस गेले असतील-नसतील, तर शेषराव ममाळे या मित्राची तार येऊन धडकली. गावात टेन्शन वाढलंय, निघा, मी काही फार गंभीर घेतलं नाही. म्हटलं तणाव थोडा होणारच. त्यांना सविस्तर पत्र लिहिलं. पोस्टात टाकून आलो. दोन-चार दिवस गेले असतील. पुन्हा विलास मान्यांची तार आली. शेषराव ममाळे आणि पंधरा-वीस जणांना पोलिसांनी दरोड्याच्या वहिमावरून अटक केलीय. पारांना पिसायला लागलेत. तातडीने निघा.

आता काही पर्यायच नव्हता. लातूरची वाट धरली. साऱ्या प्रवासात मीही धुमसत होतो. मुडदा पुरायला तीन बाय सहाचा खड्डा मिळत नाही आणि तो सक्तीने मिळवला तर पोलीस आणि गाव कार्यकर्त्यांच्या मागे हात धुऊन लागणार. खोटेनाटे आरोप लावणार. फिर्यादी देणार आणि प्रस्थापितांविरोधी आवाज उठवणारांचा आवाज बंद करणार,हे पोलिसी तंत्र सरावाचं झालंय. पोलीस म्हटला, का अलीकडे डोक्याची शीर उठते, हे नाकारता येत नाही.

निलंग्याला पोहोचलो तेव्हा बरीच रात्र झाली होती. विलास माने, बाबू शेल्लाळे, तुकाराम कासळे, दादाराव जाधव, राम तांदळे, लक्ष्मण गायकवाड,

भानुदास धोत्रे, लहान-मोठे कार्यकर्ते वाटच पाहात बसले होते. गेल्या गेल्या कार्यकर्त्यांच्या तक्रारी सुरू झाल्या. पोलीस मुद्दाम आकसाने कार्यकर्त्यांना छळत असतात. जेवायला बसलेल्या विलास मानेला तस्सा पोलीस स्टेशनला न्हेला तर बाबूला झोपेतून उठवून, असा सारा राडा झालाय. लक्ष्मण सारं सांगत असतो.

मी पोलीस स्टेशनला गेलो तेव्हा रात्रीचे दहा वाजले होते. दोन कॉन्स्टेबल डुलक्या मारीत पेंगले होते, तर कुत्रं दारातच पाय पसरून पासललं होतं. मी कार्यकर्त्यांना बरोबर न्हेलं नव्हतं. विलास आणि मी दोघेच गेलो होतो. मी एकाला उठवलं. त्याचे डोळे चक्क तारवटलेले. त्याला मी काय विचारत होतो, ते समजत नसावं. तेवढ्यात दुसरा आला. चौकशी केली. पी. एस. आय. बाहेर गेलेत. मी कोराळी प्रकरणाची चर्चा करू लागलो तसं त्यानं डोळं बारीक केलं, नाकाचा शेंडा फेंदारत म्हणाला, "ते आमच्या हद्दीत न्हाय येत." कासार शिरशीला जावा. येवढंच बोलून त्याच्या रेडीवाचं बटान बंद झालं. काय केल्या बोलंना. बिलामत आंगावर नगं म्हण त्यो पुन्हा पुन्हा तेच सांगत होता. वैतागून आम्ही परत आलो. रात्री कार्यकर्त्यांशी सविस्तर बोलणं झालं. ही केस लावून धरायचीच, असा निकाल झाला.

दुसऱ्या दिवशी सकाळी कासार शिरशीला जायचं तर विलास म्हणाला, "सांगावा आलाय त्यांना उद्या निलंग्याला आणणार आहेत." कासार शिरशी हे निलंगा तालुक्यातलं औट पोलीस स्टेशन. सकाळी त्यांना मॅजिस्ट्रेटसमोर उभं करायला आनलं. आम्ही वकील दिला. जामिनावर सोडायची मागणी केली, पण पोलिसांनी तपासासाठी पंधरा दिवसांचा रिमांड मागितला. कोर्टानं दहा दिवसांची पोलीस कस्टडी दिली. पोरं पुन्हा पोलिसांच्या ताब्यात. आता कार्यकर्त्यांनी कंबरा कसल्या. मोठ्या मोर्च्यांची आखणी करून मी परत फिरलो.

शेषराव ममाळे हा कोराळी गावातल्या बेरड समाजातला. कॉलेजला जाणारा विद्यार्थी. नुकताच चळवळीत दाखल झालेला. अंगानं छलकाटा[१] शिडशिडीत. तरतरीत. लांबदांड्याचं नाक, रंगानं गव्हाळा, बोलकं डोळं, डोक्याला सिनेमातल्या कुठल्याश्या हीरोसारखे फॅशनेबल केस. पॅण्ट-शर्ट इन केलेला. मसणवाटा चळवळीत ओढला गेला. त्याचा संघटनेशी संबंध आला. शिकल्यानं जाणिवा जागृत झालेल्या असतातच, त्यांना इंधन मिळालं. पिढ्यान्‌पिढ्यांचे संस्कार, बेरडपणाचे, निधड्यापणाचे, भीती हा शब्दही बेरडांच्या जवळपास फिरकत नाही. अंधार, काळोख, गाडंवाट, पायवाट, निबीड जंगल असो का वैराण माळरान कशीचीच भीती म्हणून नसतेच. आख्खं गाव अंगाव आलं तरी न भिणारी ही बेडर बेरड जमात. या जमातीत

---

१. छलकाटा - सडसडीत.

लहानाचा मोठा झालेला शेषराव ममाळे म्हणजे पोरसवदा तरुण. ओठांवर नुकतीच लव फुटलीय. उत्साहानं ओसंडणारा पोरगा. मसणवाट्याचा प्रश्न यानं खांद्यावर घेतलेला असतो. बाकी जिल्ह्यातले कार्यकर्ते मदतीला असतात. आपली ही संघटना आहे. आपण एकटे नाही, आपल्यासाठी ही माणसं उभी राहतात. हा विश्वास ह्या मुडदा प्रकरणानं निर्माण केला होता.

ठरल्या दिवशी मोर्चाला मी हजर झालो. शेषराव ममाळे आणि आठ-दहा बाया उपोषणाला बसलेले असतात. मोर्चाच्या दिवशी उपोषण सुटणार असते. मधले पंधरा दिवस कार्यकर्त्यांनी अख्खा जिल्हा ढवळून काढलेला असतो. आम्हाला माथा टेकायला जागा द्या. मेलेल्या माणसाला पुरायला जागा द्या. या एका मागणीला टोक आलेलं असतंय. मधाच्या माश्यांसारखी माणसं निलंग्याच्या चारी अंगांनी घोंघावत जमत असतात. लक्ष्मण, बापू, लक्ष्मण तात्या सारी उपोषणाच्या जाग्यावर गेलो. एस. पी. नं आश्वासन दिलं. उपोषण संपलं. सतरा-अठरा वर्षांचा बेरड समाजातला पोरगा गांधींसारखं उपोषण करतो. आपले प्रश्न सोडवण्यासाठी शांततेच्या मार्गानं जाऊ म्हणतो. हे मला मोठं आश्वासन असतं. उद्याचा बदल कसा होणार, याचा इसारच असं मला वाटलं. ज्यांच्या पिढ्यान्‌पिढ्या खून-खराबा, चोऱ्यामोऱ्यांत गेल्या त्यांनी गांधींचा मार्ग धरावा. थोडं अपरूप वाटलं. मी त्यांच्यासंबंधी गौरवानं बोललो. मोर्चा सुरू झाला. लक्ष्मण, विलास, घोषणांनी गाव दणाणून सोडत व्होते. तर प्रताप माने-पाटील कार्यकर्त्यांच्या भत्त्याची व्यवस्था करीत होते. प्रताप मानेबद्दलही मला पहिल्यापासून कुतूहल. हा खानदानी मराठा समाजातला. आमचा सहकारी कधीच आम्हाला मराठा वाटला नाही. एवढा मिसळून गेलाय. डाव्या विचारांची अशी अनेक माणसं चळवळीत मिसळून गेलीत. त्यांची सारी धडपड मोर्चा संपल्यावर लोकांच्या हातावर काही ठेवलं पाहिजे. बाया-पोरंलेकरं जमलीत. तो चुरमुरे, फुटाणे, केळी नि काय काय घेत असतो. मोर्चाचं रूप मोठं अफाट असतं. लोक चिडलेले असतात. पोलीस स्टेशनसमोर मोर्चाचं सभेत रूपांतर होतं. विलास, लक्ष्मण, सुधीर, सारे पोटतिडकीनं बोलतात आणि मग उभा राहतो शेषराव. त्याच्या आयुष्यातील कदाचित पहिलंच भाषण असावं. पहिलंच उपोषण. पोलिसांनी केलेली धुलाई. तो अतिशय चिडलेला, पेटलेला असतो. माईकची सवय नसल्यानं माईकच्या बोडक्यात तोंड घालून बोलत असतो. त्याच्याच तोंडून सारं लोक ऐकत असतात. लोक टाळ्या देत असतात. माना हलवीत असतात. हा परखडपणे आपली व्यथा मांडत असतो. समोर हजारो माणसं बसलेली, उन्ह तावून काढीत असतं; पण इथं कुणालाच कशाचं भान नसतं.

"भावांनो, हे भांडण नुसत्या मयताला कुठं पुरावा असं न्हाय. त्याच्या मंग मोठं कारस्थान हाय. पोलिसांनी माया कमावलीया. बिराजदारानं ह्या खाकीधारांना विकत

घेतलंय. कोराळवाडीच्या हाकवर पयली आमची वस्ती होती. घरंदारं होती. पयल्या माणसांच्या अडाणीपणामुळं म्हणं तिथं मुलं जगनात म्हणून आमच्या पूर्वजांनी राहती घरदारं, जागा धारजीन न्हाय म्हणून सोडली आन् गावाच्या जवळ वस्ती केली. ती आगुदरची जागा कोराळीहून दोन फर्लांगावर हाय. मरगेवाडी तिचं नाव. वस्ती ओस पडलीया. तिच्याजवळ हनुमान मंदिर हाय. तेबी आमचंच हाय. आता गेली काय सालं आमी तिथं जत्रा भरीवतुया. तमाशा, कुस्त्यांचं फड व्होत्यात, ते गावाला ठाव हाय. हनुमान मंदिराला लागूनच चाळीस-पन्नास फुटांवर आमची समशानाची जागा हाय. समशानाला लागूनच आमची बावीस एकर जमीन हाय. त्या जमिनीचीबी भानगड झालीया. आमच्यात कुणीच शिकल्यालं नव्हतं. त्यात सात-बारा कशासंगं खात्यात ते आमाला ठाव नव्हतं. परवा बिराजदार टुरटुर कराया लागला म्हणं मी सातबारा काढला तर नाव बिराजदाराचं. आमची म्हातारी माणसं तर सांगीत व्होती जमीन आपली वहिवाटीची हाय. मग म्या फेरफार काढला. मुळातली ही जमीन आमची. आवूबाई बेरडीनच्या नावानं ही जमीन व्होती. मधी कवातरी बिराजदारांनी आपूनच वारसदार हाय, आसा बदल करून शान घितला. बिराजदाराला बेरडांचं वारसदार कवापस्नं होतायेतयी. ही म्हातारी आपल्याच जातीची हाय, आसं सांगून आतल्या अंगानं पैकापाणी चारून बावीस एकर जमीन घशात घालण्यासाठी हा डाव. एरवी सावलीला बाट धरणारा हा लिंगायत बिराजदार जमिनीसाठी मात्र रामुशी म्हातारीचा वारसदार व्होतोय. या भवचकपणाला काय म्हणावं? गुवातला दमडा उचलणारी ही अवलाद पोलीस खात्याला का माहीत न्हाय; पण आंधळं दळतंय आन् कुत्रं पीठ खातंया, आशी आवस्था हाय बघा. आता आमी बी काय केलं की सोडून दिल्याली घरंदारं पुन्यांदा वसावली. गावातली बेरडं मरगेवाडीत पुन्हा रायाला गेली. जत्रा कराया लागली. मसणवाट्यात मंड पुरायला लागली. म्हणजे आता ही जमीन जानारच म्हणून बिराजदारानं लांडीलबाडी सुरू केली. आता मी कॉलेजात जातू. पोलिसांनी चॅपटर भरली. म्या बिराजदाराचं खिळ-पाट चोरलं म्हणून मसणवाटा आन् जमिनीच्या मध्यी दगडांच्या टिवळपाटं म्हणतू, ते टिवळपाट म्हणं आम्ही चोरलं. उद्या बिराजदार म्हणील तथं एक पैश्यानं भरल्याली हीर व्होती तीबी चोरीला गेली. आन हिरीनं आल्याली वाटबी चोरीला गेली तर पोलीस लगीच तयार हायतच अटक करायला. का राज्य हाय का न्हाय. पण पोलिसांनी आम्हासच आटक केली. कासार शिरशीला ठिवलं. मुद्यामाल काढायचाच नव्हता. नुसतं आडकवायचं आन् ठोकायचं. वाट्टेल ते झालं तरी माल निघत नव्हता. पोलिसांनी रिमांड पुन्हा वाढवून घेतला. तरी उपेग झाला न्हाय. सव्वीस जानेवारीला तर अख्खा देश सण करतोय आन् पोलिसांनी आम्हांला पोटभर पाणी दिलं न्हाय. का संडास-लघवीला जाऊ दिलं न्हाय. त्यांची सारी गडबड

चालली होती प्रजासत्ताकाची आन् प्रजा आत तडफडत व्होती पाण्यासाठी. ते म्हणाले, "परेडला चला, झेंडावंदन हाय." आम्ही शाप नकार दिला. तवा कुठं तोंड धुवायला पाणी दिलं; तर आशी ही कर्माची कथा. म्हणं म्या उपोषणाला बसलू. मसणवाट्याची जागा गेली. शेताची जाणार म्हणून गार कातावलंया कावलंया. 'माझं ती माझं आन् तुझं ते बी माझं,' आसं कोराळीचं हाय. बेरडं आन् निव्हुन ठोकू म्हंजी सरळ व्होत्यात आसं गावाला वाटलं व्होतं. आम्ही सुटून आलू तर गावात टेन्शन वाढलं. म्हणले आता काय खरं न्हाय. गावूगावची बेरडं एक व्होनार आन् गावाला इंगा दाखविणार म्हणत्यात. आमी गावात दिकून गेलू नव्होत. त्या दिवशी कुमार ममाळे गावात गेला तर चावडीवर शाळेतला पाटील मास्तर पाच-पन्नास पोट्टे घिऊन बसला व्होता. मीटिंग चालली व्होती. बेरडांची घरं रातच्याला दिवू पिटवून म्हणून निर्णय झाला. कुमारनं मास्तरला झापला. शिवीगाळ केली. तसं गावातल्या बेकार पोट्ट्यांनी 'जय भवानी' 'जय शिवाजी' म्हणून कुमारला बदाडला. त्यात त्याचं डोस्कं फुटलं. घावलं ती घिवून पळाली. एकानं हातात राकीलचा डबा घितला व्हता. बिराजदाराच्या जीपवर राकिल वतलं आन् आशी काडी लावनार, तवर सरपंच आला. त्यानं रोकलं, समजावलं. पोरं गप झाली. बाकी प्रसंग टळला; पन आग धुमसत व्होती. आमच्या मड्याला जागा दिली न्हाय ती न्हाय वर आमालाच तुरुंगवास, आमच्याच माणसांची डोस्कं फोडणार, पण आता त्यांना समजलंय पयल्यावाणी आम्ही राहिलू न्हाय. ही बावीस एकर तर घिवून पण मसणवाटा, मारुती सारं आमचं हाय. एक इंच बी देणार न्हाय. उपोषण मोर्च्यानं काम झालं न्हाय तर म्होरं का करायचं तेबी बगूच. गावातली उनाड पोट्टी वस्तीत येत्यात, बाया-पोरी बघून मुतायला उभ्या राहत्यात. दारू पिऊन कळवंडी काढत्यात. बोरडांस्नी दमदाडी देत्यात; पण आता त्यास्नी आम्ही सांगू इच्छितो, की आता अन्याय सोसणार नाहीच नाही; पण अन्याय करायला पोलीस आलं तर त्यास्नीबी सरळ करू. इलाज नाही. पोलिसांची गुंडगिरी तर विचारू नका. जागंसाठी मुख्यमंत्री, पालकमंत्री साऱ्यांस्नी लेखी निवेदनं दिली ती आजून काहीच झाल्यालं नाही. पोलीस कमिशनर म्हणतोय सात गुंठे मसनवाटा आहे तो देतो. आदी तर तेही देत नव्हता. आपून जागं झालू. सात गुंठं मिळालं, मसणवाट्याचा प्रश्न सुटेल. शेतजमिनीचा राहील; जो खरा या प्रश्नाची माय आहे. तो सुटणार का न्हाय हा खरा सवाल हाय."

उन्हं तापली होती. माणसं तरीही बसून होती. लक्ष्मणचं, विलासचं भाषण आग ओकणारं झालं. एक एक जण तोफ डागत होता. पोलीस खाली मान घालून ऐकत होते. बाया, पोरं, म्हातारे-कोतारे टाळ्या मारत होते, हसत होते. सभा संपली तेव्हा पोलिसांनी शिष्टमंडळाला बोलावलं. शेषराव ममाळे, विलास, दादाराव

शिष्टमंडळ घेऊन चर्चेला गेले. बाहेर सभा माझ्यावर आली. माझंही भाषण झालं. भानुदास धोत्रे, बाबू शेल्हाळे, लक्ष्मण तात्या सारी बोलली. संघटित झाल्याशिवाय निर्वाह नाही. भाषणं रंगात आली होती. शिष्टमंडळ परत आलं. पुन्हा शेषराव बोलला. पोलिसांनी दिलगिरी व्यक्त केली होती. एस. पी. आले होते. ते म्हणाले, ''पुन्हा बेकायदा कृत्य बिराजदाराने केलं तर त्याला सोडणार नाही आणि पी. एस. आय. ची बदली तातडीनं व्होईल.''

तशी बदली होईलही,पण प्रस्थापितांचे हात एवढे बळकट आहेत, की त्यांच्या हातांतली ताकद कशी कमी होईल. सगळे संघटित व्हा, संघर्ष करा. बाबासाहेब म्हणाले होते आणि तरुण शेषरावही तेच करत होता. मुडद्याच्या निमित्तानं देहानं जिवंत असलेली आणि मनानं मेलेली माणसं पुन्हा जिवंत झाली, हा फार मोठा इसार मिळाला व्होता. आता अशीच मेलेली मनं उठतील. सारं रान उठवतील. सारं रान पेटवतील. विषमतेची विषवल्ली उखडून फेकून देतील. तो दिवस आता लांब नाही. एक लढाई जिंकून मी परत फिरलो. आता तांड्यातांड्यात पणत्या पेटलेल्या आहेत. ह्यात फुले-आंबेडकरांचं इंधन आहे आणि हीच मोठी कमाई आहे. एस. टी. नं सातारा जवळ करीत व्होतो. तरी मनात मुडद्याचाच विचार करत होतो. खरंच, सारं स्मशान जागं झालं तर? जवाहर राठोडची स्मशान जोग्यावरची कविता आठवत राहिलो. मुडद्याच्या नावानं, त्याच्या थडग्याच्या नावानं.

❖

आभाळाएवढा छत्रपती

सुरेश शिपूरकर तसा फार उंच नाही की फार बुटका नाही. स्थूल नाही आणि सडपातळही नाही. तरतरीत नाकाचा, रुंद कपाळाचा. सुरेश गेली अनेक वर्षं सामाजिक परिवर्तनाच्या चळवळीत राबणारा. गेली पंधरा वर्षं तरी व्यक्तिगत मित्र. याच्याच धडपडीनं शशीचं न् माझं लग्न झालेलं. ऐन आणीबाणीत मदतीला धावलेला सुरेश. अशा अनेकांच्या मदतीला धावणारा. कधी देवदासींसाठी, कधी अपंगांसाठी, कधी कुष्ठरोग्यांसाठी, तर कधी भटक्या-विमुक्तांसाठी, दलितांच्या न्याय्य हक्कांसाठी सतत राबणारा सुरेश म्हणजे-आम्हा सर्वांच्या परिवर्तनासाठी धडपडणाऱ्या मित्रांचं, कोल्हापुरातलं धडपडं व्यासपीठच. याचं घर म्हणजे आम्हा मित्रांसाठी परिवर्तनाचं कोल्हापुरातलं केंद्रच. 'महात्मा फुले समता प्रतिष्ठान'चं कार्यालय घरात. त्यानं मी काय, बाबा आढाव काय, नरेंद्र दाभोळकर असो का कुणीही धडपड्या असो, कोल्हापुरातल्या सार्वजनिक जीवनात जीव टाकून राबणारा. खस्ता खाणारा. तुरुंगात जाणारा. मार खाणारा. भटक्या-विमुक्तांच्या मोर्चात असो, का कुष्ठरोग्यांच्या वसाहतीत असो. सुरेश कायम बिझी. घराची सार्वजनिक पाणवठ्यासारखी अवस्था. प्रत्येकानं आपापलं भांडं आणून पाणी भरावं. नदी आपली वाहतेच आहे. येणारे येत आहेत. जमेल तेवढं पाणी प्रत्येकाच्या घागरीत इमानेइतबारे ओतणारा सुरेश. रागही तसाच. रागावला तर कुणालाही न सोडणारा. एका फटक्यात जेवढं दिलं त्याच्या शतपट गमावणारा. तसा तोंडानं थोडा फटकळ असलेला सुरेश सडेतोड. कुणाचाही मुलाहिजा न ठेवणारा. सुरेश तसा तळातल्या माणसांवर प्रेम करणारा. त्यांच्या प्रश्नांसाठी धापा टाकणारा. सुरेश म्हणजे कोल्हापुरातल्या समता चळवळीतला मोठा बिनीचा कार्यकर्ता. व्यंकप्पा, सुरेश, बापूसाहेब, रवींद्र सबनीस

म्हणजे आमच्यासाठी लाख मोलाची माणसं.

तर सुरेशच्या घरी मी आमच्या आड्ड्यातल्या मंडळींची वाट पाहत असतो. चहा पिऊन कंटाळलोय; पण शिस्त आणि आम्ही एकत्र कसं असणार? सारंच आयुष्य बेशिस्त. चहा प्यायला का पंधरा-वीस कप. नाही म्हणजे दाताचं पाणी गिळत बसणार. तर ज्यांची वाट पाहत असतो तो मनोहर माने अखेर आला. सुरेशने त्याचं खास त्याच्या पद्धतीनं स्वागत केलं.आम्ही मोटरसायकल सुरू केली. कुठं चलायचंय? माझ्या दृष्टीने साऱ्या दिशा सारख्याच. सुरेश, मी, मनोहर झोकात गावातनं बाहेर पडलो. कोल्हापूरच्या लाल मातीत माझेही काही दिवस गेलेले. ऐन उभारीच्या काळातले हे मित्र. एकमेकांना घडवलेले. शाहू छत्रपती म्हणजे आमचं साऱ्यांचंच दैवत. पंचगंगेचा पूल ओलांडला आणि आम्ही पुढे निघालो. सारी भूमी हिरवीगार रसरशीत.अंगानं भरलेली. मध्येच पंचगंगेचं तांबडं पाणी वेगानं पुढं जात असतं. आमच्या गप्पा चालू असतात. मध्येच पावसाची सर येते. अख्खं भिजवून टाकते. रस्त्याला वडाच्या आडोशाला ठेंबन् ठेंब चुकवत सुरेश, मी, मनोहर उभे राहतो. पावसाची चळक गेली आणि आम्ही चिमण्यांनी पंख झाडावेत तसे अंगातले शर्ट झाडले आणि पुढे निघालो.

सुरेश सांगत असतो, ''हा स्काऊट बंगला. महाराजांनी त्या काळात या स्काऊट गाईडला जमिनी लावून दिल्या. हा प्रचंड बंगला त्या कामासाठी दिला आणि आजही तेथे स्काऊटचं ऑफिस आहे. हा शेतातला बंगला. चारी बाजूंनी उसानं झाकून गेलेला. याला वळसा घालून डावीकडून पुढं गेलं, का बसक्या घरांची थोडी वस्ती लागते. एक पांद ओलांडून पुढं गेलं, का पुन्हा डावीकडे वळायचं. ते थेट एका प्रचंड माळावर आपण जातो. येथे पूर्वी कमान होती,'' सुरेश, मनोहर सांगत असतात, ''पहाऱ्यावर महाराजांनी पारध्यांना नेमलेलं होतं. हाच तो ऐतिहासिक 'सोनतळी कॅम्प', जिथून महाराजांनी राज्य केलं. महाराष्ट्राच्या सामाजिक परिवर्तनाच्या लाटा उठल्या त्या याच कॅम्पमधून. महाराजांची ही सामाजिक प्रश्नांची प्रयोगशाळा होती. अनेक प्रसंगांना ही जागा साक्षी आहे. घडीव दगडी तोडींचा टुमदार दुमजली बंगला. ही महाराजांची पूर्वीची वस्ती करायची जागा. या बंगल्याच्या आसपास आज उघडाबोडका माळ दिसतोय; पण संस्थान काळात इथून एका महामानवानं आपल्या आयुष्यातले अत्यंत मोलाचे क्षण घालवलेत. अत्यंत साधा बंगला.''

सुरेश सांगत होता, ''इथं बंगल्यात महाराज कधी झोपले नाहीत. या इथं एक पत्र्याची शेडवजा खोली होती. या शेडमध्ये लाकडी बाज आणि त्या बाजेवर प्रचंड मोठी गादी आणि घोंगडी. या खास घरात महाराज झोपत होते.''

आहारापासून लकबीपर्यंत अनेक प्रसंग आम्ही एकमेकांना सांगत होतो. महाराजांनी भटक्या-विमुक्त जमातींच्या पुनर्वसनासाठी केलेले प्रयत्न पाहावेत, या

उद्देशाने गेलेले आम्ही. जंगलातल्या पशूंना माणसाळवणारा हा जगावेगळा राजा. प्रेमानं जग जिंकता येतं, असा सिद्धान्त मांडत असे आणि म्हणूनच पारध्यांसारख्या वन्य जमातीला माणसाळवण्यात त्यांना यश आलं. खासगीतला पहारा तर महाराजांनी पारध्यांवर सोपवलाच; पण त्यांना कष्टाची सवय व्हावी म्हणून कॅम्पवर नवीनच योजना आखली. चोरीसाठी बदनाम असलेली ही जमात. तिला कोण थारा देणार? आपणच काम दिलं पाहिजे. साऱ्याच कोल्हाटी, पारधी, माकडवाल्यांना, कोरव्यांना नोकऱ्या कुठून देणार? महाराजांनी दिवाण बहादूर सबनीसांना सूचना दिल्या आणि 'सोनतळी कॅम्प'वर एक प्रयोग सुरू झाला. लोकांच्या हातांत काम द्यायचं. पोटभर भाकरी द्यायची आणि घरादारात यांना राहायला शिकवायचं. घाणीनं बरबटलेले हे लोक; पण महाराजांनी आपलं केलं. त्यांच्यासाठी काळ्या-कुळकुळीत खडकावर विहीर काढायला सुरुवात केली. अशी विहीर जिथं पाणीच लागणं शक्य नाही. आम्ही ती विहीर प्रत्यक्ष पाहायला गेलो तर विहिरीचा पत्ता नाही. हे तर तळं झालेलं. महाराज विहीर पाडत होते आणि त्याचं तळं झालं तरी पाणी लागेना. या विहिरीतला दगड काढायचा आणि घरकुलं बांधायची. आता ही घरकुलं पुन्हा अशी, की जी लाथ मारली की पडतील. जेमतेम वर्षभर टिकणारं घर. तांबड्या मातीनं बांधलेलं कच्चं घर पाऊस पडून गेला, की पडणार. अशी बांधकामं सुरू झाली. पारधी, माकडवाले, कोल्हाडी कामाला लागले. कामाची सक्ती नव्हती. करतील तेवढंच काम; पण मनाजोगतं दाम आणि पोटभर अन्न मिळू लागलं. तरीही काही लोक भीक मागायला जातच असत. महाराजांच्या लक्षात आल्यावर त्यांनी सुपरवायझरला तंबी दिली आणि यांना भरपूर अन्न दे म्हणून सांगितलं; परंतु यांच्या कामाच्या वेळा वाढव, पगार वाढव म्हणूनही सांगितलं. ही 'बांधा-पाड योजना' पाहून लोक महाराजांना हसत असत. हा काय धंदा झाला, म्हणून लोक हिणवत.

एकदा एक अधिकारी महाराजांना सांगू लागले, "महाराज, तुम्ही या लोकांना एवढा जीव लावतायसा, पर त्यांच्या अंगावरल्या उवा काही जात नाही त्या बगा." त्याला महाराज म्हणाले, "अरं, असू दे. आज ना उद्या त्या जातील्या.पर एवढ्या कश्याला? आपला देहच किड्यांनी बनलाय. त्याचं काय?" ऑडिटरनी ऑबजेक्शन घेतलं. त्याला महाराज म्हणाले, "हे सारं तोट्यात हाय म्हणतासा, बरं. आता घरात कोण आजारी आसलं तर त्याच्यावरला खर्चबी तोट्यातच आसतुया की! त्याचा कवा इचार करतासा? किती दवा दिली? किती दूध दिलं? किती फळं दिली? त्याचा इचार करता येत नाही. पेंशट जगला पायजे. तसं हेबी आजारी पेशंटच हायेत. त्यास्नीबी किती खर्च केला हे बगायचं न्हाय." तर एक जण म्हणाला, "महाराज, चांगल्या, सुंदर इमारती गावात उभ्या केल्या तर गावाच्या सौंदर्यात भर तरी पडेल." त्याला महाराज म्हणाले, "चांगल्या, सुंदर इमारती तुम्ही

म्हणता तशा गावात बांधल्या गेल्यास गावास प्रेक्षणीय रूप येईल हे खरं; पण इमारती बांधण्याच्या बाबतीतलं माझं अज्ञान तुम्हाला दिसून आलं तर तुम्ही हसू लागाल. भिंतीत दरवाजे, खिडक्या कोठे घातल्या असता चांगल्या दिसतील, हे पाहण्याकरिता मी प्रथम ती भिंत पुरी बांधून घेतो व दरवाजाच्या व खिडक्यांच्या जागा निश्चित करून त्या ठिकाणी भगदाडं पाडून दरवाजे व खिडक्या बसवून घेतो. अशा माझ्यासारखा अडाणी माणसाशी इमारतींच्या सौंदर्याच्या चर्चा तुम्ही करू लागला तर माझा अडाणीपणा मी तुम्हाला कसा सांगू? हा प्रश्न मला भंडावतो आहे. वरकरणी दिसणाऱ्या इमारतींच्या सौंदर्यातच मी समाधान मानत बसू, की आज कामावर असलेल्या या मंडळींच्या आशीर्वादात आनंद मानू? तुम्हाला खरंच का वाटतं, की इतकी माणसं जेवल्यानं मिळणाऱ्या आशीर्वादांपेक्षा इमारतीचं सौंदर्य अधिक महत्त्वाचं आहे. माझ्या या सर्व इमारती कमी खर्चात होतात म्हणून मला यांना काम देणं परवडतं.''

या 'बांधा-पाडा योजने'नंतर महाराजांनी या मंडळींना रस्त्याच्या कामावर पाठवलं. तेथून त्यांना 'राधानगरी' धरणावर पाठवलं. उपेक्षित भिकाऱ्यांना कष्टाची शिकवण दिली. त्यांचं पुनर्वसन केलं. घरं बांधून दिली. मुलांना शिक्षणाचा पहिला स्पर्श झाला, तो या 'सोनतळी कॅम्पवर.' महाराजांनी सुरू केलेली ही भटक्या-विमुक्तांची शाळा कदाचित यांच्या इतिहासात पहिली शाळा असावी. खर्च अर्थात महाराजाचा. घोड्यांचा तबेला जेवढा उत्तम, जंगली जनावरांएवढेच किंबहुना त्याहीपेक्षा जीव की प्राण, अशा या जमाती महाराजांचे अंगरक्षक. पोलीस, निरोपे, शिकारी, साथी अशा अनेक स्वरूपांत महाराजांनी त्यांना संधी दिली. जमिनी दिल्या. घरंदारं बांधून दिली. ज्यांना वाशाचं खोपाट नव्हतं त्यांना घर दिलं. जमीन दिली. शेतकरी बनवलं. शाळा काढून शिकवलं. माणसात आणलं. त्यांनी आपलं पूर्वजीवन विसरावं, पूर्वचरित्र बदलावं, अवैध असलेलं व समाजघातक असलेलं चोरीसारखं कर्म सोडावं, कष्ट करून पोट भरावं, संसार करावा म्हणून त्यांचा आयुष्यभर प्रयत्न होता. केवळ तळमळ वाटते म्हणून लोकजीवनात परिवर्तन होत नसतं. 'बोलाचा भात, बोलाचीच कढी, जेवोनिया तृप्त कोण झाला?' त्यासाठी त्या लोकांची सद्यःस्थिती बदलता येईल, अशी कृती करायला हवी. परिवर्तन ही केवळ बोलण्याची गोष्ट नव्हे, तर त्यागपूर्वक, कष्टपूर्वक करण्याची गोष्ट आहे. फासेपारध्यांच्या पोटाचा प्रश्न सोडवल्याशिवाय ते चौर्यकर्म सोडू शकत नाहीत. केवळ नीतीचे धडे देऊन पोट भरत नसते. त्यांच्या पोटाचा प्रश्न कायमचा सोडवण्यासाठी, त्यांच्या जीवनाला शाश्वती व स्थैर्य आणण्यासाठी निश्चित स्वरूपाची, कायम उत्पन्नाची तरतूद करायला हवी. याचा अर्थ पारध्यांसारख्या जमातींचं जीवन आर्थिक प्रश्नाच्या सोडवणुकीवर अवलंबून आहे. शिवाय सामाजिक दृष्टिकोन, फासेपारध्यांचं शैक्षणिक

मागासलेपण व त्यांची न्यूनगंडानं पछाडलेली मानसिकता हे या स्थित्यंतराचे आणखी तीन घटक आहेत. तथापि, सर्वांत महत्त्वाचा घटक आर्थिक. तो सोडवल्याशिवाय गत्यंतर नाही.

दीन-दलितांच्या जीवनात नवीन प्रभात यावी, यांनी माणसांत यावं, म्हणून 'आभाळाची माया' घेऊन जन्माला आलेल्या या राजानं आपल्या पंखाखाली उपेक्षितांना सावली दिली. माऊलीची माया दिली आणि सत्तेच्या बळाची ऊबही दिली. भटक्या-विमुक्तांच्या पुनर्वसनाचे महाराजांनी केलेले प्रयत्न खरोखरच अलौकिक स्वरूपाचे आहेत.

'सोनतळी कॅम्पवर'ची विहीर, घोड्याच्या पागा पाहत माळावर फिरत होतो. एक बाई सांगत होती, "आता का बगतासा बाबा, आता ह्यो मसणवाटा झालाय. गुदास्ता लय भानगडी झाल्या. म्हाराजांनी इथला वाडा इकला. नव्या मालकानं सारा वाडा पाडला. खडा ना खडा इचून नेहला. त्याला दगडात आन् लाकडातच लय पैका झाला म्हणं." खरंच 'सोनतळी' आता स्मशानासारखी शांत झालीय. वैभवाच्या सोडा, आता कोणत्याच खुणा राजर्षींच्या तेथे नाहीत.

या माळाने पुढे गेलो, का अलीकडे लागते ती रजपूतवाडी. कुंतल वाटेने आम्ही तिथे वाडीत गेलो. हा महाराजांचा 'रजपूत वाडी कॅम्प'. महाराज तेथेही राहत. अनेक हुकूमनामे इथून निघाले. 'करवीरचं राज्य' या चोरांच्या साक्षीनं मुद्रांकित होत होतं. रजपूत भामटा ही एक चोऱ्या करणारी जमात. या जमातीच्या वस्तीत गेलो तर तेथे काही कार्यक्रम चालू होता. बेंगलोरी कौलाची उतरती घरं. दारात ट्रॅक्टर उभे. मोटरसायकली उभ्या. सायकली उभ्या. बैलाच्या दावणी, म्हशीच्या दावणी, शेरडांच्या दावणी, शेणाचे उकिरडे, वैरणीच्या गंजी, शेणी थापून लावलेल्या. शेणींच्या हुडवा (हुडवा म्हणजे एक विशिष्ट पद्धतीनं लावलेल्या वाळलेल्या गवऱ्यांचा ढीग), गवतांच्या गंजी सारं हारीनं लावलेलं. ही शेतातली घरं. जवळ जाऊन चौकशी करायला लागलो, तसं जवळ कुणी येईना. अखेर एक जणाला पटवला. त्यानं घरी नेलं. आम्ही इकडच्या-तिकडच्या गप्पा मारतो. मग तो सांगू लागतो. "आमचे पूर्वज मोठे दरोडे घालीत. आम्हाला सॅटीलमेंटमध्ये ठिवलं होतं; पण आबा नावाचा आमचा एक पूर्वज कैपातनं पळून आला. त्यो तिकडं राहायचा. त्याची पैलवान म्हणं ख्याती झाली. महाराजांनी त्याला जवळ ठिवला. खुराक दिला. बाकीचे आमच्या जमातीचे लोक आनले आणि महाराजांनी जमिनी दिल्या. घरं बांधून दिली. आता आम्ही सारी शेती करतो. ऊस पिकवतो. आम्हाला प्रत्येकाला थोडी थोडी शेती आहे." 'घराची कळा आंगाण सांगत असते.' अंगणात उभे होतो, पण चोऱ्यामोऱ्या करणारांचा महाराजांनी केलेला कायापालट पाहिला आणि या सम हाच म्हणून कोल्हापूरकडे परत निघालो.

मनोहर, मी आता तळकोकणाच्या बाजूला निघालो आणि सुरेश कोल्हापुरात परत आला. रस्त्याने तांदळाच्या सुगीला निघालेल्या मंडळींचे ताफे, तांडे, बिऱ्हाडं निघालेली. काही नक्की न ठरवता आम्ही रंकाळा तलाव पार केला आणि गारगोटीच्या रस्त्याला लागलो. संध्याकाळपर्यंत तांडे पाहत फिरायचं होतं. आमची मोटरसायकल निघालेली. मध्येच तांडा दिसला, का थांबायचं. त्यांच्याशी बोलायचं आणि पुढं जायचं. कोल्हापुरापासून दूधगंगा कारखान्याकडे जाऊ लागलो. पाऊस झालेला, त्यानं नजर जाईल तिकडं सारं हिरवंगार गवत पसरलेलं. झाडांच्या, वेलींच्या, वैभवाला गरवार बाईसारखा तजेला आलेला. पाखरांची खांडंच्या खांडं भुर्रकन आभाळात जात होती, तर दूर कुठे तरी गुराखी गुरांना साद घालीत होता. आम्ही डांबरी रस्त्यानं निघालोय. रस्त्यानं मनोहर, मी शाहू महाराजांच्या कामाची चर्चा करत होतो आणि सद्यःस्थितीबद्दल बोलत होतो. तर पुढे एक पाच-पन्नास गाढवांचा ताफा चाललेला. घागरे घातलेल्या पाच-पंचवीस बाया डोक्यावर घमील्यात, टोपल्यात गबाळ भरल्यालं. कुणी फाटक्या गोधडीत सामान भरून डोस्क्यावर घेतल्यालं, तर कुणी काठीला गठुडं अडकावून तरा तरा चाललेलं, तर कुणी पोत्याच्या तटकारात गबाळ बांधल्यालं. बाप्यांच्या खांद्यावर लहानगी पोरं-पोरी. कुणी गाढवावर बापे-बाया बसल्याल्या, तर कुणी पोरंबाळं बसवलेली. भर दुपारचं पायांत कुणाच्या वहाणा नाहीत. डांबराचा चटका बसून पाय भाजतायेत, म्हणं मंडळी ज्यांच्या पायांत पायतानं नाहीत ते रस्त्याच्या कडेनं चालतायेत, तर चप्पलवाले वाटेवरनं चालतायत, तर कुणी गाढवाच्या पाठीवर रपाटं मारून झ्या झ्या करीत चाललाय. गाढवं वझ्यानं वाकल्यात, कुणी धपापून म्होरं पळतायेत. जर तुटाक म्होरं जाऊन रस्त्यालगतच्या झाडाच्या सावलीला हातभर जीभ काढून धपापत उभी राहत आहेत. तर बिऱ्हाडं जवळ आली का पुन्हा पळतायेत.

आम्ही जवळ जाऊन गाडी थांबवली; पण तांडा थांबंना. कुणी दोन शब्दापलीकडे काही बोलेना. हा कंजारभाटाचा तांडा एवढंच समजलं. आम्हा 'दूधगंगा कारखान्या' जवळ जाऊन थांबलो. तेथे आमचे शिवाजीराव खुराटे यांचे चिरंजीव कारखान्याचे उपाध्यक्ष आहेत. त्यांना भेटलो. तोपर्यंत माळावर ही बघ्यांची गर्दी. परत येऊन गाडी रस्त्याला लावली. दिवस कललेला होता. बिराडं भराभर जमू लागली. एक एक तांडा येऊ लागला. गोपाळ, कैकाडी, वडार, कंजारभाट, कोल्हापुरात त्यांना 'कारवार' म्हणतात. सारी आपली भावकी. तीन दगडांच्या चुलीचे भाऊबंद. ना घर ना दार. भिक्षा मागायची जगाया.

आम्ही जाऊन परिचय करून दिला तसं सारा घोळका भोवताली जमला. रीतिभाती, जातगंगा, नाव-गाव, जात सारं विचारून झालं. नाता माचकेर, श्रीपा चव्हाण बोलू लागले. बाकीची बायापोरं काटक्याकुटक्या येचायला लागली. कुणी

पाण्याला गेलं. कुणी चुली पेटवल्या. कुणी पोरांना बिराडातल्या शिळ्या भाकरी दिल्या. आता आव्वाबाई बोलू लागली, "सायबा, तवाला आताला लय फ्यॉर हाय. माणसांत दानात व्होती. खळ्यावर मागाय गेलं, का उपनी म्हणून नगं, सूप म्हणू नगं, आदुली-पायली काय घावंल त्यानं माणूस वाडीत होतं. बिनभिकारं जगत व्होती. मिरच्या इकात नव्हती. कांदा इकात नव्हता. लसून इकात नव्हता. कोरड्याश्याला इकात नव्हतं, चार मिरच्या मागाव्यात तर त्यानं वंजलीनं वट्यात द्याव्यात. चार शेंगा मागाव्या तर वटाभर शेंगा मिळायच्या. काय मिळत नव्हतं. मानसाला लागतू तो हार जिन्नस मिळत व्होतं. जरा भ्याव घातला. माणूस भेत व्होतं. आता आमी दारू इकतू तर पोलीसच सारं खात्यात. आमी भीक मागतूया. बायका सांगत व्हत्या. आम्ही बग नुसता पायांचं कुंडक पडत्यान दिसून दिस मागितलं तर दोन येळचं भासत न्हाय का कुणी वाढत न्हाय. दाताच्या कन्या कराव्या तवा पसा कुडता वाढत्यात.

"तुम्हाला का झालं कष्ट कराया म्हण शिव्या देतात, पर दादा तू सांग आता आमाला कोण काम देणार आन् आमाला भीक मागण्याबिगर, खेळ करण्याबिगर येतंय तरी कंचं काम? बहिरीससाण्यावानी नुसतं वाट घावंल तिकडं पळायचं. जलमाचं मात झालंया. आता कोणी हिंमत न्हाय. आम्ही गोपाळ खेळ करतू. लॉक नुसतं घालून घोरत्यात. उपेग काय? आम्ही जिवाचा आटापीटा करावा. पोरं-लेकरांनिशी उड्या माराव्या. तारंवर कसरत करावं. पोटातल्या आतड्याला पीळ द्यावा. तर माणूस बिदागी देत न्हाय. आपल्या मुलखाला दोन आनं पिक न्हाय. म्हणं हाकडं आलू. तर ह्यो मुलूक बरा हाय. आजून हिकडं बरं हाय. माणूस माणसाचा प्राण जानतू. घासमुटका मिळतू. आम्ही कवा तांदूळ आणून शिजविणार? सणासुदीकला बी भात मिळत न्हाय. म्हण हिकडं या या घासमुटका भात घियाची पोरा-लेकराला घालायची. म्हंजी मोरल्या साली पातूर भात मांगायचा न्हाय. आता पयल्यावाणी राहिलं न्हाय."

"एका जागी ऱ्हातासा का?" मनोहर म्हणाला, तसं श्रीपा म्हणतू कसा, "राहू सायेब पर खावा काय? तीन वाटची माती का खंड? एका गावात आमाला भीक रोज कोण वाढील? सारकं हड्याहड्या व्होणार. म्हणं आम्ही रोज म्होरं जातू. एकादा गाव बाद लागला, का एक गाव उनतर दस गाव. म्हणून म्होरं जायाचा. पोट भरेल तिकडं जायाचं. कवा देश, कवा कोकण, कवा मावळ, कवा माणदेश, आपलं काय एक ठिकाण नाय.

कायबी कर पर ता आमाला घराला जागा दी. आपल्या पोरास्नी शाळा शिकवीन. त्याला चिकटावं आमचं काय? गवऱ्या गेल्या नदीला. पोरांस्नी शिकवायचं, पर कसं शिकवायचं?"

रात्र बरीच झाली होती. चार-चार घास खाल्ले, मला काही प्रश्न नव्हता. मनोहर हे जग, इथली माती, प्रेम, रात्र सारं दोन-तीन तास बघत असतो. त्याची प्रतिक्रिया व्यक्त करताना तो म्हणाला, ''नाक उडवून बोलणाऱ्या आम्हा माणसांपेक्षा निष्कपट असलेली ही भोळीभाबडी जनता. हा खरा भारत.'' पुन्हा येताना सुरू झाल्या गप्पा त्या शाहू छत्रपतींच्या. आमच्या राज्यकर्त्यांबद्दल काय बोलणार? 'मोले घातले रडाया, नाही आसू नाही माया.' ओरबडणं, शेरडांनी शेवरीचा पाला ओरबाडावा तसं ओरबडणं आणि मुळासकट खाऊन टाकणं, म्हणजे राज्य करणं. तिथं या मुक्यांचा वाली कोण असणार? यांचा विचार करायला वेळ कुणाला आहे? सवड कुणाला आहे? लोकशाहीचा जय बोलणार. 'गूळ तिकडं चांगभलं' यांना कोण गिनतंया? राज्यकर्त्यांनी सारं फुल्यांच्या, बाबासाहेबांच्या नावाचा नुसता बाजार मांडलाय. 'नाव सोनुबाई हाती कथलाचा वाळा,' दुसरं काय? 'शाहू छत्रपती ते शाहू छत्रपती.' त्यांची सर दुसऱ्या कुणाला आली तरी कशी करता येणार? या राजाचं प्रेमानं मन भरून आलेलं. कोल्हापुरात आलो तरी डोळ्यांतून 'सोनतळी' आणि 'बिदरी' दोन टोकं जात नव्हती. भटक्या-विमुक्तांच्या चिंध्या चापसताना एखादा हिरा झोळीच्या तळाशी सापडतो. तो केव्हा एखाद्या फुल्यांचा,केव्हा आंबेडकरांचा तर केव्हा तो शाहू छत्रपतींचा असतो. बाकी-बाकी नुसत्या चिंध्या आपून चापसत बसाच्यात. आंधळ्यांच्या साम्राज्यातल्यासारखं.

❖

फाटलेलं आभाळ!

येवल्याच्या सत्यशोधक समाजवादी आंदोलनाचे कार्यवाह मोहन गुंजाळ यांची तार आली. मदारी परिषदेला हजर राहा. तसे मदारी जमातीचे इमामचाचा मुंबईला विषमता निर्मूलन परिषदेत भेटलेले होते. त्या वेळी जमातीसंबंधी बोलणं झालं होतंच. येवल्याच्या तरुण मित्रांनी मदारी जमातीतील तेरा कुटुंबांना झोपड्या बांधून दिलेल्या. त्यांचंही कौतुक होतंच. तेव्हा परिषदेला हजर राहण्याचं ठरवून येवल्याला पोहोचलो.

येवल्याच्या लक्कडकोट मैदानावर एका स्थानिक कार्यकर्त्याबरोबर गेलो. तेव्हा वेळ सकाळची होती. काही गाढवं बिराड घालून बांधलेली होती. गाढवांवर कठाळ्या घातल्या जात होत्या. शिंगरं मध्येच आयांना ढुश्या मारत होती, तर आया वझ्यानं अवघडलेल्या. जवळ जाऊन इचारपूस केली. गाढव गोतीच ना! संध्याकाळी आपली परिषद आहे, याची आठवण करून दिली. तसं गाढवावर बिराडं घालत एक जण म्हणाला, ''सायेब, कसली आलीया आपली परिसद. परमीसरानं आपली जलमाची परिसद नेमून दिलीया. पॉट निहील तिकडं वाट धरावी.'' मी समजावत होतो; पण उपयोग झाला नाही. आठ-दहा बिराडं बघता बघता वाटंला लागली. म्होरं बापे चाललेले. त्यांच्या मागं गाढवं. गाढवावर सारा प्रपंच लादलेला. कोंबड्या, कुत्री, गोदड्या, खाटी, चार-दोन जरमलची भांडी. मागं आब्रूचं कसंबसं रक्षण करीत निघालेल्या ठिगळातल्या बाया. डोस्क्यावर पालांचं कळाक घिवून निगालेल्या मागं बघून बायांनी रामराम घातला आन् त्वांड म्होरं करून तांडा दिसंनासा झाला.

लक्कडकोट मैदान तसं बरंच मोठं. झाडाखाली बिराडं पडलेली. काही उठून गेलेली. काहींच्या चुली धुपत असलेल्या. तीन दगडांच्या चुली भुरभुराय लागलेल्या.

सकाळचा चा चाललेला. मध्येच बाया टरारा डोस्की खाजवीत जळणाला आगीत ढकलत असलेल्या. काही जणी घोळक्यानं बसलेल्या. एकदा वाटलं घोळक्यातच जाऊन बसावं. पर आपला कापडांनी सायब केलेला. तेवढ्यात इमामचाच्यानं पाहिलं. "आवो भाई आवो, इधर आवो," आवाज परिचित. इमामचाचा बोलवतोय म्हणं तिकडे गेलो. तर इमामचाचा बाया-पोरांच्या घोळक्यात बसलेला. चारी बाजूंनी पालं पडलेली. गोसाव्यांची, मांग-गारुड्यांची. साप-गारुड्यांची, वडारांची, शिकलकरांची, गोंधळ्यांची. सारी आपल्या गणगोतावाणी इमामचाच्याला मधी घेऊन बसलेली. इमामचाचानं नगं नगं म्हणत असताना तरकारं बसाय टाकलं. गुमान जाऊन बसलो. हिकडचं-तिकडचं बोलणं चालू व्हतं. तेवढ्यात त्यांचा मूळ विषय चालू झाला. बाय सांगत व्हती, "दादा, ह्यो आशी डोक्यात राक कालवून निगालाय. ता नातवांड-पतवांड व्हयाची वेळ आली तर ह्याला रात समजना का दिस, ऊन समजंना का वारा, सरड्यावानी सारका रंग बदलतुया. मिसरूड फुटलेल्या पोरावानी चाळलाया. ह्याला पोकत्याचा आकार का बकार." इमामचाचा सांगतो, "माने भाई, ह्यो गोंधळी ह्या बाईचा नवरा. सकाळपास्नं दोगांची भांडणं जुंपल्यात. ह्यानं सकाळपास्नं दोनदा हिला हानलीया. दिस उगावल्यापास्नं ह्यांची कलागत[१] चाललीया. ह्यांचीच निरवानिरवी करत बसलुया."

मी म्होरं व्हून म्हाताऱ्याकडं बगितलं. त्यानं खांद्यावर काठीला कापडाचं बोचकं बांधल्यालं, कपाळाला गंधाचा टिळा, तोंडात तंबाकूचा बार भरलेला. उंचापुरा, इस्काटलेल्या नजरेनं बगत असतो. आयला. ही का बिलामत रामाच्यापारी रं याच्या. इमामचाच्यानं वळक करून दिली. तसं मीच म्हणालो, "अगा नाना जरा बूड टिकशील तर का न्हाय. पावण्यासंगं उभ्या उभ्यानं बोलशील का?" न्हाय, व्हय करीत मानूस आपल्यातलाच हाय, ह्याची खात्री करून घेतो. नाना टेकला; पण त्वांड गप्पच.

पर त्याच्या बायकूचं नेमकं उलटं. तिजं त्वांड तीन ताड ताशा वाजावा तसं वाजतच आसतं. "ल्याक झालं. सुना आल्या; ल्याक त्याजं त्यानं पॉट भरत्यात. आता कोण कुणाचं ऐकंन. ल्याक दारू पेत्यात. कमवित्यात. त्यांचं ते घालीवत्यात. ह्यो न्हाय का मूत पीत कली म्हारनीचं. दादा तूच न्याय कर. ह्यो चाळलाय." पालातल्या तरण्या पोरीकडं ब्वॉट दाकवीत ती म्हणते, "ती पालात नीजलीया ती सून नवीच आलीया नांदायला. का न्हनलं आपून बिनभिकारं आन्नाची न्हाय सोय आन् हातरायची गय."

आता मातर म्हातारं सनाकलं. हमरीतुमरी करत सरळ म्हातारीच्या अंगाव

---

१. कलागत - भांडण-तंटा.

धावून गेलं, पर इमामचाचा मदी पडला. म्हाताऱ्याला धरून बसवला. मगापास्नंच त्वांडाचं कुलूप निगालेलं. "दादा, ही रांड मोठी अवदसा हाय. हीच म्हातारपणात चळलीया. हिच्या आईला घोडा दाखवतो. साऱ्या संसाराचं वाटुळं केलंया. दादा, चार मानसं म्होरं उभी ऱ्हाईली तर ह्या फाकड्याला सलाम करत्यात. पर ही रांड कायबी पतरास ठिवत न्हाय. हिनंच आय बा आनलाय. त्यानला हातरुनात उठाया येना का बसाया येना. मागं ती तरी चांगली व्हती. माझ्या बिराजसंग फिरत व्हती. गाव मागून आनायचीन त्यांचं त्यांचं भागवत हुतं. पर ह्या म्हागाईनं समदंच उलाटलंया. घराचं वासं मोजावं तसं. कुणी दारात उभं करंना. दाताच्या कण्या केल्या तर कोर कुटका कुनी वाढंना. आन् हीचं नुसतं आयबा, आयबा चाललंया. माझं पॉट भरू, हिला जिवाय घालू, का ह्यासनी संबळू. काय काय म्हनं एकल्या जिवानं करावं, आई क्वारकुटका दितीचा म्हणं जगतुया. लॅक कमावत्यात त्यांच्या त्यांच्या रांडा घिऊन ऱ्हात्यात. मी एकला का का म्हण बगू? कुणी कुणाचं ऐकत न्हाय. सांगाया गेलू की गुराकत्यात मारक्या बैलावाणी. आव्याची पिंडी सुटलीया. वैरण रानुमाळ जायाचीच. मी भोत्या. आई भवानी. शेर चिपटं दितीया. पर ह्या आवदसंनं आंगाला लागना."

इमामचाचा मध्येच म्हणतो, "आरं गोंधळी भाय क्या बडा तो दम बडा, दम धरून ठिवशील का न्हाय? उगवितोय त्यो दिल्या बिगार मावाळतूया का? आन् येळ वक्ताला आपून ढसाढसा पाणी पिऊन इटकार पोटाला धरतुया का न्हाय. का म्हणं राक कालवून घेतू."

म्हातारा मध्येच चाच्याला थांबवीत म्हणतो, "आरं इमामभाय, 'यड्याचं चित बोड्यावर आन् गुरवाचं चित निवदावर.' हिला दम निघतूया का? सारकं आयबा आयबा करतीया. हिलाच दम धराया सांग. शिजलंय निवस्तवर दम धर म्हणावं. पिकलं पान गळून जाईल का न्हाय." आखीर दोघांची समजूत काढली आन् भांडाण मिटविलं, तर इमामचाच्याचं भलतंच. "मानेभाय चलो चा पिके आयेंगे।" माजा पाय निगत न्हाय तर इमामभाईंची चिंगटं लागलेली. "चलो भाय चा पिके आयेंगे।"

शेजारीच जोश्यांच्या बाया बसलेल्या. वाकळांची पालं शिवत व्हत्या. कुणी जुन्या कापडांनला ठिगाळ लावत, कुणी दंड घालीत तर कुणी लुगड्यांची धडपी जोडत व्हत्या. एका बायकडं तर बगायची लाज वाटत व्हती. तिनं अंगावरचं आर्धं लुगडं गुंडाळून दगडावर ठेवल्यालं आन् नेसल्याच्या आर्ध्यावर आंगुळ करत व्हती. आंगुळ झाल्यावर कोरडं नेसायचं आन् वलं वाळवायचं.

इमामचाच्याला ऱ्हायला न्हाय. त्यो म्हणाला, "भाई, ये औरत ऐशी ही है, बापे देखती नही, तर मानेभाय क्या करेंगी बिचाऱ्या. नेसायला दुसरं नसतं त्ये ठिगळाला ठिगळ जोडून केल्यालं. सनावाराला घ्यावं म्हटलं तर जमत न्हाय."

तिथनं पाय म्होरं वडत निगालो तो चाच्या माझ्या मोहरं. इमामचाच्यानं बरूबर जरमलचा गलास आनलेला असतो. चाचा आर्डर देतो,'तीन चा दे भाय!' मी थांबवीत म्हणालो,"अरे भाय दो आदमी तीन चा क्यों?' चाच्यानं एक कप गलासात वतला. "बच्चोंके लिये भाय. भूक मारनेका बस्स यही तरीका है, क्या करे, हम गरीबोंका यही अन्नदाता है!" चाचा सांगत व्हता."रस्त्यावर साप खेळवणं, हातचलाखीचं खेळ करणं, दिल बहलाय करणं, लोक बघतात, रहेमदार आदमी पैसे टाकतो.चार-दोन रुपयं मिळत्यात. त्यात समद्यांची वाटणी. इधवांना वाटा असतू. म्हाताऱ्यांना येगळा वाटा.समद्यांची उसाभरी करण्यात चार-आठ आणं वाट्याला येत्यात."

"सापाचा खेळ तसा जिवानिशी खेळतो. हिमतीनं साप पकडायचा. त्यो शेपटीला धरायचा न्हाय. गचुळ्याला धरायचा, जितराब त्वांड उघाडतं. त्वांड उघाडलं, की आटकळीनं दात काढायचा. त्यो निगाला की जनावर आपलंच. परं आकलीनं दगा दिला तो मौत. एका अर्थी मरणासंगं खेळ आपून खेळायचा. जितलो तर दुसऱ्यांनला खेळ दाखवायचा आन् पॉट भरायचं. बचे तो राम नहीं तो जयजय राम. क्या करना भाय, आम्ही तर असे नंगे फकीर."

हाटेलवाला उठण्याची वाट बघत असतो. बर चाच्याचा आवाजही दांडगा. समदं हाटेल बगत असतंया. हाटीलातली पोरं च्याआयला आज मदारी रंगात आलाय म्हणत हासत असत्यात. तर कुणी च्याआयला दिवसा ढकाललीया वाटतच्या भावात बगत असतो. आन् इमामचाच्याचं आपलं सुरूच असतं.

"आमच्यातबी जाती है, येवल्यातच जात पंचायत भरलेली असते. ती भागवार असते. सरकारी कोर्टाचा आन् आमचा संबंध नसतो. सैय्यद, शेख, पठाण, मोगल ह्या आमच्यातल्या जाती. एक-दुसऱ्याला खायचा समजतू. रोटी याव्हार हुतू पर बेटी येव्हार आजीबात न्हाय. (समतेचा धर्म दुसरं काय?) पंचायतीचं म्होरकं सय्यद मदारी असत्यात. दर तीन वर्सानं पंचात भरती. भांडणं, मारामाऱ्या, तलाक, न्हायतर बायांचं संबंध ह्यांच्यावर पंचमंडळी निकाल देत्यात. तीन वर्षासाठी नेम केलेलं असत्यात. नेमा परमानं वागलं न्हाय तर जात त्याला शिक्षा करते. वाळीत टाकणं, दंड मारणं, अशा शिक्षा असत्यात." चाचा मध्येच थांबतो. आठवून पुन्हा सांगतो. "आमच्यात लई दिस झालं." एक मदारी लई पैकंवाला झाला. जातीचं नेम काय पाळायचा न्हाय. जात पंचात भरली की, दंड बसवायची. ह्यो तालीवार दंड भरायचा. जातीम्होरं मोठं कोड पडलं. काय करावा, त्ये समजंना. एका येळला पंचांनी पर त्याजा काटा बसविला. पंच बसलं. ह्यो गुरमीत व्हता. आपलं कोण वाकडं करतंया. दंड तर पायजे तेवढा देण्याची तयारी हाय. पंचांचा तिडा मोठा. त्यांनी तालिवाराला दंड बसवला. नवा पैसा. आता मातर तालिवाराची पंच्यात

झाली. त्यो पंचाच्या पाय पडाय लागला. काय वाटंल त्ये करा पर नवा पैका दंड मारू नगा. म्हण पंचाम्होरं पदर पसरला, पर पंचांनी त्याचं ऐकलं न्हाय. त्या सालापास्नं त्यो सतावानी आला. म्होरं पैक्याची धुंदी गेली आन् आपूनच सुदीवर आला. ह्यांच्यातबी बालविवाह होत्यात. आपल्यावाणीच समदं. "तीन-चार वर्षांच्या पोरीचं लगीन आजबी लावत्यात." चाच्या सांगत व्हता. आपलंच डोकं सुन्न झालेलं.

इमामचाच्याला घेऊन लांब तुटाक अंतरावर बसल्याल्या पारधी जमातीतल्या बाईकडं गेलो. रखमाबा तिचं नाव. रखमाबाई लेकरं घिऊन झाडाखाली बसलेली. पाच-सहा पोरी शिळ्या तुकड्यावर तुटून पडलेल्या असतात. इथं तर बिराडबी नसतं. ना आंथरून ना पांघरून, ना कापाड धडुतं. असतात त्ये दोन जरमलच्या थाटल्या आन् एक टोप. बस्स एवढंच. ते बी भीक मागायला. त्यातच पोरी जेवत असत्यात. रखमा बायनं आंगुळ तर किती दिसानं केली नसंल कुणाला ठावं. डोस्क्याचा झाप झालाय. मध्येच बोलताना खरारा सुरू असायचा. पोरींना आब्रू राखायला कसंबसं धडपं गुंडाळलेलं. त्यांच्या अंगावर तर चार-दोन कुत्री जोजावली असती, येवढा मळ असतो.

बराच वेळ इमामचाचा तिला सांगत असतो. "परिषदेत तू बोल. पोटात दुकतंया तर जोरानं बोंब मारून सांगितलं तर समजंल. गप्प बसलू तर नशीब गप्प बसंल. तू बोल. हे मानेभाय आपलेच आदमी हैत." बराच वेळ गेला, पण रखमाबाई बोलंना. नुसतं कोरड्या नजरेनं बघत बसलेली. बराच वेळ गेला. बाईला खूप बोललो. इचारपूस केली. दाबून धरलेलं कड रिकामे होता. डोळ्यांला धार लागलेल्या पोरी टोप तसाच टाकून आईला गराडा घालतात. पोरी संशयानं पाहत असतात. त्यांना समजावत व्हतो. आतडं खाली-वर होत होतं. क्षणभर आपल्या षंडपणाची लाजही वाटत होती. आपणही सालं यांना उपरेच. काय करू शकतो आहोत यांच्यासाठी.

शांत झाल्यावर ती सांगू लागते,

"दादा, नवरा खून खराब्यानं मेला. तेला चार-पाच वर्सं झाली. एक थोरला पोरगा व्हता. त्याज्यासंगं चार दिस काढलं असतं. ह्या बाया मोठ्या केल्या असत्या तर त्यो गाडीखाली कटला. तवापास्नं धरित्री पोटात घील तर बरं आसं झालंया. ह्या पोरीचं का करू. ऊन-वाराबी आपला वैरी झालाय. कुणी सावलीला उभं राहू देत नाही, का जगात कुणाचा आधार न्हाय. समदी जणं भीक मागतो. मिळंल ते शिळंपाकं खातो. दादा, कुत्र्याला जगनं बरं पर त्यावर निसूक जगतूया. सांचं कुठं निवारा मिळाला आडुशाला तर बरंच. न्हायतर झाडाखाली पडतूया. दादा, खाली धरित्री आय आन् वर आबाळाचा बा. कोण है आपलं? समदी दुनव्या वैरी. जरा

पडावं तर रातचं कोण येळ सांगू या न्हाय त्या पोलीस हायेतच. मागंबी. एका पोलिसाला पैस देत व्हते. ते बंद केलं तर तरास सुरू केला. गाव सुडून जाएन पर जंवर निबतंया तंवर राहीन. निबंना का म्होरलं गाव. परमीसर उभा न्हायेल तर बरं व्हईल. मदारी अण्णावाणी जराशी आम्हाला बी एकादी झोपडी देना. आमाला काय बी नगं. धनदौलत कुणाला पुरलीया. लोक जराशी संशय आला, की आपल्याच जिवावं उठत्यात. ह्यो पोरींचा इसराप घे. दादा, येवढा माझ्यासाठी करच. तुझं लय उपकार व्होयल.'

मी इमामभाईला सांगतो. सत्यशोधक समाजवादी आंदोलनाच्या कार्यकर्त्यांना सांगतो; पण हे पुरेसं नसतं. आभाळच फाटलेलं, कुठं कुठं ठिगळं मारावीत, कुणाकुणाचे डोळे पुसावेत? कुणाकुणाचे हुंदके आवरावेत? सारंच विस्कटलेलं, घडी तरी कशी बसवावी?

संध्याकाळी परिषदेला दोन-तीनशे भटके-विमुक्त जमलेले. भोप्यापासून वडारापर्यंत. साऱ्यांची मागणी एकच. डोस्क्यावर छप्पर आन् हाताला काम. भीक नको. सारे तळमळीनं बोलत व्हते. जमलेल्या बिराडांत, पालांत पाचपन्नास लहान पोरं; पण एकालाबी शाळा माहीत नाही. एकाही माणसानं शाळेचा उंबरा पाहिलेला नाही. परिषदेला बायांची संख्या मोठी. समद्यांचं दुःख सारखंच. डोस्क्यावर छप्पर, हाताला काम. मिळेल ते दाम; पण भिक्षां देहि बंद व्हावी. लाचारीनं जगणं संपावं. पावसाळा आलाय. पालात वल येते. लहानगी पोरं आन् म्हातारी मानसं पावसाच्या तडाख्यातनं उठली तर म्होरचं दीस दिसणार. नाही तर त्याच्यापुरती जगबुडी व्होणार.

परिषदेत तावातावानं बोललो. बायांच्या माना हालत व्हत्या. त्यांच्या पोटातलं माझ्या व्हटावर येवढंच आंतर. परिषद संपली. तरुण मित्र कामाला लागणार आहेत. या परंपरेनं दिलेल्या गुलामीतून सुटण्याची धडपड जोरात केली पाहिजे. मिळेल तिथनं फौजफाटा जमा केला पाहिजे. नव्या घराच्या उभारणीसाठी नाही तरी ढोकीला सहा मेले. हाक ना बोंब. सारे निर्दोष. प्रस्थापित निर्दोषच असत. गुन्हेगार असतात ते विस्थापित!

❖

मसणजोग्यांची मंगल अमंगल झाली आणि...!

दिवस नक्की आठवत नाही, पण मी सकाळी हिराबाग झोपडपट्टीत विलास वाडेकरकडे पुण्यात बैठक बोलावली होती. महाराष्ट्रातली कार्यकारिणीची सर्व प्रमुख मंडळी उपस्थित असतात आणि साताऱ्यातून शशीचा फोन माझ्यासाठी खणखणतो. इथं विलास माने आलाय. त्याचं महत्त्वाचं काम आहे. त्याच्याशी बोला. विलासशी बोललो. निलंग्याला तातडीनं निघणं भागच व्होतं. मी कार्यकारिणीला मला समजलेली हकीगत सांगितली. कार्यकर्त्यांनी पोलिसांचा, शासनाचा निषेध केला. विलास दोन-अडीच तासांत पुण्याला येऊन दाखल झाला. विलास माने संघटनेचा सचिव. मराठवाड्यात फारच मोलाचं काम करीत असतो. नुकतीच शोधयात्रा संपलेली. या शोधयात्रेत मराठवाड्यातले पाच-पन्नास तरुण चाळीस दिवस चाललेले असतात. त्यांना रोजच्या सभा, मेळावे, भाषणं याने तयार झालेली तरुण मुलं मराठवाड्यात परत आली. कोराळीचं मयत पुरायला जागा नाकारायचं प्रकरण घडलं. ते निस्तरतोय तोवर हे निलंग्याचं प्रकरण. कार्यकर्ते अतिशय चिकाटीनं राबत असतात. विलास सगळं काही सांगतो. कार्यकारिणीतले दोन-तीन पदाधिकारी घेऊन मी निलंग्याकडे निघालो. बरोबर मुरचंद भाट, ना. वा माने निघतात.

विलास सांगत असतो. "दादाराव जाधवांचा तुमच्या हस्ते सत्कार ठेवलाय. मेळाव्याला मोठ्या संख्येनं लोक असत्याल. आपून अगोदर मसणजोग्यास्नी भेटू. त्यांना तुम्हाला बघायचंय. ते लय खूश हायत. पोरांनी त्यांनची दाद घितली न्हाय तर अन्याय होऊनबी, 'येडी झवली हाक ना बोंब' आसं झालं आसतं." निलंग्याच्या स्टॅण्डवर पोहोचलो तर गावातली सारी कार्यकर्ते मंडळी वाटच पाहात असतात.

दादाराव जाधव त्यांचा हीरो. त्यानं पळत येऊन मिठी मारली. चाळीस दिवस तो बरोबर होता. त्यानं नातं चांगलंच जमलेलं व्होतं. आम्ही त्याच्या घरी पोहोचलो तेव्हा सायंकाळचे सहा-साडेसहा वाजले असावेत. चहा चालूच होता. तेवढ्यात लक्ष्मण आला, बाबू शेल्हाळे, शेषराव ममाळे, डॉ. रामराज्य भिल, हळूहळू जिल्ह्यातले कार्यकर्ते जमत गेले. डॉ. भिल्ल, विलास, लक्ष्मण, दादाराव मसणजोग्यांच्या वस्तीवर गेलो. शहराला लागूनच महाराष्ट्र कॉलेजच्या मागे अगदी रस्त्याकडंला पंधरा-वीस बिऱ्हाडं घातलेली असतात. चुली पेटलेल्या. त्यानं धूर भरलेला. आम्ही आठ-दहा माणसं गेलो. एका म्हातारीनं सगळ्यांना हाका मारल्या. आदी त्यांना पोलीसच वाटले असावेत. खात्री झाल्यावर सगळं जमलं. विलासने माझी ओळख करून दिली. तसं समद्यांनी रामराम घातला. त्यातला एक जण पळतच गावात गेला. एक करंगळीएवढा हार घिऊन आला. खरं तर, मला हार घेताना लाज वाटत व्होती. अशा वेळी काय करावं, मोठं अपराधी वाटतं. एक तर आसं काही मोठं काम झालेलं नाही. अन्यायाला वाचा फुटली, पण हजारो वर्षं मुकी असलेली माणसं एवढ्यानंही फुलून गेली होती. मी हार दादारावांच्या गळ्यात घातला. हे सारं विलास, लक्ष्मण, दादाराव या तरुण पोरांचं यश असतं. मी काय घडलं म्हणून विचारलं तसं सगळेच बोलू लागले. मी एका एकाला बोला असं सुचवलं; पण दोन-चार वाक्यं एकाची झाली का पुन्हा सगळे बोलू लागत.

प्रताप माने म्हणाला, "आता कुणी बोलायचं न्हायं. सगळं म्हातारी बोलंल आन् मंग मंगल बोलल. आन् सगळ्यात शेवटाला सरपंच बोलंल." काय सगळ्यांनी नुसतं ऐकायचं, पण करायचं काय?गोल गलका करून बसलेले सगळे लगेच आपसात बोलू लागायचे. आता म्हातारी बोलू लागली. सत्तरी उलटून गेलेली म्हातारी नाकाला तपकिरीची चिमूट भरीत गळा काढून लागली रडायला. मी तिला शांत केली. ती सांगू लागली, "काय सांगू सायबा, त्या दिवशी मला वादीनीला का झालंस. सकाळच्या पारी म्या लवकर उठलाव. बगतीया तर दावणीला घोडी नाहीती. माजं काळीज लाक्दिशी हाललं. कुण्या सोडून निली का कळंब तुटून गेली म्हणं म्या चितागती व्हते. कोंडवाड्यात घावली म्हणजे शे-पन्नास दंड व्होनार. दातावर मारायला दमडा न्हाय. म्हण म्या मंगलीला शिव्या दिल्या. तवा दिस उगवायचाच व्हता बग. झांजारट पडलं व्होतं. पार फटफटीत झालंत. सारी वस्ती उठून मागायला गेल्याली. कुणी आंगुळी-पांगुळी करीत व्होतं. कुणी साज घालीत व्होतं, तर कुणी चा पाणी करीत व्होतं. माणूस आपल्या आपल्या नादात व्हतं. इस्नुनं आंगुळ केली. साज नेसला, चा पेला आन् गाव मागायला गेला. म्या घितला आन् हिला म्हणली तू वरच्या आंगानं व्हो, म्या खालच्या आंगानं व्हते. दोगी लगालगा घोडी बगायला गेलू. चारी आंगानं जवारीचं पीक व्होतं. दिस उगावला

व्हता. घोड्याची घावत्यात का म्हण बगत व्होते. मला काय बी उमाजलं न्हाय. म्या म्होरं म्होरं निगाली नि आन् चिकूल पायाला पेंडत व्होता. म्या कानुसा घितला आन् पळती म्होरं गेली तर इपरीत घडतंया आसं वाटलं. नीट कानुसा घितला आन् पळती म्होरं गेली तर झाडाखाली म्होरचंच आकरीत. म्या नुसतं तिचं पाय बगितलं आन् ह्यो काळारेडा तिच्या आंगावर व्हता. म्या बोंब मारली तसा तो नागवाच हातात चाकू घिऊन माझ्या आंगाव आला. म्हणाला जीवंच मारीन. दोगीनलाबी चाकूचं पातं दावीत त्यानं आती परसंग केला. माझं तर आवसानच गळालं व्हतं. नरडीला चाकू लावून म्हणाला ह्या कानाचं त्या कानाला गेलं तर बोटी बोटी करून वाळवान घालीन. त्वांड उघडायचं न्हाय. दोगी रडत-वरडत घरी आलू. सारं घरच्यास्नी सांगितलं. तवापास्नं पोर येड्यावाणी करती. लय बला आली,'' म्हातारी रडू लागली तसं सारीच रडू लागली.

मी मंगलाला बोलती केली. वीस-बावीस वर्षांची पोर. एका मुलाची आई. तिनं जे तोंड झाकून घितलं व्होतं, ती वर काय केलं न्हाय. रडत रडत तिनं सांगितलं. ''आत्याबायनं सांगितलं तसंच झालं. दादा म्या मेली का नसल.'' म्हणून रडू लागली. मी हा विषय संपवला. दुसऱ्या बिऱ्हाडाम्होरं बसलेल्या म्हाताऱ्याकडे गेलो. त्यानं बसायला तटकार टाकलं. सारे बसलो. त्यानं चा सांगितला. हाटीलातनं चा आला. भाकरीचा खरपूस वास नाकात घुसत व्होता. लेकरं जेवत व्होतीच. च्या पेत पेत म्हातारा सांगीत व्हता. ''आमच्यात जातीचा रीवाज लय कडक हाय. मंगली माजी चुलत नातसून.सार सुतड्यात गुताडा. एकाच आतड्या-पोतड्याची, पर काय करणार? रीत कशाला? जात कशाला किलीया? तिचा हात मोडला. तुझ्या-माज्या गळ्यात कोण घालील का? तिचा हात मोडला, ती ज्याचं गळ्यात बांधाचा व्होय का नगू. न्हाय पर माणूस माणसात ऱ्हाणार कसं. मान्या पाटलाला इचार. त्यानंच सारी जात जमावली.''

माने पाटील म्हणाला, ''सायेब, सारी पंचात बसवली ह्यांनी, फार दुष्ट लोक आहेत हे. दोन तीन दिवस मंगलला ह्यांनी जेवू दिलं न्हाय, का कशाला हात लावू दिला न्हाय, का आंगावरलं लेकरू पाजू दिलं न्हाय. किती भयंकर. तुमच्या पंचायतीनं तिला वाळीत म्हंजे वाळीतच टाकुल्याली. जवळ कुणी बसू देत नव्हतं. आपल्या मातंग महिलांनी तिला सांभाळली. बरं ह्याची पंच जमवायला दोन दिवस लागले. पाच-पन्नास माणूस जमलं तर सारी तोऱ्यातच. काय पण एक एक बोलत व्होता. तावातावानं सारं त्यांच्या भाषेत चालू व्होतं. मला काय समजत नव्हतं. मी नुसता बसून व्होतो. विलास, दादाराव, मी अगोदरच पंचांना दम दिला व्होता. येडंवाकडं करून पुन्हा जर तुमी मुलीला जाच केलासा, प्रकरण मिटवलं न्हाई तर आमच्याशी गाठ हाय. त्या दिवशी काय झालं मला समजलं न्हाय.'' दादाराव वडार

समाजातला. त्यांची आन् मसणजोग्यांची भाषा एकच. त्यो जातीच्या पंचायतीच्या बैठकीतला किस्सा सांगू लागला. लय पट्टीचे वकील बघा. एकेक जण ताणताणून बोलत व्होता. पड पठल्यावं गिधाडं जमावं तसं सारी पंचायीत आली. एक जण जक्कड म्हातारा. डोस्क्याला लाल-गुलाबी मुंडासी, वठावर मिश्यांचं झुपकं, कपाळावर आठ्या. डोळं खोवणीत खोल बारीक. दांडीवानी नाक. आमच्या तेलगूतनं बोलू लागला. मी, प्रताप माने, सर,विलास बसलू होतो. त्यो म्हातारा म्हणाला, "इश्वनाथ (मंगलाचा नवरा) गोष्ट कानावर आली खरी का खोटी?" इश्वनाथ पंचविशीतला तरुण पोरगा. आंगावर पाटका सदरा, फाटकी इजार. गळ्यात मफलर, डोस्क्याला कॅन्व्हासच्या पट्ट्यांची काळी टोपी. गव्हाळ्या रंगाचा. दाढीचं खुंट वाढल्यालं. पंचात चितागती बसलेला. बाजूला म्हातारी रडत बसून. म्हातारा म्हणत व्होता, इश्वनाथ काय म्हणनं आय तुझ्या जितराबाचं." इश्वनाथ गप. पोरगं मांडीवर घिवून बसला व्होता. त्यो म्हणाला, "मायबाप, 'गुडघ्यावर टेकून नाकं पंचाम्होर घाशीत पुन्हा म्हणाला, 'मायबाप, लेकराकडं बगा. तिनं काय बी येडंवाकडं केलं न्हाय. का कवा खौंडळ केली न्हाय. माजी बायकू धुतल्या तांदळावाणी हाय. मायबाप पर ह्यो वकूत आला. गावानं अन्याव केलाव. ती आन् म्या तरी काय करावं. म्या पदूर पसारतू. सांगतीला त्यो दंड भरतू पर मायमाऊलीनं पदरात घ्यावं. माझ्या लेकरासाठी." आता इश्वनाथ बी रडाया लागला. म्हातारा म्हणाला, 'तसं नव्हं, नुसताच धूर निघतुया का? आग लागलीच न्हाय आन् धूर निगतुया आसं कवा व्होईन का? सांग की आसं कवा व्हईल का? का आभाळात इज आलीच न्हाय, पाऊसपाणी पडलंच न्हाय आन् धवाधवा पुराचं पाणी आलंया, आसं तरी व्हईन का? आसं आमणधपक्या कुठं काय व्हतंया. का टाळी एकाच हातानं वाजतीया? जुलूम झाला, गोष्ट खरी हाय, पर जुलूम का झाला? मास उघडं पडलं का माश्या फिरणारच का न्हाय?' "व्हय की." तिसरा म्हणाला. "सालीवर पाय पडला तरच पडंल का न्हाय माणूस? पाय घसारला का घसारला. मंग पसारला म्हणं का म्हणतूयास. म्याच आगुदरी शेवाळ्यावर ठिवला आन् मंग घसारला म्हणं ऊर बडवायंच का उपेग, त्याचा सांग की? दावणीचं जितराब दावणीला, दावणीचं लोकांच्या बांदाला गेला का कोंडवाड्यात घालतंया का न्हाय माणूस? आपली दावण आपून सांभळाय हवं का नगू?"

आता लय कालवा वाढला. आता मंगलीच्या बाजूचा पंच म्होरं सरला. पटका जमिनीवर आपटीत रागाच्या फनकाऱ्यात म्हणाला, "मायबाप, अन्याव हुतीया अन्याव. थोरलं दादा म्हणलं आग लागली आसन त्या बगार धूर हाय का? सवाल बीन तोड हाय देवा - पर इज आंगावं पडून बी आग लागतीया का न्हाय? मंग कितीबी धुमासला आन् धूर निगाला तरी करायचं काय? म्हटलं पाऊस पडल्या

बिगार पूर इल का? पर देवा म्या म्हणतू पाऊस तरी बोलवून इतूया का? सांगून-सवरून इतूया का? त्याला कोण आवातन देतंया. ही सारी परमीसराची करनी. तुमा-आमाच्या हाताला घावणार न्हाय. देवा, म्या म्हणतू ह्यो आक्सिडन हाय, आक्सिडन. आक्सिडन सांगून व्हत न्हाय. हात-पाय तुटतंया. कवा तर माझ्या जन्माचं आसं वाटुळं झालं. तुमी देव, तुमीच...'' म्हणून रडू लागली.

पंच उठले आन् चा-पाणी करायला हाटीलाकडं गेलो. लाडू, चिवडा, चा झाला. पैका इलास मान्याने भरला. म्हंजी मागनं आम्ही साऱ्यांनी त्याला दिलं पैसं; पण तवा त्यानंच भरलं. विलास, दादारावला, चिमटा घित म्हणाला, ''मी काय बोललू का पैशाचं?'' सारी पोरं दबकत असतात.

आपसात खलबतं केली. सरपंचानं तोडगा सांगितला, ''इश्वनाथानं नाकापेक्षा मोती जड करुनी, 'बायाची जात-कांद्याची पात, दिली लात आन् गेली वाहत.' बायाच्या जातीला का आकाल असती. पायांतल्या वाहनंवानी, तर इश्वनाथानं ती पायांत ठिवावी. ती झालं न्हाय, देवीचा कोप झाला. म्हणं ही वाट्याला आलं. देवादिकांचं नीट झालं आसतं तर तिजं रक्षाण झालं आसतं. तवा आता आसं करा. आपल्या मरीजरी लय वाईट. तिला जातीत घ्याचं तर सुद्ध पायजेल. त्या बीगार नवरा-बायकू व्होत नाईत. तिज्या बांगड्या फोडा, कापडं नेसवा, कुकू पुसा, जोडवी काढा, सारा आयव-आयवज काढा आन् आगीत टाका. दुसरा आना. आगटी पेटवा.'' झालं. प्रताप मान्यानं सारं आनलं. आगटी पेटली व्हती. त्यात सारा ऐवज टाकला. त्यातलं डोरलं बाहीर काडलं. चिमट्यानं धरलं. ते लालभडक डोरलं हातांत धरून म्हातारा म्हणला, ''घ्या तिला हिकडं.'' ती सगळ्यांच्या पाया पडली. देव्ही म्होरं गुडघ्यावर बसून नाक घासली आन् आगटीजवळ आली. म्हातारा म्हणला, ''देवाचं नाव घी आन् जीब बाहीर काड.'' तिनं तसं केलं. म्हाताऱ्यानं डोरल्यानं तीन डाग चटका दिला पर मंगला हुस केली न्हाय. त्वांड दाबून बाजूला झाली. पंचायत मोडली. आता सारी आप्त आली. नातीगोती गळ्यात पडून रडू लागली. आनंदानं बाई पुन्हा माणसात आली. रातच्याला मटण-दारवांचा खर्च झाला. आता इश्वनाथ लढायला तयार झालाता. एक लढाई आम्ही जिंकली होती. आता गावातल्या खाकी आन् खादीवाल्यांशी जयभवानीवाल्यांशी लढाई होती.

रात्र बरीच झाली होती. आम्ही दादारावकडे राहिलो. मुरचंद, ना. वा. माने, विलास बोलत बसलो. मी झोपून गेलो. सकाळी गाड्यांतनं माणसं जमू लागली. मेळावा घाईनं घेतलेला तरी तयारी बरी होती. दुपारपर्यंत गावातून फेरफटका मारून आलो. गावातल्या अन्य संघटनांचे पदाधिकारी. बार कॉन्सिलचे आमचे वकील मित्र, व्यापारी मंडळी, अगदी त्या वेळचे मामलेदार, न्यायाधीश यांनाही भेटून आलो.

सगळ्यांनीच पोरांना त्या वेळी मोलाची मदत केली. वर्तमानपत्रांनी या लढ्यात

बजावलेली कामगिरी अत्यंत महत्त्वाची होती. लोकांची सहानुभूती, पाठिंबा मोठा व्होता. व्यापाऱ्यांनी दोन दिवस उत्स्फूर्त बंद पाळला होता. एक व्यापारी सांगत होते,की हा बालाजी एवढा माजलायच का कॉलेजात जाऊन, पोरीजवळ बसून त्यांच्या छातीशी झोंबतो. बटनं पाटीवरल्या ब्लाऊजची काढतो आन् त्याला कुणी काही करत नाही. गावातलं नेतृत्व त्याला पोसत आसतं. लोक घाबरतात या प्रकरणात संघटनेने केलेलं काम म्हणूनच महत्त्वाचं होतं. वकील मित्रांनी सांगितलं. पोलीस तणावाखाली, दबावाखाली कुणालाही तडीपार करायला सांगतात. कार्यकर्त्यांना गावगुंड, समाजद्रोही ठरवून तशी कलमं लावतात. या प्रकरणात कार्यकर्ते फार संयमाने वागले. दादाराव जाधव, शेषराव ही पोरं भडकून उठली होती; पण प्रताप माने, पाटील, विलास मानेंसारखी समंजस तरुण मंडळी शांत करीत व्होती. त्यांनाच पोलिसांनी समाजद्रोही ठरवलं. त्याचा बार कौन्सिलनं निषेध केला आणि कार्यकर्त्यांची बाजू मी लढवली. मातंग महिला, दलित पँथर, मातंगसेना, दलित, मुस्लीम, महासंघ, गावातली परिवर्तनवादी मंडळी सगळ्यांना भेटत व्होती. सगळ्यांनीच मदत केली होती. दुपारी सगळीच मंडळी सभेला आली होती.

सभा सुरू झाली. गर्दी हॉलमध्ये तुडुंब भरलेली. बाया, पोरं, म्हातारे, तरणे आलेले. गावातली प्रतिष्ठित मंडळी जमलेली. सभा सुरू झाली. डॉ. रामराज्य भिल्लांनी प्रास्ताविक केलं, तर विलास माने अध्यक्ष. मुरचंद, ना. वा. मानेही बोलले. मदत करणाऱ्यांचा सत्कार केला. लक्ष्मण बोलला, त्यानं चळवळीची माहिती दिली आणि दादाराव जाधव, ज्यानं हा लढा निकरानं लढवला तो वीस-बाविशीतला तरुण पोरगा. जिल्ह्याचा सरचिटणीस, त्याचा सत्कार केला आणि तो बोलू लागला. त्यानं अख्ख्या चळवळीचा इतिहास सांगितला. गर्दी माना हलवत होती. मध्येच बालाजी सावरे मुर्दाबाद, पोलिसशाही मुर्दाबादच्या घोषणा होत होत्या. दादाराव सारं बैजवार सांगत व्होता. ते त्याच्याच शब्दांत, "सायेब, ही जमलेली जनता ठार आडाणी हाय बघा. बुड टेकायला जागा नाय मग डोक्यावर आढं कुठलं? साऱ्या जलमाची आडवाट, मंगल आन् तिचा नवरा दोघास्नी घेऊन पोलीस स्टेशनात गेलो तर सायेब टेबलावर पाय पसरून भराभर शिपायास्नी हुकूम सोडत व्हता. तर मंगलचा नवरा तिला म्हणत होता ('गप कूसन येम ऐताद') काय व्हतंय गप बस! मंगल रडत होती. आमची जत्रा पोलीस स्टेशनाची पायरी वर चढून गेली. तसा सायेब खेकासला. आता काय लफडं आणलं. तुम्ही संघटनावाले म्हणजे काय लागून गेले? संघटना करताय! नुसता वैताग. तुमच्यामुळंच माणसांची डोकी फिरलीत. आपल्या डोक्याला वैताग नाय पायजे. बोला. मी त्यांना मंगलची केस सांगू लागलो. तसा तो वैतागून म्हणाला, "तुमचा सम्मंध काय बोला? कोण तुम्ही? या बाईचा सम्मंध काय तुमचा? तीजं काय करायचं ते मी करून घेईन.

तुम्ही चालू लागा. आपल्या डोक्याला ताप नाय पायजे.'' मी त्याला म्हणालो, ''तक्रार काय लिहिली, त्याचा अर्ज तरी दाखवा.'' तो म्हणाला, ''सरकारी कामात दखल घ्यायची नाय, आम्हाला आमच्या लायनीप्रमाणं जाऊ द्या. तुम्ही पहिल्यांदा पायरी उतरून चालायला लागा.''

मंगल अन् तिचा नवरा बोलायला गेले तर तिच्यावरही डाफरला, ''तुमची केस लिहून घेतली, तुम्ही चालू लागा, काय?'' म्हणून साऱ्यांनाच हाकू लागला. ठाण्यात एक काळा लंबू, म्हणजे मी आणि एक काळा ठेंगू म्हणजे विलास असे पोलीस खात्याला परिचित होतो. आम्ही दोघांनी खात्याला अनेक वेळा मोर्चे-मेळावे घेऊन परेशान केलं होतं. म्हणून त्यांचा आमच्यावर दात होताच. आपल्याला हाकलून काढणार, हे लक्षात आल्यावर मीही माझ्या खिशातले कार्ड काढून त्याला म्हणालो, ''साहेब, मी पत्रकार आहे पत्रकार, तुम्ही बऱ्या बोलानं माहिती देता की नाही ते सांगा.'' माझ्या हातांतलं कार्ड परत करीत तो जरा नरमाईनं बोलायला लागला. मंगलची सारी केस त्यांनी, त्यांना हवी होती तशी लिहून घेतली होती. मी म्हणालो, ''साहेब, हा अन्याय आहे. बलात्काराची केस तुम्ही विनयभंगाची म्हणून लिहिली, हे बरोबर नाही. तुम्ही केस दाबण्याचा प्रयत्न करीत आहात. तुम्ही केस दाबून गुन्हेगाराला मदत करीत आहात. हे संघटना खपवून घेणार नाही.'' तोच दुसरा हवालदार म्हणाला, ''न्याय-अन्यायाच्या गोष्टी कुणाला सांगता? ती बाई कसं सांगितली तसंच लिहून घेतलाव. आम्ही काय मनचं लिहून घेतलाव काय? आम्ही काय मनचं लिहू काय? की छंपर काढलं, साडी काढलं, खाली पाडलं का माझ्या मनाचं लिहू?'' आता माझं टाळकंही सनाकलं होतं. मीही त्याची आईमाई काढली. तसा सायबानं मला दम दिला. ''घाल रे त्याला लकापमध्ये. पत्रकार म्हणे.'' तसा जमादार माझ्याकडे आला; पण सायबाला काय वाटलं कुणास ठाऊक तो एकदम आसा नरमला आणि जमादाराला बोलला, ''जा रे, गाडी घेऊन ये.'' जमादारानं गाडी आणली. सायेब गंभीर झाला. तो, जमादार गाडीत बसले. आम्हालाही गाडीत बसवलं. आता आमची गाडी निघाली होती पंचनामा करायला. लातूर बिदर रोडला बालाजीचं शेत. या शेतातच बालाजीनं बलात्कार केला होता. नुकताच पाऊस पडून गेल्यानं रान ओलसर होतं. अत्याचार झालेल्या ठिकाणी मंगल आली आणि रडायला लागली. सोबत सासू, नवरा होता. सायेबानं जागेचा पंचनामा केला. अत्याचाराच्या ठिकाणी मंगलाची काकनं, जागेवर अत्याचार झाल्याच्या खुणा, फाटलेले कपडे. सायबाची खात्री पटली. त्यानं मंगलाचा अन् म्हातारीचा जबाब तिथंच घेतला. म्हातारीनं सारी केस बैजवार सांगितली. बालाजीनं केलेला सारा अत्याचार मंगला, तिची म्हातारी सासू, नवरा सगळ्यांनी भडभडा सांगितला. म्हातारी सारखं म्हणायची काय सांगा आबा घोड्यानं घात केला. मी

धावतपळत आली तेव्हा ही खाली होती. तेव्हा तिचे दोन पाय वर होते, ते मला दिसले. पंचनामा झाला. आम्ही परत ऑफिसात आलो. तेवढ्यात निलंगेकर-पाटलांच्या पोराचा फोन येऊन धडकला होता. "सायेब, तो माझा मानूस हाय. काय असंल ते इथंच मिटवून टाका. पुढं लांबवू नका काय?" असा फौजदाराला दम भरला. तसा फौजदार पुन्हा फिरला. पंचनामा गेला बाजूला, पुन्हा ३५४ व्या कलमान्तर्गत विनयभंगाचीच केस दाखल झाली. आता सायबाशी भांडण्यात अर्थ नव्हता. मी, विश्वनाथ, मंगल तिरीमिरीनं बाहेर निघालो. आता चळवळीला पर्याय नव्हता. मंगल, विश्वनाथला त्यांच्या पालावर सोडलं आणि प्रताप माने पाटलांच्याकडे पळत गेलो. प्रताप माने पाटील-निलंगेकरांच्या कॉलेजमध्ये कारकून. विलास, बाबू, शेषराव सगळ्यांना धडाधड निरोप पाठवले. तासा-दोन तासांत सारे जमा झाले. गावात नुकतीच शिवसेना स्थापन झाली होती. एक-दोनदा आमची व त्यांची शाब्दिक चकमक झाली. गावात आर. एस. एस. ची चकमक झाली. त्यातनंच हे शिवसेनेचं पिल्लू तयार झालेलं. आर्जवं करून, विनंत्या करून व हात जोडून सायबानं तिची मेडिकल केली नव्हती. साबऱ्याला अटक केली नव्हती. बलात्काराची केसही नोंदवली नव्हती. विलास वैतागला होता. रात्रीचे साडेबारा वाजले होते. आम्ही सारे फौजदाराच्या घराकडे वळलो. पाच-पन्नास पोरं. दाराची बेल वाजवली आणि रात्रीचे साडेबारा वाजता घोषणा सुरू होतात. बलात्काराची केस दाखल करा, आरोपीला अटक करा. बालाजी साबरे मुर्दाबाद! मंगलाला न्याय मिळालाच पाहिजे! निलंगेकर-पाटील मुर्दाबाद! साहेबाची झोप मोडली. साहेब बाहेर आला. संतापलेल्या पोरांच्या घोषणा चालूच होत्या. साहेब म्हणाला, "आरोपीला शोधण्याचा प्रयत्न चालू आहे. विनयभंगाची केस आहे. तुम्ही समजून घ्या, नसत्या फंदात कशाला पडताय?" पण आमचा आग्रह एफ. आय. आर. बदला व ३५४ च्या ऐवजी ३७६ करा; पण साहेब काय केल्या ऐकेना. आता आमचं भांडण साहेबाशी नव्हतंच. गुन्हेगाराला संरक्षण देणाऱ्या, गुंडांना पाठीशी घालणाऱ्या निलंगेकर पाटलाशी होतं. आम्ही तिथून डॉ. सावळकरांकडे गेलो. सावळकर आपल्या चर्मकार समाजातला डॉक्टर. त्यांना सर्व सांगितलं. त्यांनी पोलिसांकडनं केस आणा. मी मेडिकल करतो, असं सांगितलं. चोवीस तासांत मेडिकल केली तरी चालते. पोटात भुकेचा डोंब उसळलेला होता. घड्याळात रात्रीचे दोन वाजले होते. दुसऱ्या दिवशी सकाळी पालावर गेलो. मंगल व तिच्या नवऱ्याचा अर्ज संघटनेच्या नावाने लिहून घेतला. त्यांना बजावलं पैक्यावारी आबरू इकू नका. पापाचा पैका घेऊ नका. गाठ निलंगेकर पाटलाशी हाय. तो पैसा पेरेल अन् हातांतली केस निघून जाईल. एव्हाना वर्तमानपत्रांत आम्ही बोंबाबोंब केली होतीच. पोलिसांना केस मिटवायची होती. आम्ही मोर्चाच्या तयारीला लागलो. आम्ही मंगलाला लातूरला मेडिकलला पाठवून दिली होती. जात

पंचायत चालू होती. संघटना न्यायाच्या मागे लागली होती व पोलीस खटला मिटवण्याच्या मागे. मंगलाची मेडिकल करत होते. मोर्चाची जोरदार तयारी सुरू झाली आणि पोलिसांची दडपशाही सुरू झाली. धाकदपटशा करणं, मारणं, म्हणून संघटनेनं गाव बंदचं आव्हान केलं. गावगुंड साबरे अजून सापडला नव्हता म्हणे. आख्या गावाला माहीत होतं, तो निलंगेकराच्या वाड्यात लपून बसला होता. गावाने उत्स्फूर्तपणे बंद पाळला. बालाजी साबरे हा सराईत गुंड होता. त्याने गावाला सळो की पळो करून सोडलं होतं. चांगल्या खात्यापित्या घरच्या मुलींनाही त्यानं नासवलं होतं. तसा गावातल्या गुंडांच्या टोळीचा म्होरक्याच तो, पोलिसांच्या संरक्षणार्थ वागत होता. सगळा गाव त्रासून गेला होता आणि मंत्र्यांनाही गुंडगिरी हवी होती. कारण गुंडगिरी, दहशत व पैसा यानेच मतांचे गठ्ठे मिळणार होते. संघटनेबद्दल गावात सहानुभूती होती. म्हणून गाव संघटनेच्या पाठीशी उभं होतं. गावातील सर्व परिवर्तनवादी संघटना पाठीशी उभ्या होत्या. दलित पँथर, मातंगसेना, दलित मुक्ती सेना सर्व खंबीरपणे उभे राहिले. सर्व कार्यकर्ते कामाला लागले. कोणत्याही परिस्थितीत प्रचंड मोर्चा काढायचा, मंगलला न्याय मिळायला पाहिजे, या जिद्दीने कामाला लागलो. वातावरण तापू लागलं तशी पोलिसांची कुमक वाढू लागली. एस. पी. गावात आले, कारण गाव उत्स्फूर्त बंद होता. एवढंच नव्हे तर गावातल्या व्यापाऱ्यांनी दुसऱ्या दिवशी उत्स्फूर्तपणे बंद पाळला व मोर्चाला पाठिंबा दिला. गावातलं दैनंदिन जीवन विस्कळीत झालं. मोर्च्याला माणसं जमू लागली. बघता बघता चार-पाच हजार लोक तालुक्यातून जमा झाले. विलास, मी, बाबू, लक्ष्मण सारेच एकत्र बसून मोर्च्याचं नियोजन करू लागलो. चार लाकडं बांधून ताटी केली होती. ताटीवर शासनाचं मढं टाकलं होतं. ताटीमागं मातंगांच्या बाया धुसूमुसू रडत होत्या. मोर्च्याच्या पुढं उलटी हलकी लावली होती. हलकीवर मढ्याचं बोल वाजत होते. म्या हातांत शिकं घेतलं होतं. हातांत बाटल्या व डोक्यावर बत्त्या होत्या. भरदुपारी मोर्चा चालू होता. म्होरं संघटनेचा बोर्ड, 'ही पोलिस-खात्याची प्रेतयात्रा.' दिवसाढवळ्या बत्त्या लावून मोर्चा निघाला होता. हा अद्‌भुत मोर्चा बघायला सारं गाव जमा झालं होतं. गावच्या हमरस्त्यानं प्रेतयात्रा, तिच्या मागनं मोर्चा शांतपणे चालला होता. मोर्च्यातले लोक तोंडाला पट्ट्या लावून गप्प होते. पोलिसही गुमान माना खाली घालून चालले होते. आयाबाया बोलत व्होत्या. मेल्या बाळ्या साबऱ्याचं मढं चाललंय. चांगल्या दिशी कडू मेला. कोण म्हणत होता, अगं सरकारचं. मेलाय बाळाला कोण धरणार? खरं तर, मोर्च्यापेक्षा बघ्यांचीच गर्दी जाम झाली होती. पोलीस ठाणं जवळ आलं. तसं एक बाई रडण्याचं सोंग करत म्हणाली, "आरं, पोलीस स्टेसन आलं म्हणजे इसाव्याची जागा आली. मढं खाली टेकवा." आम्ही सारी थांबलो. ताटी खाली ठेवली. बाईनं ओंजळभर जवारी वट्यातनं काढली.

पसाभर टाकली. दुसऱ्यानं सुटं पैसे मढ्यावर टाकलं. मधेच दुसरी बाई रडण्याचा आव आणत म्हणाली, "बरा होतास रं फौजदारा, साबऱ्यासंगं तूबी कसा देवाला प्यारा झालास?" समोर डी. एस. पी. उभा होता. त्यानं हे ऐकून मान खाली घातली. पुन्हा मोर्चा सुरू झाला. लक्ष्मण गायकवाड, बाबूराव शेल्हाळे, रमेश बजनम, शेषराव ममाळे, मागूमामा, लक्ष्मण तात्या, सी. नाना दंडुले, हणमंत पवार, अण्णा, नारायण पिल्ले, सुधीर अण्वले असे जिल्ह्यातले महत्त्वाचे नेते हजर होते. मोर्चा तहसीलासमोर आला. तहसील कार्यालयापुढे सभा झाली. सारेच गावातील प्रतिष्ठित लोक, त्यांनी आम्हाला पाठिंबा दिला. मोर्चाही यशस्वीपणे संपला. इकडे गावगुंड, पोलीस गप्प नव्हते. बंद व मोर्चा यशस्वी पार पडल्यानं त्यांची माथी फिरली होती. पोलिसही धुमसत होते. कार्यकर्त्यांचा निरोप घेऊन घरी आलो. तसं आई म्हणाली,"आता कुठं जाऊ नगंस. गप्प घरात बसा. गावात भलतंसलतं काही तरी चाललंय." मी आणि विलास टेकतच होतो; तेवढ्यात मातंग समाजातल्या चार-पाच बाया पळतच आल्या. एक जण सांगत होती, 'तुम्ही आजिबात बाहेर येऊ नका. दारू पिऊन शिवसेनेची पोरं हत्यारं घेऊन रिक्षानं फिरायला लागलीत.' मी भयंकर चिडलो होतो. विलास मला समजावत होता. तेवढ्यात दोन-चार रिक्षा आल्या. रिक्षांना भगवे झेंडे लावून रिक्षांत पोरं भरली होती. आम्हाला पाहून हातवारे करून आम्हाला शिव्या देऊ लागली. गाव हळूहळू बंद होत होतं. त्याला दंगलीची चाहूल लागली होती. शिवसेनावाल्यांनी चार-पाच पँथरवाल्यांना मारलं होतं. नंतर वडार-कैकाड्यांनाही मारल्याची खबर होती. गाव तंग होतं. दलितपँथर, मातंग सेना, दलितमुक्ती सेना, मी, विलास व महत्त्वाचे कार्यकर्ते घरी बसलो होतो. रात्रीचे दहा वाजले होते. तेवढ्यात पँथरची दोन-तीन पोरं आली. ती म्हणाली, "आमच्या वस्तीकडं जायचा रस्ताच बंद केलाय." मी पोरांना खुणावलं, विलासला बसायला सांगितलं. आम्ही बाहेर पडलो. गावात शिवसेनेच्या पोरांनी दंगा चालू केला होता. आम्ही ठाण्यात पोहोचलो. ठाण्यावरही दगडफेक चालू होती आणि वर फौजदार आम्हालाच दम भरत होता, तुमचे लोक आवरा, गावात दंगल चालू आहे! आम्हाला सोडायला पोलिसांची गाडी आली. या दोघांना मारलं तर गंभीर परिणाम होईल, हे पोलिसांना माहीत होतं. दंगलीत आमचं कुणीच नव्हतं. जयभवानी, जयशिवाजीवाल्या सैनिकांनी दारूच्या नशेत दंगल केली. कोण कोणाला मारत होतं तेही त्यांना कळत नव्हतं. दुसऱ्या दिवशी एस. पी. चा आदेश आला. संघटनेच्या सर्व कार्यकर्त्यांना समाजकंटक म्हणून घोषित करा. मला व विलासला अटक करा. दुसऱ्या दिवशी साडेनऊला पोलिसांची जीप आली. बाकी साऱ्यांना लपून बसायला सांगून मी बाहेर आलो. फौजदार म्हणाला, "विलास आहे काय?" मी म्हणालो, "तो सकाळीच सासरवाडीला गेलाय." पोलीस म्हणाला, "तुम्ही

गाडीत बसा. तुमचं स्टेटमेंट घेतो.'' पोलीस स्टेशनमध्ये माझ्या अगोदर बौद्ध वस्तीतले, मोलमजुरी करणारे चार-पाच लोक, आमच्यातले दोन-तीन आणि गावातली दोन-तीन गुंड मुलं होती. पोलीस स्टेशनला आल्यावर त्यांनी मला अटक केल्याचं सांगितलं. मी साहेबांना म्हणालो, ''ज्यांनी दंगल केली ते बाहेर आहेत. आमच्यावर अन्याय झाला म्हणून आम्ही दाद मागायला लागलो तर तुम्ही मलाच अटक केली.'' तेव्हा साहेब म्हणाला, ''तू मलाच दम देतोस?'' आता, त्याच्या हाताने माझ्या डोक्याचे केस ओढले होते. वेदना मेंदूत गेल्या. तो म्हणाला, ''दुधाचे दात तुटलेत का बे कुत्र्या? घ्या त्याला आत. भेंच्योद, मोर्चा काढतात.'' त्यानं बसायच्या जागेत लाथ घातली आणि आतून कडी घालून हातांत पट्टा घेत म्हणाला, ''आता सांग तुझा बाप कुठे आहे?'' चार रट्टे खाल्ले; पण तोंड उघडलं नाय. त्याला विलास मान्याचा पत्ता हवा होता, जो मी देणार नव्हतो. एकदा तर त्यानं माझं डोकं भिंतीला आपटलं. डोक्यात मोठी कळ आली. डोळ्यांसमोर अंधार आला. मी गप मार खात उभा होतो. एका बाजूला राजकारण, राजकीय पुढारी व दुसऱ्या बाजूला आम्ही.

मी बोलत नाही म्हटल्यावर रात्री साडेअकराला आम्हाला बाहेर काढलं व गाडीत घातलं आणि मॅजिस्ट्रेटकडे हातकड्या घालून घेऊन गेले. हातांत कागद वाचीत मॅजिस्ट्रेट म्हणाला, ''तुम्हाला काय सांगायचं आहे काय?'' मी म्हणालो, ''उद्या कोर्टात वकिलामार्फत सांगेन.'' साहेब माझ्याकडं पाहून गालात हसला व पोलिसांनी पी. सी. मागितलीय, तुम्हाला काय म्हणायचंय. आम्ही सारे घाबरलो होतो. सायबानं कागदावर काहीतरी लिहिलं, फौजदाराकडे कागद दिला. आता आमची गाडी कोर्टाच्या जेलकडे निघाली. तवा समजलं मुनसूफसायबाचं जेल कस्टडी दिली होती. मुनसूफसायबाचं मनातल्या मनात आभार मानलं. सुदैवानं जेल आणि कोर्ट माझ्या घरापास्नं शंभर फुटांवर आहे. आरोपी खोकला तरी माझ्या घरी आवाज येतो. जेलमध्ये बंद करून फौजदार निघून गेला. जेलरला सांगून घरनंच जेवण आणलं. दुसऱ्या दिवशी गावात भलतंच टेन्शन होतं. मुख्य आरोपी गावात हिंडत होते. त्यांना अटक नव्हती. विलास माने, सर जाम चिडले होते. आम्हाला कोर्टात नेण्यात आलं. पिंजऱ्याच्या सळ्या मोजीत मी उभा होतो. सोडवण्याचा खटाटोप विलास करत होता. इकडे गावातील वकिलांची बैठक झाली. बार अध्यक्षांनी एका जाणकार वकिलाला केस घ्यायला लावली. सरकारी वकिलानं फौजदार, कायद्याची बाजू मांडली. तो म्हणाला, ''हे समाजकंटक असून गावात दंगली घडवून आणतात. शांतता व सुव्यवस्था यांना यांच्यापासून धोका आहे.'' कोर्टाने सारं ऐकून घेतलं. आता आमच्या बाजूचा वकील बोलू लागला. आमची काय बाजू आहे? आमचा कोण वकील आहे? हेही मला ठाऊक नव्हतं. विलासनंच

सारी तरतूद केली होती. ॲडव्होकेट मरेमामांनी आपलं वकीलपत्र सादर केलं. सरकारी वकिलाचे सारे आरोप खोडून काढले. पोलीस यंत्रणेवर टीका केली. पोलीस चोर सोडून संन्याशाला बळी देतात, हे पुराव्यानिशी सांगितलं. एका अत्याचाराच्या निर्मूलनासाठी आम्ही गाव बंद ठेवलं. शांतपणे मोर्चा काढला. आमच्या बाजूने दंगाधोपा अशी कुठलीच गोष्ट झाली नव्हती. हे सारं पोलिसांच्या विरुद्ध होतं. म्हणून पोलिसांनी यांना गावगुंड ठरवून तडीपार नोटिसा काढल्या आहेत. आमचाही वकील सारं फाडफाड बोलला. दोन्ही बाजू ऐकल्यावर न्यायमूर्तींनी आम्हाला मुक्त केलं. मी मुक्त झालो खरा; परंतु दंगलीचं कलम पुराव्याअभावी तसंच ठेवलं. आता हा दावा केव्हा चालेल कुणास ठाऊक!

दादाराव खाली बसला. आता विलास बोलू लागला... 'ॲडव्होकेट मरेमामांनी आणि बार कॉन्सिलनं आम्हा तरुण मुलांना जे पाठबळ दिलं त्यामुळेच आज आपण दादारावचा सत्कार करत आहोत. नाहीतर दादाराव खडी फोडायला आत गेला असता किंवा त्याला तडीपार व्हावं लागलं असतं. गाव पाठीशी उभा राहिला म्हणून आम्ही फाटक्या अंगाची माणसं गावातल्या म्हाजोर सत्तेच्या विरुद्ध उभी राहिलो. लोकांनी लागोपाठ दोन दिवस निलंगा बंद केला. आम्हाला सहानुभूती दाखवली. गरीब मसणजोगी स्त्रीलाही आब्रू असते, तीही या समाजाचा घटक आहे, हे दाखवून दिलं. सगळ्या मित्र संघटना एकत्र आल्या. हा या सगळ्यांचा विजय आहे आन् पोलिसांनी साबऱ्याला आज अटक केली. ही अटक नुसत्या साबऱ्याची नाही. त्याला संरक्षण देणाऱ्या आमदार, खासदार आणि सगळ्या भगव्या सैनिकांना आहे. आपसात जूट झाली तर अन्याय करणाऱ्याचे हात कितीही वर पोहोचले असले तरी ते हात छाटता येतात, हे या लढ्यानं दाखवलं. पोलिसांनी शिवसेनेच्या गुंडांना, ज्यांनी, 'जय भवानी, जय शिवाजी' म्हणत दंगल पेटवली, त्यांना हात लावला नाही; परंतु आमच्या पोरांना मात्र अटक केली. आमच्या संयमाने आमची चळवळ बदनाम होता होता वाचली.' मदत करणाऱ्या साऱ्यांचे विलासनं आभार मानले. मंगलला लुगडं-चोळी देऊन तिचाही सत्कार करण्यात आला. जात पंचायतीच्या पुढाऱ्यांचा सत्कार माझ्या हस्ते झाला. नेहमीच्या पद्धतीनं माझंही तडाखेबंद भाषण झालं. मंगलच्या चेहऱ्यावर कळा आली होती. ती कौतुकानं पाहत होती. तिच्या डोळ्यांतला आनंद ती लपवू शकत नव्हती. आपल्यासाठी एवढे लोक जमलेत याचंच तिला अप्रूप वाटत होतं.

मी परत फिरलो. पुन्हा माझी धावपळ सुरू झाली. महिना-दीड महिना गेला असेल, विलास माने आमच्या संघटनेचा सरचिटणीस आणि आमच्या संघटनेचे उपाध्यक्ष लक्ष्मण गायकवाड, दोघंही सांगत होते, 'बालाजीला पोलिसांनी रात्री डोंगरावर जाऊन अटक केली. त्याच्यावर तीस-चाळीस केसेस आहेत. त्यांतल्या

चार-पाच बलात्काराच्या आहेत. विनयभंगाच्या आहेत. पोलिसांनी त्याच्या हातांत हातकड्या घालून गावातून फिरवत नेला तेव्हा गाव बघायला लोटला होता. हा बालाजी साबरे शिवसेनेचा तालुका उपाध्यक्ष आहे.' मी लक्ष्मणला म्हणालो, ''आज जर शिवाजी महाराज असते तर त्यांचं नाव बदनाम करणाऱ्या या बालाजीला त्यांनी कोणत्या कड्यावरून कडेलोट केला असता बरं?'' लक्ष्मण म्हणाला, ''साहेब, महाराजांनी कड्यावर नसता नेला. त्याला वेळ लागला असता. महाराजांनी तितल्या तिथं त्याचं शीर धडावेगळं केलं असतं.''

पोलिसांनी त्याच्यावर बलात्काराची केस घातली आहे. त्याची मेडिकल झाली आहे. त्याला नक्की शिक्षा होणार. याही घटनेला आता तीन वर्षं झाली. नुसत्या तारखा पडतात. मंगलला आता मूल झालंय; तरीही केस कोर्टापुढं येत नाहीय. आरोपी जामिनावर राजरोस फिरतोय. याला काय म्हणावं बर? बलात्कारासारख्या केसेसना बोर्डावर येण्यास तीन तीन वर्षं लागत असतील तर आपली न्यायव्यवस्था कोणत्या थराला गेलीय, हे लक्षात येतं.

करून-सवरून आज तरी बालाजीचा बालही आपली न्यायव्यवस्था वाकडा करू शकली नाही. त्याच्या छातीवरच्या बनियनवरचा वाघ आजही आपल्या लालभडक जिभेने सर्वांना भिववतोय. खाकीवाले त्याचे रक्षण करताहेत. खादीवाले गालांत हसताहेत. लोकशाही तेवढी कोपऱ्याला आंधळ्या न्यायदेवतेकडे बघून रडत आहे आणि आता मसणजोग्यांची पालं केव्हाच गेलीत उडून मजल-दरमजल करत या टोकाहून त्या टोकाला... हातावरचं पोट भरत.

❖

गोष्ट एका लाडवाची!

भरदुपारी बारा-एकची वेळ असावी. दिवस उन्हाळ्याचे. उकाड्यानं जीव कासावीस झालेला. नुकतंच जेवण उरकून वाचत बसलोय. वर्तमानपत्रांच्या बातम्या त्याच त्या. घराच्या दारातच जरा हवा येईल, अशा बेतानं चटईवर पडलो होतो. शशीचं घर उरकणं चालू होतं. तेवढ्यात 'येऊ का' म्हणून आवाज आला. मी चटकन उठून बसून हसतच स्वागत केलं. दारात नारायण जावळीकर उभा. नारायण आमच्या चळवळीतला कार्यकर्ता. कोल्हाटी समाजातला. इथंच साताऱ्यात कामाठीपुऱ्यात लहानाचा मोठा झाला. अंगापिंडानं मजबूत. नारळाच्या कवटीसारखा. स्वभावानं उमदा. रात्री एका हॉटेलात रात्रपाळी करणार. दिवसा कॉलेज करणार. कॉलेजमध्ये नावालाच जाणार! सकाळपासून राबत असणार. कुठल्या डॉक्टरकडे कम्पाउंडर, कुठल्या हॉटेलात वेटर, तर आणखी कुठे काही. मिळेल ते काम करायचं; पण शिकायचं.

अंगातनं घामाच्या धारा वाहत येत. सायकलवरनं आलेला नारायण जावळीकर हुश्शऽ करत बसला. मी पाणी दिलं. पाणी पिऊन बोलू लागला, "चला, आपली मंडळी जमल्यात. पुणं, जेजुरी, शिरवळ, वाई, इस्लामपूर, साऱ्या भागांतनं मंडळी आलेली आहेत. तरुण पोरं आलीत आन् म्हातारे म्होरके पंचबी आल्यात. बाया-बापे, शे-पाचशे माणूस जमलंय. आज आपली पंचात हाय. लग्नं जमणार आहेत. तुम्ही चला. नुसतं बाजूला बसा. बगा तरी कशी चालते पंचायत."

मी कापडं घातली अन् निघालो. सायकलवरनं डबलसीट कामाठीपुऱ्यात गेलो. वैदू कोल्हाटी मंडळी एकाच जागेला राहिलेली. ही जागा तेव्हा चाळीस-पन्नास वर्षांपूर्वीची. तसा उघडा-बोडका माळ होता. त्यात या जमाती मांजरं, बोके, डुकरं

खाणारे म्हणून म्हाजूर. त्यानं कोण जवळ घेणार? म्हणून या माळावर उतरलीत. दुर्गाण्णा वरगंटे हा वैदू सांगत होता.'थोरल्या म्हाराजाचं लगीन जेवलो आन् तवापास्नं हातंच हावूत बग.' थोरले म्हराज म्हणजे अभयसिंह राजे हे भोसले यांचे वडील. त्यांचं लगीन झालं. त्यासाठी ही वैदू कोल्हाटी मंडळी इथं आली. पालं टाकून राहू लागली. याच पालांवर यांची ही चौथी पिढी. पहिल्या पिढीनं गाढवगोती म्हणून एकच रहिवास केला. आठ महिने महाराष्ट्रात फिरायचं आन् जेष्ठा-आकाडात साताऱ्यात राहायचं. देव देव करायचं, लग्नं करायचं. पोरीबाळी बघायच्या, देखायच्या. जातगावला आवातनं धाडायचं. जातगाव, जात पंचायत, जातगोत, समदं जमणार. मग गळाभेट व्होणार. कज्जे निघणार. निवाडा व्होणार. दारवा-मटण व्होणार. मारामाऱ्या व्होणार. आसं सारं चक्र. त्यात वैदूंची आळी मोठी. कुणी कुणाला नमणार नाही का मागं हटणार नाही. मागं एकदा केव्हातरी या दोन जमातींच्या एकत्र राहण्याचा परिणाम म्हणून एक मुलगा अन् एक मुलगी प्रेमात पडली. त्यांनी लैला-मजूनचं सोंग घेतलं. या दोन्ही जमातींत रोटीव्यवहार नाही तर बेटीव्यवहार कसा असणार? झालं. दांडगा कज्जा झाला. माणसं माणसाला भिडली. कुत्री रक्त पेली. कोल्हाटी-वैदू अशी दंगल झाली. एक माणूस गमवावा लागला. त्या मुला-मुलीचं काय झालं कुणास ठाऊक? आज कुणीच बोलत नाहीत; पण तेव्हापासून एकमेकांला खेटून तांबारलेलं पत्रं. घरातले डबे घियाचे. ते कापून सरळ करायचे. लाकडाच्या चौकटीवर ठोकायचे का झालं रिपाडं तयार. आमचे कैकाडी फोकाची ताटी तयार करून घराची भिंत करणार. तर हे कोल्हाटी-वैदू त्यांच्या धंद्यातल्या पातळ पत्र्याच्या डब्याचं रिपाडं मारून करणार. रंगबिरंगी गंजलेल्या पत्र्याच्या भिंती आन् वर झाकण बी पत्र्याचंच. त्यानं रेल्वेच्या डब्यासारख्या पत्र्याचा डबा तयार होणार. त्या डब्यात राहायचं म्हणजे काय तर सामान टाकायचं. बाकीचं सारं आंगणातच चालणार. तर अशी जोरदार पाच-पन्नास पत्र्याची घरं. एखादं जरा उजवं. थोडंसं मोठं. या घराच्या शेजारी भलंमोठं बाभळीचं झाड. बाभळीच्या झाडाची पिवळीकंच झकास फुलं पसरलेली. लहानपणी या बाभळीच्या फुलांच्या कुड्या पोरी कानात घालत तर चमकी करून नाकात घालीत. बाभळीच्या शेंगांची पैंजण कोणी पायांत घाली व कोणी बाभळीच्या शेंगांची जोडवी करून पायांच्या बोटात बांधीत. बाभळीच्या फुलांचा रंग, रूप, वास सारंच अस्सल. वर पत्र्याच्या घराच्या चांदवीची सावली आन् ह्या बाभळीची तुटाक सावली असं सारं जमून आलेलं. ऊन रकरकतंय, अंगातनं घामाच्या धारा वाहताहेत. धोतराच्या सोग्यानं, पदरानं घामाच्या धारा पुसत म्हातारे, शे-पाचशे बायोपोरं, गडी चवड्यावर सरकून बसलीयत. पोरांचा कालवा झालेला आहे. सारी घोळक्यात कुस्त्याच्या फडात बसावं तशी बसलीयत. बाया जरा उजाळ. केसांची रचना थोडी ठसठशीत.

काष्टा घातलेल्या नऊवारीतल्या बाया पानं खा-खाऊन दात रंगलेले. गालाला पावडर, डोळ्यांत काजळ, बोलक्या नजरेनं एकमेकींशी बोलताहेत. डोळे मोडीत, मान मिरवीत, वाकवीत, आदबीनं बोलतायत. कोल्हाटी समाजातली ही बाई म्हणजे महाराष्ट्रातल्या शृंगारिक लावण्यांचं जीतं-जागतं चित्र. महाराष्ट्रातल्या तमाशाचं नाक, तमाशाची कला पायांच्या ठेक्यात नसानसात इथं लावणी बसलीय. म्हायेरवाशीन बनून सारी संगीतबारी इथं पिढ्यान् पिढ्या नांदलीय. वागलीय. संगीत म्हणजे जीव का प्राण. लावणी, अभंग, भारूड, भावगीत, मनाला येईल ती चीज इथ सुखानं नांदतेय. व्होटीवर गाणं, अंगात ताल आन् पायांत ठेका आणि पोटात भुकेचा आगडोंब. पायांत चाळ बांधला का साऱ्या अंगाची दौलत रसिकांवर उधळून बिजलीसारखी लवलवणारी इथली कलावंत बाई म्हणजे उभ्या महाराष्ट्राचं भूषण. कैकांच्या काळजाचं ठोका चुकवणारा पदन्यास. ढोलकीच्या डफाच्या थापेसरशी अंगावर काटा यावा तसं सारं या महाराष्ट्रातल्या कोल्हाट्याच्या टिनपाटात पिकतं अन् इथनंच ते बाजारात विकतं. तर अशी महाराष्ट्राच्या सांस्कृतिक जीवनावर आपला आगळावेगळा ठसा उठवणारी कलावंतीणीची जमात म्हणजे नारायण जावळीकरांची ही कोल्हाटी जमात. तमाशा, बारी, फड आन् दोरीवरल्या कसरती अंगाचं मुळकूट करून, घडी करून प्रेक्षकांना थक्क करणारं थरारक चित्र उभं करणारी ही जमात. यात बाईच सारा गाड ओढणार. ढोलकी वाजवणार. हाकारे घालणार, लहान पोरंपोरी कोलांटी उड्या मारणार. कसरती करणारं. लोक खूश होणार आणि बिदागी टाकणार. महाराष्ट्राची करमणूक करणारी ही कलावंत जमात आता या साऱ्या कलांच्याकडे पाठ फिरवून उभी राहते आहे. इथं जातगाव जमलीय. मी वळचळीला उभा. डोक्यावर गांधी टोपी, अंगापिंडानं जाडाजुडा आन् पान खाऊन तोंड लाल केलेला म्हातारा मध्येच बसलेला. बाकी सारी मंडळी ऐकत असतात. अनेक कज्जे येतात. एक कज्जा असतो लग्नासंबंधीचा. एका मुलीला मागणी घातलेली असते. ती बोर्डावर नाचत असते. जोपर्यंत बाई नाचते तोपर्यंत ती लग्न करीत नाही. बोर्डावरनं उतरल्यावर लग्न. तोपर्यंत पुरुषानं दम धरायचा. त्यानं बहुतेकदा या जमातीतील पुरुषाला लग्नाला बाईच मिळत नाही. त्यामुळं मुलींना किंमत मोठी. मुलगी झाली का आनंदी आनंद. अनेक मुलं बिनलग्नाची. त्यानं मिळेल त्या मुलीशी लग्न करायचं. जमेना का पंचायत. अलीकडे मात्र या सर्वच परिस्थितीत झपाट्याने बदल होत आहे तर आसं सारं चालू असताना तरुणांचा एक गट उभा राहतो. ते एकत्र बोलतात आणि पंचायतीत संघटितपणे काही बोलू लागतात. तसं जुनी मंडळी चिडून उठतात. गोंधळ चालू होतो; कारण काही फार मोठं नसतं. दुपारी पंचांना जेवण असतं. याला जोडून लग्नं होणार असतात. तेव्हा लग्न रिवाजाप्रमाणे होणारच. नारायण या तरुणांचं नेतृत्व करत असतो.

नारायण बोलायला उभा राहतो. तो समजावणीच्या सुरात सांगू लागतो. 'आपल्या जमातीत लग्नाला डुकरं मारली जातात. हे काही बरं नाही. लोक चंद्रावर गेलेत. आता आपणही सुधारलं पाहिजे. आपणही काळाची पावलं ओळखून पोरं शिकवली पाहिजेत. बैलांची शिंगं तासून फण्या करणं सोडलं पाहिजे. तमाशा ज्याचा त्याला लखलाभ. पोरींना शाळेत घातलं पाहिजे. दारू आन् मटणही सोडलं पाहिजे. तुम्ही परवानगी दिली तर आजच्या आज आपणही आपल्या लग्नात लाडूचं जेवण घालू. लाडवाच्या पंगती उठवाव्यात,आपलं लग्नही उदम्यावाण्यावाणी करावं आसं आमचं मत आहे. पाचवीला डुक्कर, मयतीला मटण, प्रत्येक वेळी मटण हे काही चांगलं नाही.' दारूच्या कैफानं आमचं वाटुळं केलंय, वगैरे झालं. आता रण माजणार. तसंच झालं. एकजात सारे पंच पोरांच्या या सूचनेवर तुटून पडले.

सरपंच सांगू लागला. 'नारायण, आजाला नातू शिकवाया लागला. त्यानं बरं झालं. दोन बुक शिकलास. कानांत वारं शिरलं. आपले वाडवडील काय गाढव व्होते का? जात आन् रीत कशाला केलीया. रीतिरिवाजाचं कश्यापाई बंदन हाय. लेका, आसं डोस्क्यात राक घालून घिऊ नकूस. ह्याला लागीर असली पायजेल बगा. लागिरीशिवाय दुसरं काय? आमचे बापजादे जे काय सांगून, शिकवून गेलेत, तेच आमी करणार. लोकांनी घातली सरी म्हणून आम्ही दोरी घालावं का? लोकं उद्या नागडी नाचाया लागली तर आमी नाचावा का? लोक उद्या शेण खाया लागले म्हणं आम्ही शेण खावा का? तवा लोका पायजे ते करत्याल. आमची रीतभात आमी बगू. आमाला लाडू नगं आन् भाडू नगं. लाडू अन् भाडू. वराणभात खाया आमी का बामणं हाय का मिळमिळीत. आरं शिरपा बघितलंस. शिकून माणसाची आक्काल कशी माती खाती ते.''

अशी जुगलबंदी चालू असते. आता दुसरा पंच तावातावानं सांगू लागला, 'आमच्या पाटलाच्या हुकूमाबीगार काय बी होणार नाय. आमच्या पाटलाम्होरं काय कुणाची टाप हाय? काय बिशाद हाय? भेंच्योद आमी त्या पूनकरांच्या सारखी बाडगी नाय.' आता एक तरतरीत तरुण, सजन कुडाळकर त्याचं नाव. हा नारायणच्या जमातीतला पुढारी आणि नातेवाईक. याच्याच प्रेरणेनं नारायण या समाजात सक्रिय झालेला. तो या पुढाऱ्याला अडवीत म्हणाला, ''आरं काय बोलतयास आपल्याच लोकास्नी, बाडगं बोलाया लाज नाही वाटत? वाई, शिरवळ, जेजुरीपास्नं खालचा सारा मुलूख सुदारला. आपलं मातर पाटलाबिगार पान हलत नाही. गुलाम हाय गुलाम. माणूस मेला कापा डुक्कर, म्हणून लोक आपल्याला डुक्कर कोलाटी म्हणतात. आर जरा तरी आबरू बाळगा. आता डुक्करबिक्कर काय होणार नाय.'' तसा तो पहिला पुढारी चिडला आणि सजनच्या अंगावर धावून जात म्हणाला, ''आमी इस्लामपूरच्या घराण्यातलं हाय. नदीच्या पाण्यात घावलेला त्यो

टाक आमच्या जातीला घावला. तवापास्नं मान आमच्या घरात हाय. देवीला कवल लावील आन् पाटील व्हय म्हणील तवा झाडाचं पान दिकून हालंलं, ततं आपली काय बात?''

मला न समजून मी हळूच नारायणाला विचारलं, ''हे देवीचं काय प्रकरण हाय?'' तेव्हा तो सांगू लागला. ''कोणे एकेकाळी कोलाट्याची एक टोळी फिरत फिरत इस्लामपूरला आली. तिथे काही दिवस राहून ती कृष्णाकाठी जंगलाच्या मध्यावर जाऊन राहिली. टोळीतले सगळे स्त्री-पुरुष नदीवर जात असत. कृष्णामाईचा डोह अथांग होता. सगळे आंघोळीपांगोळी करीत. एके दिवशी एक म्हातारी डोहामध्ये गेली ती दोन दिवस म्हणे वर नाही आली. सारी जमात रडून रडून दमली. दुसऱ्या दिवशी म्हातारी डोहातून देवीचा टाक घेऊन वर आली. सारी जमात देव पावला, देव पावला म्हणून नाचू लागली. म्हणून ती म्हातारी आणि तो देवीचा टाक तेव्हापासून आमच्या पाचवीला लागली आणि त्या म्हातारीच्या पुढच्या सर्व पिढ्या आमच्या टोळीच्या पाटीलकीचा टाक घेऊन बसल्या. म्हणून आमचा पाटील बोले व सर्व कोलाटी जमात हाले. पाटलाच्या विरोधात कोणी बोलायला गेला की देवीचा कोप होतो. म्हणून पाटलाचं वर्चस्व कोलाटी जमातीवर आहे. या पाटलाच्या हुकमाशिवाय कसलंही काम होत नाही. लग्नकार्य, नडीतडी, रोटीबेटी, एवढंच काय पैकापाणी देणं. व्याजबटाई करणंसुद्धा पाटलाचाच अधिकार असे. अधिकार आल्याने एक अधिकारशाहीच आमच्यात आली. जातीच्या सगळ्या जारणवारणाची कायदेशीर जबाबदारी पाटलाची असल्याने ह्या धार्मिक जातीय हुकमशाहीमुळे लोकांचे खूप हालहाल झाले. आमच्या जातीचे लोक जागा मिळेल तिकडे निघून गेले. त्यामुळे पुण्या-मुंबईकडे गेलेल्या आमच्या टोळ्या इस्लामपूरच्या पाटलाचे काही ऐकेनात. या बंडखोरांचा गट सुधारणावादी कोल्हाट्यांचा गट झाला, तर साताऱ्यापासून कोल्हापूरपर्यंत पाटलाला मानणारा गट झाला. असे दोन गट या ठिकाणी पडले. आजपर्यंत हे दोन्ही गट एकत्र येत नाहीत. सुधारणावादी गटाची खूप प्रगती झाली. त्याचं कारण सभोवताली असणारा सुशिक्षितांचा वर्ग. शिक्षण, मार्गदर्शन, चांगल्या लोकांची संगत या सगळ्यांचा परिणाम होऊन रोशन सातारकर, यमुनाबाई वायकर, लीला गांधी, तबलावादक हरिभाऊ, कुदळ आणि अशा कित्येक लोककलांमध्ये निपुण असलेल्यांची नावं आपणास सहज दिसून येतात. याउलट, पाटलाला मानणाऱ्या गटात प्रगतीपेक्षा अधोगतीच जास्त दिसून येते. परंपरावादी बुरसटलेली मंडळी आमच्यात खूप प्रमाणात आहे. शेकडो वर्षांच्या अनिष्ट चालीरीती, परंपरा रूढी यांमुळे गतानुगतिक समाज आजही पाटलाच्या वर्चस्वाखाली खितपत पडला आहे. तो जे काही सांगेल ते आम्ही निमूटपणे ऐकून त्याच्या हुकमाप्रमाणे करतो आणि म्हणूनच या पाटलाच्या विरुद्ध हा लाडू करण्याचा निकाल घेत आहे.

तुम्हाला गंमत सांगतो, 'आमच्याकडे लग्नकार्यात घरोघरी धान्य नि डुकरांचं मांस वाटण्याची प्रथा होती. कार्य एकत्र, पण जेवण स्वतंत्र असा काहीसा प्रकार होता. आम्ही त्याही प्रथेच्या विरुद्ध बंड केलं. धान्य आणि मटण एकत्र शिजवून, सर्वांनी पंगतीला बसून आमंत्रण देऊन जेवायचं, हे आम्ही साखरचिरडीच्या जेवणालाच केलं होतं. प्रत्येक ठिकाणी लागणाऱ्या दारूवर जास्तीत जास्त नियंत्रण बसवलं होतं. अशा रीतीनं, बारीकसारीक गोष्टींवर आम्ही मात करत आलोत. त्यामुळेच खरं पाहता, आमच्यासमोर लग्नाचं मोठं आव्हान उभं होतं. लग्नाला आठ-दहा डुकरं मारून, दोन-चार पोती तांदळाची आणि दारू यांचा हैदोस होणार होता आणि तोच तर आम्हाला बंद करायचा होता. तर आमच्या याही वागण्याची कुजबूज सुरू झाली. रीत सोडलीना झाले. आम्हाला पाटलानं नेमलेला माणूस बोरा, हा पाटलाचा माणूस. त्यानं बोलावलं. त्याचा गावात मान मोठा. तो म्हणाला, "हगलेल्या पोरांनी काय काडलं." पोरं म्हणत्यात, "आमी शिकलोसवारलो, लहानाचं मोठं झालो. तवा दारूबीरू कुणी पियाची नाय. डुकरं मारायची नाय. मंग करायचं काय?" तवा मी म्हणालो, "हयातभर लोकांच्या उकिरड्यावर खरकट्या पतरावळ्या उचलल्या-आता आपणबी पतरावळीत जेवायचं. आतापर्यंत उकिरड्यावरच्या पत्रावळ्यांतले लाडूही वेचून खाल्ले. आता आपणही लाडू करायचे. हे लाडू आपल्या हक्काचे. इथं कुणी आपल्याला शिवीगाळ करणार नाही. आतापातूर बरबाट, दारू आमच्या तोंडात माती घालत आली. काही मायबहिणीला पोट भरून जेवता आलं नाही. दुनिया बदलली. आता आपण हळूहळू का होईना बदलायला पाहिजे. आपणही माणसासारखं जगू. तसं जगण्याचा हक्क मागू. डुक्कर न मारता गोड जेवण करायचं आहे. एवढीच माझी सूचना आहे." बैठक एकेरीवर आली. आम्ही आमच्या निर्धारानं उभे राहिलो. लग्न जवळ येऊ लागलं. आम्हा तरुण पोरांच्या आईबापांनी भीती घातली, पण आम्ही घाबरलो नाही. दोन-चार दिवसांत कळलं, मंडळी पाटलाकडं गेलीत. झालं. लोकांनी पुन्हा बैठक बसवली. बोरा म्हणाला, "पाटलाचा हुकूम हाय की जर कळ्याचं लाडूचं जेवण केलं तर कळ्यामागं एक रुपया दंड बसल अन् जिलबीचा तोडा झाला तर तोड्यागणिक धाची पत्ती बसल." हा हुकूम ऐकला आणि तळपायाची आग मस्तकाला गेली. सजनराव, आमच्यातला पोक्त माणूस. सारं शांतनेनं घ्या असं म्हणणारा; पण तोही चिडला. आम्ही सारी पोरं त्याच्यामागं उभी राहिलो आणि आम्ही लाडूच्या कळ्यांचंच जेवण करणार, त्यांना काय करायचं ते करू देत, असं म्हणून उठलो. आम्ही बैठक उधळली. नवरानवरीच्या घरच्यांना विश्वासात घेतलं. त्यांनी उत्तम साथ दिली. मांस-मसकट बंद केलं. बाया-पोरं आनंदानं आशीर्वाद देऊ लागले. साऱ्यांना जेवणाची आमंत्रणं देत फिरू लागलो. साऱ्या गावाची एकजूट बघून बोरावरही दडपण आलं. झालं, पुन्हा बैठक

बसली. बोरा म्हणत होता, "आताच एका बाईच्या अंगात देवी येऊन गेली." जो-तो अंगात येणाऱ्या माणसाला घाबरत होता. आम्ही लोकांनी धीर दिला. बोरानं खूप प्रचार केला. गावाचं नाव जाईल म्हणाला आणि लग्नाचा दिवस उजाडल्यापासून तुम्ही बघता आहातच."

एवढ्यात एकाच्या अंगात देवी घुमू लागते. त्याला आवरता आवरता नाकीनऊ आले. अंगात आलेला देवर्षी पंचांनी त्याला पंचामध्ये आणलं. तो कोडी सांगू लागला. बकरी, नारळ, लिंबू, आंडी, रोट, चिलीम, गांजा, दारू सारं एका एकाला. छप्पन-रोगावरला एकच दवा. उतारा सांगू लागला. सारी मंडळी त्याच्याभोवती जमली. पंचायत मोडली. आता पोरांनी निर्धार केला. काय वाट्टेल ते होवो, आपण लढाई केलीच पाहिजे. शेजारच्या वैदूच्या वस्तीत जर यलप्पा वैदू सामुदायिक लग्न लावतात, लाडूचं जेवण घालतात, त्यांचा नाई देव कोपत तर आपला देवच कोपणार का म्हणून? पाच-पाचशे बकरी कापणारे वैदू जर पाच बकऱ्यांवर आले तर आपून का बदलू नये? आपल्याच देवाला मटण, दारूचा निविद कशापायी? आपल्याच पंचायतीला मटण-दारू कशापायी द्यायची? काय वाट्टेल ते होवो. आपण लढाई करायची. देवाची बोळवण झाली. देवानं नारायण आणि त्याच्या तरुण मित्रांची पार तासलेली. दोनदा पंचायत मोडून पडली. आता पंचायतीत बायाही बोलू लागल्या. त्यांनी तरुण पोरांची बाजू घेतली. म्हातारे बापे सांगू लागले. भारुडं, कथा, चुटके, सारं उदाहरणांसह एक पंच सांगत होता. मत्स्य, वराह अशा दोन देवांचे अवतार आणि जनावराचं आपलं नातं. देवाचा कोप, दैवाची गती सारं तत्त्वज्ञान व्यवहारी भाषेत मांडताना एकएकानं आपली अक्कल पणाला लावली; परंतु नारायणनं लढाई जिंकली ती स्त्रिया-पोरांच्या बाजूला उभ्या राहिल्यानं. शांताबाई म्हणत व्हती देवादिकांचं करू नका. आसं पोरं तरी कुठं म्हणत्यात? कंदुरी करू नका आसं तरी कुठं म्हणत्यात, लग्नाला डुक्कर नको, बारशाला डुक्कर नको, लाडू, पोळ्या, आसं वाण्याउदम्यावाणी. बामणावाणी करा म्हणत्यात. त्यात चूक का हाय? रंगाचा बेरंग, चवीची बेचव होतीया, ती मटणानं आन् दारूनं. अन्नात माती कालवायची. सुकात दुक कालवून खायाचं. लग्ना-येवात आनंदानं ऱ्हायाचं. ते ऱ्हातं बाजूला आन् दारू, मटण, मारामाऱ्या, भांडणं म्हंजी लगीन आसं मातर झालंय. बाईनं पंचात ही बाजू ठामपणे मांडली. पोरांची बाजू उजवी ठरली आन् पंचांनी कुरकुरत, नाइलाजानं मान्यता दिली. झालं. पोरांनी लढाई जिंकली; पण पटक्यातल्या तिड्यातलं तिढं पोरांना काय ठाऊक? इकडं पोरं लागली कामाला. एका पत्र्याच्या शेडमध्ये चूलवान मांडलं. 'नारायणनं लुंगी लावली. अशोक, नारायण, सजन सारी पाच-पंचवीस पोरं लागली कळ्या पाडायला. तिकडं पंचाचं चालूच होतं गुऱ्हाळ. चूलवनावर भात बसला. कळ्या पाडून पोरं लाडू बांधू लागली.

लहान पोरांनी कधीच हे लाडू प्रकरण पाहिलेलं नसतं. त्यानं बाया-पोरं लागली चूलवानाभोवती घुटमळायला आन् तिकडं पंचांनी तर पंचायतीत आट्या पिळलेल्या. तेवढ्यात एक जण दारू पिऊन तर्र होऊन आला. आला तोच मुळी 'येड बामणाच्या पोटची कारं लेकानू. माज्या आंगात देव येतूया देव. वाटुळं करील आता. सात पिढ्या नरकात जाणार तुमच्या. तुमच्या मायचं xxxx '

तर त्याचं तोंडाला येईल ते बडबडणं चालू झालं.

इकडं रमेश वैदू, दुर्गाण्णा, उत्तम, यल्लपा, नारायण आम्ही रमेशच्या घरात बसलोय. दारुड्यानं आमच्या आईचं xxxx वाटोळं मांडलंय. तेवढ्यात एका पोरानं त्याला घातला खाली आन् बसला बोकांडी. तशी बोंबाबोंब झाली. कालवाच कालवा वाढला. सोडवासोडवी झाली. सजन कुडाळकर सांगत होता, सायेब ही आमची आडाणी जात. आमच्यात एक म्हातारा कार्यकर्ता होता, चौसष्ट साली. आम्ही आन् वैदूंनी एकत्र येऊन सरकारला जागा मगितली त्या टायमाला. यल्लप्पा गुरुजी, आमी सारी लहान होतो. गावातले शंकर जानू कारंडे, अशा गावातल्या कार्यकर्त्यांने आमाला हिथं जागा मिळवून दिली. सारी आडाणी. करंडे मामानं उचल खाल्ली. बगता बगता बावीस माणसांची घरासाठी सोसायटी केली. तवा फुकाट घरं व्होणार म्हणलो तरी कुणी गिणलं नाय. सारी धावाधाव करून जागा मिळाली. समाजकल्याण खात्यानं पैसं घातलं. कॉण्ट्रॅक्टरनं काम चालू केलं. सभासदांनला वाटलं झालं घर. पाया झाला आन् आमच्यात भांडणं सुरू झाली. कॉण्ट्रॅक्टर पळाला. तवापास्नं जो पाया बोंबलत पडला त्यो इस वर्षं. इस वर्षं कुणी नाव काढीत नव्हतं. कारंडेमामा, जयासिंग कुडाळकर, यल्लपा, मी सारी धडपडत व्होतो, पर ह्या हापिसातनं त्या हापिसात. त्या हापिसातनं ह्या हापिसात. आसं साऱ्या सोसाटीचं वांगं झालं. आमी आशा सोडली. कश्याची घरं आन् दारं म्हणून देशोधडीला लागलू. आपलं पावणेपाच चालूच. फण्या करायच्या, कुलपं, किल्ल्या इकायच्या आन् पोटं भरायची. सोसाटी ना फिसाटी. सारा इसवासच उडाला होता आन् चार सालामागं एक योग आला बगा. दोन पिढ्या गेल्या. आमचा गरीब म्हातारा गेला. दुसरा चेयरमन झाला. त्योबी गेला. आन् आजानं सुरू केल्याली सोसाटी नातवाच्या हातांत तशीच्या तशी आली. पोरं धडपडाय लागली. आमचा जयसिंग कुडाळकर तात्याकडं जायाचा. तात्याचा गावात दबदबा मोठा. जुन्या पिढीतला, शिस्तीचा, कडक गांधीवादी माणूस. त्याला जयसिंग बोलला. सोमण तात्यानं सारं एकलं. सांच्याला आमी परत गेलू त्यांच्याकडं. तर तात्या सोमण म्हणाले, "वाड्यावर जावा. मी महाराजांशी बोललोय. अभयसिंह महाराज मंत्री हायेत. त्यांनी मनावर घेतलंय. तुमी वाड्यावर जाऊन कानावर घाला." झालं. दुसऱ्या दिशी जयसिंग, मी आन् आणखी दोग-चौगं आमी वाड्यावर जायला निगालू. जसा वाडा जवळ यायला

लागला तसं काळीज लागलं धडका मारायला. जयसिंग म्हणाला, "लेक हो, पर येवढ्या मोठ्या म्हाराजासंग बोलणार काय? आन् कसं? उब्या जलमात आपून नक दिकून बगितलं नाय. का दिंडी दरवाजा वलांडला नाय. म्हाराज म्हणजे भाजीपाला हाय?" झालं. नडगीला गोळं याया लागलं. तोंडाला कोरड पडली. पायच उचलंना. वाड्याम्होरं गेलू, पर पायरी चढायची शामत व्हईना. गेल्या वाटंनं मागारी आलू. सोमणतात्याच्या घरी जाऊन त्यास्नी सांगितलं. ते हसले, म्हणाले, "बरं... बरं... मी बोलतो. तुमी चला." तात्यांनी सारं म्हाराजांना सांगितलं. वैद्य प्रशासकाला म्हाराजांनी बोलवून घेतलं आन् आमचं नशीब उघाडलं बगा. तवापास्नं काम चालू झालं. आमी कंबर बांधली. म्हाराजांनी बैजवार समदं सांगितलं आन् मुनसिपालटीनं आमची घरं बांधायला घितली. झालं. एक एक घरं वर जाया लागलं, आमच्या हातांत पैका नगं. घर बांधून द्या. तात्या सोमण देवावाणी उभं राहिलं. अभयसिंह म्हाराज, शिवाजी म्हाराजास्नी देवानं बुद्ध्या दिली आन् आम्हा कोल्हाट्यांची, वैदूंची घरं उभी ऱ्हाया लागली. बगता बगता घरावर पत्रा पडला. सोसाटीत डांबरी सडक झाली. सारं मुनसिपालटीनं केलं. आता वैद्य गेला आन् शिवाजी म्हाराजच मुनसिपालटीचं अध्यक्ष झालं. लायटीसाठी रकाडलं, पर त्यातनंबी वाट घावली. आमची घरं झाली. सायेब आमच्या कंच्याच पिढीत आशी घरं नव्हती. नारायणासारखा मोड आमच्या उकिरड्यावर उगावला. यलप्पा गुरजीसारखा खूट उभा राहिला. बगता बगता घरांचं काम पुरं झालं. बावीस लोकांना मुनसिपालटीनं घरं बांधून दिली. आता लोकास्नी भरूसा आलाय पर आजून दोन जमातीत शे-दीडशे माणूस तसंच राहिलंय, बिन-भिकार, तसंच पत्र्याच्या खोपटात, त्यास्नीबी घरं पायजे. सरकारच्या जागेत आमी पन्नास वर्सं हाय, पर आमच्या दुर्गाचं घर सरकारनं पाडलं, म्हणले — 'अतिक्रमण हाय. खाली कर.' सायेब, आमी कुठं जावा. आमी सारी एकाच जागी पायजेल. कायबी आडी-अडचण येणार. सुख-दुख हाय. मयत हाय. लगीन चाव हाय. जातीशिवा सत ना गत. आमाला हितंच जागा दिया लावा. आमी घरात राहतू. डुकरं सोडतू, फण्या बंद करतू, पोरं साळंत घालतू. मग कायबी होऊ दे. पंचास्नी बगतू. आमी आडाणी माणसं. म्हाराजास्नी सांगा. म्हणावं आता बाकी लोकास्नीबी मुनसिपालटीनंच घरं बांधून दिया पायजे. आमच्याकडं भॉक पडका दमडा नाय दातावर मारायला. मग आमाला घर तर कुठनं मिळणार. जागा झाली सोन्यावाणी. इकात तरी कुठनं घेणार. सरकारच मायबाप. त्यानं दिलं तर व्होणार. आता उद्घाटन झालं का निवाऱ्यात राहू. आक्का जलम उगडा-वागडा, उना-पावसात गेला. सोसाटीनं बी लय उन्हाळं-पावसाळं बगितलं. दोन पिढ्या झाल्या पर आता फटफटीत व्हाया लागलंय. झुंजूमुंजू उगवलंच की आमासाठीबी दिस.'

तिकडं नारायण, अशोक, जयसिंग, सारे जिवाचं रान करीत होते. ते लाडूसाठी.

आधी तर पाक जमंना. लाडू बांधला जाईना. हर प्रयत्न करून लाडू बांधले. लाडू बांधणं म्हणजे नळी फोडण्याइतकं सोपं काम नाही. इथं साऱ्या व्यवस्थेची गठळी वळायची होती. नारायण, जयसिंग, अशोक, सजन, सारी तरुण पोरं, म्हातारे, बाया-पोरं पंगतीन जेवायला बसले. साऱ्यांचे चेहरे उजाळ झाले होते. पोरं लाडवावर ताव मारत होती. तसं लाडू म्हणजे काही अप्रूप नाही; पण ज्यांच्या पिढ्यान् पिढ्या नरकयातना भोगताहेत त्यांच्यासाठी लाडू सोन्याहून मोलाचा होता, पण ही वाईट चाल पडते म्हणून कासावीस झालेले जीव नारायणाला खरंच पुढं जाऊ देतील? का खेकड्यासारखं मागं ओढून ठेवतील माहीत नाही. आजचा दिवस तरी नारायणाचा अंगणात उगवलाच होता इसवासानं आशा घेऊन.

त्यांच्या पालावर दिवस तर उगवेल म्हणालो; पण अंधारच. पार फटफटीत झालंय. उजाडलच की उगवलाच आता दिवस. म्हणत वैदू कोल्हाट्यांची वस्ती त्या दिवशी झोपी गेली. नारायणाला व्यवस्थेचं भान येऊ लागलं होतं. निदान त्याच्यासाठी तरी दिवस नक्की उगवला होता. कॉलेज आणि खानावळीतलं काम करीत निसर्ग आपले काम करत होता. त्याच्याच वस्तीत एक तरुण पोरसवदा मुलगी धुन्याभांड्याचं काम करत होती. दिसायला चारचौघींसारखी, अटकर बांध्याची, एका विधवा कोल्हाटी बाऐची ही मुलगी नारायणाच्या प्रेमात पडली. प्रेमाचे सारे रंग स्वर्गातल्या अमृतासारखे; पण या दरिद्री नारायणाला काय ठाऊक? त्याला वाटलं, मुलगी तर जातीतलीच आहे. जाईल जमून. लग्नाच्या आणाभाका झाल्या. गल्लीतली पोरं जळत होतीच, पण शाणीसुरती माणसंही त्याला सल्ला देत होती, "आरं, त्या रांडंनं सवताचा नवरा खाल्ला. तिच्या नादाला कशापायी लागलास? इदवाची लेकबी इदवाच व्होणार. नारायणा, इस्तावासंगं खेळू नगं. बायेर का पोरी मेल्या? कुणाचीबी करून घे, पर हे खेंगट मागं लावून घेऊ नगं." विधवेच्या मुलीशी लग्न करायचं नाही अशी यांची चाल, तर डोक्यात केसांचा भोवरा असलेल्या मुलीशी लग्न करायचं नाही, अशी वैदूंची चाल. ती वाईट चाल. यल्लापा वैदू गुरुजींनी अशीच लढाई वैदूंच्यात केली होती, हे नारायणाला माहीत होतं. अडाणीपणा, वेडगळ समजुती मोडायच्या तर कार्यकर्त्याला स्वतःचीच मशाल करावी लागते. 'लोका सांगे ब्रह्मज्ञान, आपण कोरडे पाषाण,' असं इथं चालत नाही. सवाल रोकडा लागतो. केलेल्या कामाची पावती हातांत असावी लागते. तरच हा समाज काहीतरी विश्वास ठेवायला तयार होतो, हे लक्षात घेऊन नारायण माझ्याकडे आला. त्याचा प्रेमविवाह हा आता एका नव्या वादळाला घेऊन वैदू-कोल्हाट्यांच्या वस्तीत उभा राहिला. आई, बाप, भाऊ आणि सारं जातगाव धुमसायला लागलं. साऱ्यांनी एकवटून हे लग्न मोडून काढायचा विडाच उचलला होता.

नारायणचे वडील सहा-साडेसहा फूट उंच, धिप्पाड. भाऊही तसेच. एक एक

जण हातघाईवर यायचा, परंतु नारायणचा निर्धार कायम होता. नारायणचं लग्न हा आता परिवर्तनाचा विषय झाला होता. छोट्या छोट्या गोष्टींसाठी केवढी उरफोड करावी लागते, हे आता नारायणला कळायला लागलं होतं. सारा गाव शांत झोपला असताना नारायण पोरीला घेऊन पळाला. दुसऱ्या दिवशी सारा हाहाकार उडाला. त्याचे वडील माझ्याकडे आले. तब्येतीत मलाही दम देऊन झाला. पोरगा कुठे गेला सांगा? मी कानावर हात ठेवले. तसं चरफडत, शिवीगाळ करत आल्या वाटेनं मागारी गेले. तब्बल दोन महिने नारायण बेपत्ता होता. अखेर घरच्यांनी माघार घेतली. त्याचा शोधही लागला.

नारायण सहकुटुंब साताऱ्यात दाखल झाला. गावाच्या डोक्यातला किडा तात्पुरता शांत झाला होता. आईवडिलांनी नारायणला घरातही घेतला होता; पण बेकारीच्या प्रश्नाने हैराण झालेला नारायण कुठं कम्पाऊंडर, कुठे हॉटेल बॉयची नोकरी करीत जगायला लागला होता. आता घरचा आधार नव्हता आणि नारायणला अखेर नोकरी लागली. आता दिवस पालटू लागले. नारायणचे एकाचे दोन, दोनाचे चार, चाराचे सहा हात झाले. शेंबुडनाळी गटाराच्या कडेला डुकरांच्या संगतीने नारयणची लेकरंही वाढू लागली. दरम्यान, नारायण संघटनेटच्या कामात जिल्हाभर सक्रिय झाला. तालुक्यातालुक्यात संघटनेची केंद्रं त्यानं उभी केली. भटक्या-विमुक्तांच्या चळवळीत एक नवं वारं संचारलं ते या नारायणामुळे. नोकरी सांभाळत नारायण चळवळीत काम करत होता. आश्रमशाळा चालू करणं असो, पतसंस्था चालू करणं असो, मोर्च्याची तयारी करणं असो, का सत्याग्रहाची तयारी करणं असो; नारायण त्याच्या मर्यादांमध्ये उत्तम काम करत होता. आता पुस्तकांशी त्याची दोस्ती झाली होती. त्यानं आमच्यात सतत चर्चा चालायच्या. साहित्य, संगीत, कला, राजकारण, समाजकारण असं चौफेर व्यक्तिमत्त्व विकसित होऊ लागलं होतं, उकिरड्यावरल्या मोडासारखं.

❖

एका अत्याचाराची कहाणी!

ना. वा. माने भटक्या-विमुक्तांच्या चळवळीतला क्रियाशील कार्यकर्ता. सावळ्या रंगाचा, उंचापुरा, तिडतिड्या अंगाचा, तांबारल्या डोळ्यांचा, भेदक नजरेचा. ना. वा. चं सगळं नाव काय? हे जवळपास कुणालाच माहीत नसेल. ना. वा. या नावानंच ओळख. कैकाडी समाजोन्नती संस्थेचा सेक्रेटरी, मोठं वादळी व्यक्तिमत्त्व. आमचं कैकाडी जमातीचं एक वैशिष्ट्य आहे. कडाकडा भांडणारे कैकाडी अशीच अत्र्यांनी व्याख्या केलेली आहे. तर हा ना. वा. असाच अंगावर येणारा. सहज बोलेल तेही खेकड्यासारखं वाकडं. कैकाड्यांच्या विळ्यासारखा. अख्खा दांडा सरळ, पण टोकाला वाकडा. तसा ना. वा. अख्खा चांगला, पण टोकाला वाकडा. कैकाडी समाजाच्या संघटनेसाठी गेली पंधरा-वीस वर्षं झिजणारा आणि तरीही कायम वादाचा विषय ठरत असलेला. असतं एकेकाचं मीठ अळणी. ते सहज म्हणून बोलायला गेलं तरी त्याच्या अंगावरच येणार. तर असा मानवी स्वभावाचा हा माणूस तसा फणसासारखा. अंगाव घेतलं तर नंबरी काम करणारा; पण मनात नसेल तर नुसत्या काड्या घालून राहणारा. असा हा आमचा मित्र मोठा मिश्कील. कोणत्या वेळेला काय काढेल सांगता येत नाही.

आला तो अंगावर आल्यासारखाच. 'हायेत का घरात.' या म्हणून स्वागत केलं तरी हा फुगलेला. "हा जाऊन आलो गुणकऱ्याला. पेपरात बातम्या बघितल्या का? मुलखाच्या पेपरांनी बातमी दाबलीया. पुण्यातल्या पेपरांनी छापली. गावात तणाव हाय. आपलं एकुलतं एकच तर घर हाय. माणसं लय घाबरलीत. पंधरा दिस झालं. मिंत्या करकरून झालंया. पर बाई आणि पावनं काय बोलत नव्हतं. बाईवर बलात्कार झालाय. पोरगी गरवार हाय आन् ही अशी अवदसा वाट्याला आलीय.

मग काय करायचं. न्हाय मंजी समद्या जगाचा उसाबऱ्या करायान येळ हाय पर आपल्याच जातीच्या बायाबापड्यांवर अन्याय झालाय. तुमी काही कराल का? न्हायी म्हणजी तुमच्या समाजवादात आपली जात सोडून बाकीच्या जातींतली कामं कराया जमतंया.

आठ-दहा वर्सांत कैकाड्यांचं कंचं काम केलं ते? आता येवढं तरी काम कर. म्हंजी तेवढंच तुमच्या नावावर जातीचं काम केल्याचं पुण्य लागंल.''

तर असा हा ना. वा. कायम वाकडा. छकड्याच्या काठीसारखा रागानं बोलणार, माया करणार, चिडणार आणि रडणारही. मी सारं ऐकून घेतलं. अंगात कपडे घातले आणि फलटण गाठलं. फलटण तसं माझं गाव. तिथं शिकलेलो. सारं लहानपण याच गावात गेलेलं. इथल्या प्रत्येक वस्तूवर स्मरणाच्या खुणा साठवलेल्या. गावातला प्रेस चमत्कारिक आणि राजकारण तर आलम दुनियेत मिळणार नाही, एवढं नमुनेदार. घराघरात गट-तट आणि मारामाऱ्या. राजकारणानं तालुक्याचं बोडकं उदास करून टाकलेलं. धंदेवाईक पुढाऱ्यांचं पेव फुटलेलं. त्यात भर म्हणून पैका असणाऱ्या नवश्रीमंतांचा वर्ग गावातल्या पंचक्रोशीत तयार झालेला. निरेच्या उजव्या नि डाव्या कालव्यानं पाटाचं पाणी शेतात गेल्यालं आणि त्यानं खेडोपाडी मस्तीचं नवं पीकही जोमदार आलेलं. त्यात गोरगरिबांचं वाळवाण झालेलं. सारखी बागायतदारांची अस्मानी-सुल्तानी कोसळणारी. मयतपास्नं जयंतीपर्यंत आन् बारशापास्नं बाराव्यापर्यंत सारं राजकारणानं खाऊन टाकलंय. बलात्कार झाला तरी कुठल्या गटाच्यानं केला आणि दुसरा मात्र लगेच श्रेयाचं लोणी टाळूवरून ओरबाडायला तयार. तर गावगाडा उचकटून पडलाय. लाचारांच्या, बेरोजगारांच्या फौजा तयार झाल्यात आणि त्याला सत्तेच्या खुर्चीची फोडणी दिलीय. त्यानं सारा सत्यानाश झालाय. गरिबाला अन्नानदशा तर श्रीमंतांना फलटणात लक्ष्मी नगरात पोटात आश्रय दिलाय. एकेक बंगला म्हणजे लक्ष्मीचं पोटापाण्याचं वैभव.

हरिभाऊ निंबाळकर हा तालुक्यातल्या सामाजिक प्रश्नात कायम लक्ष घालणारा माणूस. नामांतर असो, देवदासी प्रश्न असो, पाणवठ्याचा प्रश्न असो किंवा महानुभाव पंथाच्या दीक्षान्त विधीसारखा प्रश्न असो, हरिभाऊ आम्हा तरुण मुलांना मदत करणारा. कामगार, शेतमजूर, दलित, भटके यांचा राबता कायम हरिभाऊच्या प्रेसमध्ये असणार. मी व ना. वा. पोहोचलो तेव्हा प्रेसमध्ये अशीच गर्दी होती. तर शेजारी आमचे दुसरे पत्रकार मित्र रवींद्र बेडकीहाळ बसलेले. दोघांनाही तसं गुणवरे प्रकरण माहीत नसतं. आम्ही सारं प्रकरण समजावून सांगतो. तसं हरिभाऊ निंबाळकर आपला दरबार हळूहळू वाटेला लावतात. एक जीप मिळवतात आणि आम्ही दोन-तीन पत्रकार घेऊन गुणकऱ्याला निघतो तर फलटण म्हणजे अर्ध्या सुपारीसारखं. अर्धं बागायती, अर्धं जिरायती. अर्धीकडे वैभव तर दुसरीकडे दारिद्र्य.

पुणे-पंढरपूर रस्त्यानं तालुक्याची वाटणी केलेली. कॅनॉलच्याकडेनं गाडी जाऊ लागली. इतक्या दिवसांत मंडळी का बोलली नाही? ना. वा. सांगू लागतो, "आहो, आमच्यात सारं जातपंचायत करते. पंचांना सांगितल्याशिवाय, त्यांची परवानगी घेतल्याशिवाय काही हलणार नाही. त्यांनी सांगितलं तर पोलिसात जायाचं नाही तर खून झाला तरी आपसात पंचायत बसणार. मिटवणार. कोर्टाची पायरी शिवणार नाही. समजा बलात्कार झाला तर-तर काय न्हाय त्या गावातनं बिराडं हलवून दुसऱ्या गावाला जाणार, आमच्या जातवाल्यानं केला तर.... तर त्यो मेलाच. आमच्यात बलात्कार नावाला दिसायचा न्हाय. दहा बापे अन् एक बाय असली तरी कुणी कानी नजर करणार नाय. तसं झालं तर ह्यो मानूस कायमचा मानसातनं उठणार, आमच्यात लग्न करत्याल, कितीबी बायका करत्याल पर जबरी बलात्कार नावाला होणार नाय. अशी आमची रीत आहे; पण समजा दुसऱ्यानं केला तर.... अपघात समजून सोडून द्यावं. आता तेबी मर्जीवर हाय. एकादा म्हणाला मला ही लागत नाय तर तिला दुसरं लगीन करता येतं. आमच्यात बाईलाबी किती लग्नं करता येत्यात. त्यात काही कमीपणा समजत नाही, पर पंचांनी व्हय म्हणायला पाहिजे आणि जातगंगा व्हय म्हणाली का झालं. पर अशा भानगडीनं अब्रूचं खोबरं कशाला, म्हणून सारं रेटून न्यायाचं असतं. त्यात सारं गपचीप होतं. पर पै-पावण्यानं कानावर आलं तवा सारं उजेडात आलं. तसं महादू अहिवळे दलित पँथरच्या पोरानं हे सारं पटवून पोलिसांत न्हेलं. पण ही आमची माणसं मुलखाची भित्री.

आम्ही गुणवरं गाठलं. गाव तसं बऱ्यापैकी मोठं. एड्या-बाभळीनं वेढलेलं. शिवारात उसाचं पीक उभं. मध्येच वांगी, मिरच्या, द्राक्षांच्या बागा उभ्या. रानात लक्ष्मी डोलत असते. आमची गाडी गावात पोहोचली. गावाच्या मध्यस्तीत पत्र्याचं, पक्क्या बांधकामाचं चौसोपी घर. दारात गुरांचा गोठा. गोठ्याला लागून पोत्याच्या तरकारनं काडीमोडी, मासापोळा, उभी केल्याली काट्यांची न्हाणी आणि चांदवीने बोळ गेलेलं. खातंपितं घर. घराची कळा अंगानं सांगत असते. बऱ्यापैकी मध्यम परिस्थिती असलेलं शेतकरी कुटुंबासारखं चारचौघांसारखं हे कैकाडी घर. आता स्थिरावलंय. गुणवऱ्यात दोन एकर जमीन घेतलीय घर बांधलंय. एकुलतं एक घर अन् एकुलता एक मुलगा. गावात शेलार, धनगर, मराठे माळी, रामोसी यांची वस्ती मोठी. गावात संजय गांधी हायस्कूल. त्यानं गाव जरा पुढारलेलं. पोरांच्या घोळक्यात वाट काढीत घरात जाऊन खाटंवर बसलो. समोर मध्यम वयाचे दोन बापे येऊन बसले. आतून मध्यम वयाची बाई आली आणि एकदम रडू लागली. तिला ना. वा. माने सांगतो आणि माझी ओळख पटल्यावर बाई गळ्यात पडून रडू लागते. बाजूला हरिभाऊ, रवींद्र असतात. बाई आमच्या भाषेतनं बोलू लागते, "नान गौंक खॉलागा

गावा मितशीशाई पर नान गौक वाचलीस.'' काय पायजी ते कर. पर माझ्या लेकराला वाचीव. बाईला काय झालं म्हणून विचारू लागलो, पर कुणीच बोलंना. अखेर हरिभाऊ म्हणाले, ''तुमच्या भाषेतनं सांगा.'' तोपर्यंत कुणीतरी आत जाऊन बलात्कारपीडित महिला इंदुमती आणि तिचा नवरा पोपट यांना बाहेर आणलं. मुलगी समोर येऊन बसली. सतरा-अठरा वर्षांची इंदू अंगानं उफाड्याची, अटकर बांध्याची, गोऱ्या रंगाची, पाणीदार डोळे, चवळीच्या पातीसारखं धारदार नाक, लहानशी जिवणी आणि चटपटीत, बोलकी. पोरगी बोलू लागली. भोळी धीटपणे आणि विश्वासानं नात्यातली मेव्हण्याची सून आता बोलू लागली.

''तर, मला पाचवा महिना लागला व्होता आणि सासू-सासरा बारामतीला गेल्तं. आम्ही नवरा-बायकू घरातच झोपल्यालू होतू, पर लय उकाडायं लागलं आन् मला पोटात पाण्याचा थेंब ठरत नव्हता. सारखं कोरड्या वकाऱ्या. त्यानं ह्यास्नी झोप हवा म्हणून ह्यांनी खाट बाहीर टाकली आन् बाहीर झोपले. रातच्या बारावर एक वाजला असंल. सारखंच उठून बाहीर वकाया जावं लागतंय म्हनून दार नुसतं वडून घेतलं आन् आत एका तटकरावर आडवी झाली व्हते.जीव नुसता नाकात आला होता. झोप नव्हतीच. नुसतंच डोळं झाकून पडली व्हते तर एकदम दार वाजल्यावानी झालं. म्या म्हणलं वाऱ्याचा मुडदा गेला असंल. असं म्हणून उठाया लागले तसं तोंडावर कुणाचा तरी पंजा पडला. तसं त्वांड बंद झालं. जीव गुदमरला. म्या डोळं उघाडलंय तर दारात दोघं जण उभं आणि काय सांगू दादा?'' म्हणून ती रडू लागली. बराच वेळ ती रडत असते. आम्ही सारेच गप्प असतो.

ती पुन्हा सांगू लागली, ''दोघांनी आळीपाळीनं बलात्कार केला. माझ्या अंगात जीवच नव्हता. त्वांडाला कोरड पडलेली. अगुदरच अवघाडलेली आणि हे आसं झाल्यालं. कोण आहे ते कळंना. अंधारात दिसंना, दोघांनी झाल्यावर इंदे म्हणं लाईट लावली. आमची तोंडं बघ. किती जणांनी ढेपालीली हे तेबी बघून ठेव म्हंजी तुला कळंल आपलं का झालं ते आन् त्वांड उगडू नगस. नायतर त्वांड कायमचं बंद करायला आम्ही आहोतच. एक-दोन न्हाय चार-पाच जण हाय. काय? त्वांड उघडायचं न्हाय म्हणून बाहेर पडले. म्या खुरडत उठले आन् बाहीर जाऊन ह्यांच्या अंगावर जाऊन पडले. बगती तर यांचं अंगबी घामानं भिजल्यालं. आम्ही घरात आलू. कोण कोण होतं ते सांगितलं तर पाच-सात-जण हातांत काठ्या-कुऱ्हाडी घेऊन वळीवळीनं उभं होतं. त्यानं त्वांड गप्प करून घरात बसलू. दोघं बी लय भ्यालू व्हतू. आखींद उमाजी जाधव ह्यो रामुशी आणि विष्णू शंकत डेमाने ह्यो धनगर हाय. ह्यांची तर डोली कवा जाईल बघा. आतापातूर गावात तरण्याताठ्या लेकी-सुनांवर चार-पाच बलात्कार केल्यानी पर बाया आब्रूसाठी बोलत नाय त्या. ह्या दोघांनी बलात्कार केला आन् बीदू जंगलू जाधव, कैलास श्रीरंग जाधव, कांतिलाल

चव्हाण हे दारात काठ्या-कुऱ्हाडी घिऊन उभे होते. तर खाटंजवळ आणखी दोघं जण हातांत काठ्या-कुऱ्हाडी घिऊन उभे होते.

"आम्ही सकाळी उठलू आन् हे बारामतीला गेले. त्यास्नी यायला दोनपार टळली. मला कुणी तरवनी घालायलाभी घरात नव्हतं का चालायला होत नव्हतं. पंचांना सांगायचं का? ह्या इचारात होतो. महादू आढाव हे बौद्ध समाजातले. त्यांनी लय समजूत घातली. पंच काय करल तवा करू दे. आपून पोलिसात जाऊ. म्हणं वरडला गेलू. तिथं अवघडे आन् पाटोळे कान्स्टीबल होते. ते म्हणाले, "फलटणला जावा. तिथं केस घेत्याल." आम्ही फलटणला गेलू. दिवसभर आम्हाला कुणी विचारलं नाय वर सायेब म्हणला कसं, "बाई कशाला आब्रू घालवून घेतीस. आम्ही सांगतू तसं कर. ह्या कागदावर अंगठा दी." म्या म्हणली, "मी चौथी पतूर शिकलीया. मला वाचून दावा." तर म्हणले, "रातचं कमी झालंय का? म्या गुमान सही केली. बलात्कार ६ तारखेला झाला. ७ तारीख अशी फलटणात गेली. सांचं आम्ही सातारा गाठला. ८ तारीख गेली. ९ तारखेला डी. एस. पी. म्होरं कंप्लेंट केली. सायबानं सारं ऐकलं. फलटणला फोन केला. ३७६ भरतू म्हणाले. १० तारखेला दवाखाना बंद. ११ तारखेला दादा दैठणकर आले अन् त्याच दिवशी मेडिकल झाली. त्याच दिवशी साताऱ्याहून डी. एस. पी. आले अन् पंचनामा झाला. पर सायेब आता आमची तक्रार नाही बघा. काय बी करा पर आमाला वाचवा. आता तर रोजचं दारात उभं ऱ्हातेत. आचकाट बोलत्यात. दारू पिऊन रोज घराम्होरं तमाशा. त्याबगार मेलेलं बरं असं झालंय. पोलीस ह्यास्नी का काय करत नाही; उलट ही बाईच वाईट म्हणत्यात. माझ्या नि ह्यांच्या जिवाला घोर हाय. आम्हाला जिवं मारून टाकल म्हणत्यात. गावात रामूश्यांची वस्ती मोठी हाय. गावातल्या दोन गटांतल्या भ्याटग्यांच्या भांडणात आम्हा गोरगरिबानला नुसता तरास आलाय.

गावात गुंडांचा हैदोस आहे पर कुणीबी प्रतिकार करत नाय. जो कोणी आवाज काढील त्याचा आवाज बंद होतोच. त्याची आई-बहीण सुरक्षित नाही. बोलायला की बलात्कार. दहसत, गुंडगिरी, मवालीपणा वाढलाय. पोलीस भागीदारी करतायत.

आम्ही केस मुख्यमंत्र्यापर्यंत नेली. एस. पी. आणि मुख्यमंत्री इंदूच्या मदतीला आले. मुख्यमंत्र्यांनी शांतपणाने सारं ऐकलं. इंदुबाईला चळवळीनं बळ दिलं. आत्मविश्वास दिला. नातेवाइकांना पाठीमागं उभं केलं. आता ती खड्यासारखी बोलू लागली. मुख्यमंत्री प्रश्न विचारत होते. ती उत्तरं देत होती. मुख्यमंत्र्यांनी त्यांच्या माणसाला बोलावलं आणि संबंधित पोलिसांना तत्काळ निलंबित करण्यात आलं. फौजदाराची बदली केली आणि बाईला म्हटलं, "बाई, काळजी करू नका. ना. वा. फुलारी गायकवाड आणि मी विधानभवनातून बाहेर आलो. समोर जोतिरावांचा पुतळा उभा. तिथं थोडं उभे राहिलो. गाडीवर चहा घेतला तर इंदूची सासू मला बाजूला

घेऊन सांगू लागली... 'गावा निंक दुडगा येतक्यो.' सायब, तुला शंभर रुपये घे. लय मोठं काम केलंस. मनात सारा हीरमोड झाला. मी तिला समजावलं, पण तिची प्रामाणिक समजूत होती, असं काम करणारे पैसे घेणारच! फुकटच्या फुकट कोण असं काम करील? पैसा जाणारच. अशी विकतची समाजसेवा आमच्या समाजानं मनानं स्वीकरलीय. आता काळीज कुरतडत असतं. सारेच हप्ते पोलिसांचेही. आणखी पुढाऱ्यांचेही. मढ्याच्या टाळूवरचं लोणी. नवसाच्या बकऱ्यासारखं. नुसतं म्होरं दाबत न्ह्यायचं, पण त्यानं मात्र वढ घ्यायची, पण कुळाच्या देवाच्या नावानं बकरं लावणारच. दुःखात सुख एवढंच कानावर हात ठेवून त्यो देवाचं नाव घेणार आन् बकऱ्याच्या नरड्यात चार थेंब पाणी ओतणार, सुरी फिरवणार, कवा खाटकाची तर कवा मुलाण्याची. आता इंदू एका नव्या विश्वासानं गुणवऱ्याला राहते. तिच्या पोटी जन्माला येणाऱ्या श्रीकृष्णाची वाट बघत. खरंच कंसाचा नि:पात तो करील? कंस, खाटीक, मुल्लाणी? ह्यांमधले आपण नेमके कोण? मुंबईच्या गर्दीसारखे असंख्य प्रश्न मनाच्या गाभाऱ्यात कुरतडतायेत आपलीच शेपटी.

❖

लढाई वहिवाटीसाठी!

'उपरा'च्या प्रकाशनानंतर महाराष्ट्रभर हिंडू लागलो, बोलू लागलो. वर्तमानपत्रांत ते छापून येऊ लागलं आणि एका नव्या वर्गाला जाणिवा येऊ लागल्याचं महाराष्ट्र बोलू लागला. तसा मी पूर्वीपासूनच चळवळ्या. अनेक ठिकाणी सत्कार चालू असतात आणि पुण्याच्या मुंढवा सेटलमेंटमधला सत्कारही असाच लक्षात राहून गेला. त्याचं कारणही मोठं मजेशीर आहे. त्या दिवशीच्या वर्तमानपत्रात बातमी छापून आली होती, की पुण्याच्या भरवस्तीत दिवसाढवळ्या चार बायांनी एका बाईच्या गळ्यातलं मंगळसूत्र लंपास केलं आणि चारही बायांना पोलिसांनी तत्काळ अटकही केली; पण माल काही सापडेना. पोलीस चक्रावून गेले. हातोहात माल गेला म्हणावं तर कुणीही पाचवा माणूस आलेला नव्हता. महिला पोलिसांनी झडती घेतली. अगदी बालंबाल खात्री करून घेतली. या चौघी माल न मिळाल्यानं सोडून देण्यात आल्या. बातमी तशी नेहमीचीच. या चारही महिला मुंढवा सेटलमेंटमध्ये राहणाऱ्या. माझ्याबरोबर त्यांचाही सत्कार होणार असता, का तर बायांनी बहादुरीनं पोलिसांचा मार खाल्ला म्हणून सत्कार आणि या सत्काराला एक तरुण मुलगा तावातावाने विरोध करत होता. अखेर माझाच सत्कार रद्द झाला. तो तरुण समजावीत होता, आता आपला हा तिरगायचा धंदा बंद केला पाहिजे. तिरगायला एक माणूस जातो आणि बाकी निरपराध माणसंच पोलिसांच्या छळाला बळी पडतात. लोक माना हलवत असतात. आता कुणीही खिसा कापणं असो, चोरीमारी करणं असो, बंद केलं पाहिजे वगैरे. मी, ना. वा. माने या आमच्या कार्यकर्त्याबरोबर सेटलमेंटमध्ये गेलो होतो. त्यानेच ह्या तरुणाची ओळख करून दिली. हा शिवलाल जाधव टकारी भामटा समाजातला. एम. ए. पर्यंत शिकलाय. विद्यापीठात एम.

फिल. करतोय. मला फार बरं वाटलं. गुन्हेगारांच्या वसाहतीत एम्. फिल. करणं सोपं नाही. घरोघर दारूच्या भट्ट्या चालवणारा हा समाज. इथं ज्ञान कधीच आलं नव्हतं.

आता तो सांगू लागला. त्याची आई समाजकल्याण खात्यात नोकरीला असते. सोलापूरच्या सर्टिफाईड स्कूलमध्ये हा त्यामुळे शिकला. याच वस्तीत राहून शिकला. बी. ए. पर्यंतचं सारं शिक्षण मिळेल तो कामधंदा करून केलेलं. बरोबरची मुलंही कुणी शिकत होती. कुणी अर्ध्यावर शाळा सोडून जुगार, दारू, मटका आणि पिढीजात धंदा करून जगत होती. अनेक मोह चारी बाजूला असताना हा नाकासमोर जाऊन शिकला, तो आईच्या मायेनं आणि धाकानंही. नोकरी कुठे करता म्हणून विचारलं तर म्हणाला, "नोकरी नाही करत. शिकत शिकतच एका मित्राबरोबर कार्डबोर्डापासून कागदी नळ्या तयार करण्याचा स्वतःचा उद्योग आहे. पोट कसंबसं भरतं. हडपसरला एके ठिकाणी त्याचा कारखाना म्हणजे शेड असते. या न झालेल्या सत्कारानं फार मोठं काम झालं होतं. एक नवा मित्र मिळाला होता. तेव्हापासून याला मी पाहतोय. नाकासमोर जाणारा शिवलाल हळूहळू चळवळीत ओढला जाऊ लागला. डॉ. बाबा आढाव म्हणजे आम्हा परिवर्तनवादी चळवळीत काम करणाऱ्या कार्यकर्त्यांचं चालतं बोलतं विद्यापीठ. बाबांची-त्याची गाठ घालून दिली आणि मी निश्‍चिंत झालो. शिवलाल 'महात्मा फुले समता प्रतिष्ठान'च्या बैठकांना येऊ लागला. तसं त्याच्यात खूपच बदल होत होता. घरातले देवादिकांचे फोटो गेले. तेथे माणसांचे फोटो आले. सेटलमेंट म्हणजे त्याचा वीक पॉईंट. दोन-अडीच हजार लोकवस्ती असलेला हा ब्रिटिशांनी तयार केलेला, त्या वेळचा गुन्हेगार जमातींचा उघडावाघडा तुरुंग.

१९३०-३१ मध्ये सोलापुरातून काही गुन्हेगारांना इथं आणून खुल्या मैदानात कोंबलं ती ही जागा. कैकाडी, पारधी, टकारी भामटा, रजपूत भामटा, कंजारभाट या प्रमुख जातींचे लोक येथे पत्र्याच्या शेडमध्ये ठेवण्यात आले. त्यांच्याभोवती तारेचं कुंपण आलं. तीन वेळा हजेरी आली आणि शेजारी एक पेपरमिल होती, 'डेक्कन मिल'मध्ये लोक कामाला जाऊ लागले. समाजकल्याण खात्याचा कुणी अधिकारी त्यांना घेऊन जाई. काम झालं की आणून सोडी. पोलिसांच्या जागसूद पहाऱ्यात यांचे वंश वाढू लागले. पुढे यांना राहायला पत्र्याच्या शेड बांधल्या. सेटलमेंटचा कायदा असल्यानं पोटाला मिळत होतं, इतकंच. सोलापूरच्या कार्यकर्त्यांनी उठाव केला का त्याचे पडसाद इथे उठायचे. बडोदा, अहमदाबाद, धारवाड, बेळगाव, अंबरनाथ इथे कैद्यांची अदलाबदल चाले. त्यानं वारं या टोकाचं त्या टोकाला जात असे. तर असं हे सेटलमेंट १९५२ ला मुक्त झालं आणि याच्या गुन्हेगार वसाहतीचंही नामांतर झालं, 'सर्वोदय को. ऑप. हौसिंग सोसायटी.'

दादासाहेब म्होपे, भीमरावगुरुजी, नगरकरगुरुजी या चळवळ्या तरुणांनी त्या वेळी नेहरूंना सोलापूरला आणलं होतं. मुंढव्यातली सारी मंडळी गेली होती तेथून परत आली. शासनानं त्यांना पुनर्वसनासाठी दोनशे एकर जमीन शेतीसाठी दिली. त्यांनीही उत्साहानं 'फार्मिंग सोसायटी' स्थापन केली. 'सर्वोदय को. ऑप. फार्मिंग सोसायटी.' सुरुवातीला बावीस सभासद झाले. ते सामुदायिक शेती करू लागले; परंतु कमालीचं अडाणीपण आणि उपेक्षेनं, अज्ञानानं, गुन्हेगारी जीवनाची सवय झाल्यानं आपसांतल्या भांडणांना अंतच राहिला नाही. सगळेच सभासद आडाणी, अंगठेबहाद्दर. कुणी कुणाला जुमानत नव्हता आणि अशाच आपसांतल्या कलागतीत दोन खून झाले. सोसायटी बुडाली. ऑडिटरनं शेरा मारलाच, 'यांच्यात कुणीही शिकलेलं नाही; शिवाय,गुन्हेगारी मनोवृत्तीचे लोक आहेत. त्यामुळे यांना संस्था चालवता येत नाही.' झालं, सरकारचं फावलं. त्यांनी जी संस्था गुंडाळली ती गुंडाळली; पण कागदोपत्री काय झालं कुणास ठाऊक? हे लोक शेती करीतच होते. अगदी १९६०पासून ते आजतागायत.

शिवलालनं सेटलमेंटची सारी माहिती दिली. अटकर बांध्याचा, ठेंगणासा शिवलाल बोलताना फार धीमेपणानं समजावीत बोलणार. मध्ये मध्ये तंबाखूची पिचकारी मारीत घरात जेवणाची व्यवस्था करायला मदत करत बोलत होता. लोक आणि त्यांची हलाखी. शंभर-सव्वाशे पोरं शिकलेली. त्यातली चार-दोन नोकऱ्यांना, बाकी बेरोजगार. मग त्यांचे उद्योग. रिकामा वेळ आणि रिकामं डोकं म्हणजे राक्षसाचं निवासस्थान. चोऱ्यामाऱ्या, बोंबाबोंब म्हणजे सेटलमेंट. रोजीरोटीचा वांदा. त्यात घरोघरी भट्ट्या. कुणी कुणाला का, केव्हा, कधी मारावं याचा हिशेब नाही. पोलीस, तुरुंग, क्रिमिनल प्रोसिजर, कोडातली कलमं इथं रोज पाणी भरत असतात. यांच्यासाठी आजही पोलीस चौकी आहे, तर अशा लोकांत शिवलाल काम करीत असतो. मालतीबाई बेडेकरांच्या 'बळी' कांदबरीतला नायक आणि शिवलाल. माझं मनं सारखं शिवलालकडे या कांदबरीतल्या पात्रासारखंच पाहत असतं. हा सरळ, याचे संस्कार सरळ. मनाने पापभीरू. अभिरुची चांगली. त्यात पोट भरण्याचा उद्योग. त्यानं हा कशी कामं करेल, याची मला सतत चिंता. आज आठ-दहा वर्षं झाली मी त्याला पाहतोय. याच्या सामुदायिक शेतीचं वांगं झालेलं असतंच. आता जमीन कसली जाते; परंतु ज्याच्या मनगटात ताकद आहे ते कसतात. बळी तो कान पिळी. ज्याला जेवढी ताकद तेवढी जमीन तो कसत असतो. बाकीच्यांनी नादच सोडून दिलाय. मग कुणी लहर आली, की शेती करणार, पाऊस-पाणी चांगलं झालं की शेती करणार, बाकी वेळेला सोडून देणार. मुळामुठेच्या काठावरची ही जमीन म्हणजे सोनं आहे सोनं; पण दैव देतं आणि कर्म नेतं तसं यांचं झालेलं. 'घरात नाही दाणा, बायको करी ठणाणा आणि हा दारू ढोसून उताणा.' कष्टाची

माहिती नाही. सवय नाही. कुणीच शेती केलेली नाही. त्यात प्रत्येकाची शेती वळवाच्या पावसासारखी. धुक्यानं भिजवायची आन् चांदण्यात वाळवायची; पण ही जमीन होती. एकदा शिवलाल व मी सारी दोनशे एकर जमीन पाहून आलो. पोटात गोळा उठला. काळीभोर जमीन. कोरडवाहू. काही पाटाच्या पाण्याखाली. काही ओढ्याच्या पाण्यावर. उघडाबोडका मोठा माळच माळ. काही काळी जमीन शेती करण्यासारखी, तर काही नुसत्या दगड-गोट्यांनी भरलेली तर काही ठिकाणी चक्क काळा कुळकुळीत पाषाण. सारं हिंडून आलो. शिवलालनं फलाटावरची वस्ती दाखवली. तिथं रमेश, जिनार लक्ष्मणची वस्ती. नऊ-दहा पारध्यांची वस्ती. सगळ्यांना भेटून आलो.

शिवलाल आता चळवळीत वेगानं ओढला जात होता. कारखाना नावापुरता चाले. कसंबसं भागे. नोकरी करायची नाही. आपण लोकांसाठी काहीतरी करायचं, असं याचं म्हणणं असतं.

शिवलालचा योगही मोठा. ही संधी त्याला अनायसे मिळाली. 'सर्वोदय को. ऑप. फार्मिंग सोसायटी'ची जमीन मधल्या काळात ७/१२ च्या उताऱ्यावर कोरी कशी झाली हे एक सरकार जाणो; पण झाली आणि सरकारनेही २२७ एकर जमीन पुणे महानगरपालिकेला गावातल्या मोकाट गुरांच्या गोठ्यासाठी दान देऊन टाकली. तसा ठराव झाला आणि पेपरात छापूनही आला. जसा तो पेपरात छापून आला तसा सेटलमेंटमध्ये एकच कालवा झाला. जमिनीत पिकं उभी होती, त्यांचे तर हात-पायच गळाले. सरकारने दिलेली जमीन गेलीच कशी, म्हणून बोलवा उठली आन् शिवलालच्या मनातल्या साऱ्या ऊर्मी उफाळून आल्या. तो सातारला पळून आला. डॉ. बाबा आढाव, मी सगळ्यांना भेटलो. समजुती घातल्या. शेती फार्मवर गेलो. तिथं गंगाराम हा सेटलमेंटचा जुना पुढारी भेटला. हा कैकाडी, काटक, तुकतुकीत काळ्या कातडीचा. ऐंशीचा म्हातारा. त्यानं बाबाला सारं सांगितलं. बाबा आम्हाला कागदं कशी लावत हे दाखवत होते. सातबारा, पाण्याच्या पट्ट्या आणि अमिताभ-रेखाचा हिंदी पिक्चरमधला कुठलासा फोटो, रेशनिंग कार्ड सारं वळचणीला गुंडाळून खोवलेलं. सारं उलगडता उलगडता दोन तास गेले. म्हातारा चिडलेला. म्हणत होता, ''लवड्याला लुंगी लावली तरी ह्यो फट्ट्या कुणाला पाय टाकू द्याचा न्हाय. ह्या जमिनीपाय लय खस्ता खाल्याती. सौवज्या रामा शेटीना बाजीराव, फकिरा सारी लढलो तवा जमीन दिली. तवा कुठं झुबेरी कलेक्टरानं जमीन दिली. इंग्रज सायबापास्नं जमीन आम्ही करतूया. आन् कोण काढलं तेच बघतो.'' ह्यानं अगदी बाबा आढावापासून सगळ्यांची आयमाय उद्धरली.

सारी कागदपत्रं बघून झाली. गुरांना न्याय देण्यासाठी, माणसांवर झालेला अन्याय दूर करण्याचं काम केल्याशिवाय, जमीन मिळवल्याशिवाय थांबायचं नाही,

असा निर्धार पोरांनी केला आणि शिवलाल कामाला लागला. बैठका झाल्या, पण प्रतिसाद मिळेना. जमीन परत मिळेल असं कुणाला वाटंना. तर करणार काय? विश्वासच गेलेला. त्यात जमिनीसाठी मारामाऱ्या झालेल्या. लोकांच्यात प्रचंड मरगळ असते. शिवलाल लढाई नेटानं सुरू ठेवतो. आम्ही पत्रकारांना सारी माहिती दिली. कागदपत्रं दाखवली. पुण्याच्या सर्व वर्तमानपत्रांनी बातम्या छापल्या. पुण्याच्या 'सकाळ'मध्ये मी 'बंद दरवाजा' सदर चालवीत होतो. त्यात 'जनावरांना न्याय, माणसांचं काय?' हा सारा वृत्तान्त सांगणारा लेख लिहिला. त्या लेखाचा खूप उपयोग झाला. लोकांच्यात आत्मविश्वास निर्माण झाला. चळवळीत बाकी तरुण पोरं उतरली. आता तो प्रश्न केवळ मुंढव्यात राहिला नाही तर पुणे शहर जिल्हा असा पसरू लागला. १९ ऑक्टोबर १९८३ रोजी पुण्यातून शेती प्रश्नासाठी प्रचंड मोर्चा निघाला. हजारो स्त्री-पुरुष आपल्या कुटुंबकबिल्यासह, बैल, गाई, शेळ्या, गाढवं, डुकरं घेऊन या अभिनव मोर्चात सामिल झाले. मोर्च्याला फार प्रतिसाद मिळाला. अख्खं पुणं हा मोर्चा रोजच पाहतं, पण असा मोर्चा आतापर्यंत पाहिला नव्हता. सारे भटके-विमुक्त स्त्री-पुरुष, तरुण मुलं घोषणा देत न्याय मागत होती. आम्ही जनतेच्या न्यायालयात प्रश्न नेला. तसा न्यायालयातही नेला आणि न्यायालयानं लगेच, २० ऑक्टोबरला महानगरपालिकेला गुरांचे गोठे हलवण्यास मनाई करणारा स्टेही दिला.

शिवलालचं संघटनाचातुर्यच मोर्चानं सिद्ध केलं. नवी एक टीम पुणे शहरात उभी राहिली. विलास दांडेकर, मुसळेगुरुजी, ना. वा. माने, मुरचंद भाट ही आज महाराष्ट्रातली परिचित असलेली नावं याच मोर्च्याच्या निमित्तानं पहिल्यांदा महाराष्ट्राला माहिती झाली.

परिस्थिती 'जैसे थे' होऊ लागली. डॉ. बाबा आढावांनी या कामात केलेली धडपड आणि मदतही फार मोलाची होती. बाबांनी हा प्रश्न नुसता धसास लावला नाही, तर नैतिक बळंही उभं केलं. महानगरपालिकेवर दबाव आणला. लोकप्रतिनिधींच्या आमसभेला निदर्शनांना सामोरं जावं लागलं. अखेर तडजोड ठरली आणि सर्व्हे करून झाला. बाबा, मी, शिवलाल जाधव सारी जमीन फिरलो. बाबांना छोटा अपघात झाला होता. पायांनी लंगडत बाबा सारं शिवार हिंडत होते. मी सांगितलं, पण ऐकत नव्हते. सर्व्हे झाला आणि वहिवाटीखाली असलेली जमीन एकशेचाळीस एकर भरली, तर नव्वद एकर जमीन नुसता माळ भरला. महानगरपालिकेने ठराव करून सदर शेतजमीन ताबेदारांना परत देण्याचं मान्य केलं, मात्र लढाईत 'गड आला; पण सिंह गेला,' असं झालं. नव्वद एकर जमीन गमवावी लागली. ही सारी लढाई जिवाच्या आकांतानं लढला तो शिवलाल आणि त्याचे सहकारी. शिवदास, शंकर, रमेश आणि सारेच राबले. यश मिळालं, पण नव्वद एकर जमीन हातांतून

निसटली. जिवावर आलेलं बोटावर निभावलं. झालं. पुन्हा सारी प्रजा निपचित पडली. स्टे मिळाला, पुढे काय? तडजोड झाली, पुढे काय? असे प्रश्न आम्ही कार्यकर्ते विचारत होतो; पण लोकांनी जी मरगळ खाल्ली ती काही जाईना. जमीन मिळाली याला अर्थ नव्हता, कारण ७/१२ वर मालकी शासनाची होती आणि वहिवाट होती सत्तर जणांची. काय करावं? त्यात कुणी दादागिरी करून खूप जमीन कसत होता, तर कुणी कमी कसत होता. जमिनीच्या वाटणीला अर्थ नव्हता. ८३ सालापासून शासनदरबारी हेलपाटे सुरू झाले. शिवलाल चिकाटीनं हेलपाटे मारू लागला. हे हेलपाटे मारल्यानं बिचारा एवढा अडकला, की बरा चाललेला उद्योग बंद पडला. पोटापाण्याची पंचाईत नव्हती. आई नोकरीला होती; पण खटला चालणार कसा? चार मुलं, बायको; पण हा एम. ए. झालेला मुलगा, यानं सारं सोडलं. आईनं आधार दिला आणि हा जमिनीसाठी हेलपाटे मारू लागला. बाकी सारे जवळपास झोपले होते किंवा झोपेचं सोंग घेऊन बसले होते. उलट, तुझ्या नादाला लागलो आन् कोर्टकचेऱ्या झाल्या म्हणून त्यालाच शिव्या देऊ लागले. चार-दोन लोकांनी चार-दोन वेळा दमही दिला. बाकी सारे कानावर हात ठेवीत. जमीन कधीच मिळणार नाही, मग उगाच शिवलाल कटकट करतोय कशाला, म्हणून लोकांनी पाठबळ काढून घेतलं. तरी शिवलाल, मी, बाबा आम्ही प्रयत्न करीतच होतो. याच दरम्यान वसंतदादा पाटील मुख्यमंत्री होते. ते पुण्यास मराठा प्रिपरेटरी स्कूलमध्ये शिवाजी महाराजांच्या पुतळ्याच्या उद्घाटनाला आले होते. सोबत यशवंतरावजी चव्हाणसाहेबही होते. आम्ही निदर्शनं केली. चव्हाणसाहेब तेव्हा सत्तेत नव्हते. त्यांनी पोलिसांकरवी बोलावलं. मी गेलो. त्यांनी शांतपणे निवेदन वाचलं. शेजारी वसंतदादा होते. ते प्रचंड गर्दीत आणि चव्हाणसाहेब जवळच अलिप्त. माझ्याशी बोललेलं दादांना सांगत होते. दादा हा माझा तरुण मित्र. मोठा लेखक आहे; पण दादा गर्दीत. ते काही केल्या बघेनात. मलाच वाईट वाटलं. सिंह म्हातारा झाला, की असंच होत असावं का? गर्दीत घुसून निवेदन दिलं; पण मनाला रुखरुख लागली. आपल्यामुळे चव्हाणसाहेबांना अशी वागणूक मिळाली नसेल ना?

दादा आले-गेले-पुन्हा आले. निलंगेकरही आले-गेले. शंकररावांनी तर आमचं साधं तोंडही पाहिलं नाही. चार-पाच वर्षं फलराची जमीन हा प्रश्न उरला होता, तो केवळ कागदापुरता; पण शिवलाल, विलास, मुरचंद, मी आम्ही तो लावून धरला होता. त्यात मध्येच सरकार आचके देत हात-पाय हालवी. चार लाथा झाडी. चार कागद खालून वर वरून खाली जात एवढंच. त्यातच महानगरपालिकेला गोठे करण्याची घाई झाली होती. त्यांनी सरकारमागे लकडा लावला. नुकसानभरपाई देता आल्यास जमीन संपादन करता येईल. सरकारच्या मामलेदार, सर्कल, तलाठी यांनी

प्रत्येक शेती फार्मवर जाऊन मोजणी केली. एकशेचाळीस एकर जमिनीत सत्तर कुटुंबं वहिवाट करत होती. ३० मार्च १९८४ मध्ये त्यांनी वहिवाटदारांची यादी तयार केली. ती यादी नुकसानभरपाई देण्यासाठी झाली. पुन्हा आम्ही दबाव आणून महापौर, उपमहापौर, विरोधी पक्षनेता साऱ्यांना भेटलो. बाबांनी निर्वाणीचा इशारा दिला आणि सारं चक्र फिरलं. गोठेवालेही गारठले; पण सरकार आमच्या बाजूने हालेना. शिवलाल नुसतीच धावाधाव करीत होता. एकदा बैठक घेतली. लोक जमले चार-पाच. तेही रडतखडत. कारण शेतीची पिकंपाणी चालू होती.

जून १९८८ उजाडला. महाराष्ट्रात सत्तांतर झालं आणि शरदराव पवारांनी सत्ता संपादन केली. आमच्या छावणीत आनंदीआनंद झाला. शरदराव विरोधी पक्षात असल्यापासूनच त्यांनी चळवळीशी जवळीक ठेवली होती. अनेक मेळावे-परिषदांना ते हजर होते. अनेक ठिकाणी त्यांनी भाषणं केली होती. त्यामुळे भटक्या-विमुक्तांचा प्रश्न समजलेले, समजावून घेऊ शकणारे दोन बहुजन समाजातले नेते, म्हणजे डॉ. बाबा आढाव आणि शरदराव पवार असं आम्ही मानत होतो आणि आता शरदराव मुख्यमंत्री झाले. ते भारतीय भटके-विमुक्त विकास संशोधन संस्थेचे अध्यक्ष होतेच. शहाणा माणूस मुख्यमंत्री झाला. आम्हाला फार बरं वाटलं. सात-आठ वर्षं मोर्चे, मेळावे, परिषदा करून कार्यकर्ते जेरीला आले होते. लोकांचे प्रश्न मांडण्याचं काम झालं होतं. काम करणारं नेतृत्व महाराष्ट्रात नव्हतं, ते शरदरावांच्या रूपानं मिळालं.

शरदरावांनी जूनमध्ये सत्ता हातांत घेतली आणि ऑगस्टमध्ये भटक्या-विमुक्तांच्या प्रश्नासाठी 'भेटा' असा मला मंत्रालयातून निरोप आला. मी चाळीस पानांचं सविस्तर निवेदन दिलं आणि भटक्यांचे अनेक वर्षांचे प्रश्न मार्गी लागू लागले. त्यानंतर मुख्यमंत्री सतत वेळ देऊ लागले. आता शेतीफार्मचा प्रश्न निकालात निघेल. कैक वर्षांचं स्वप्न साकार होईल म्हणून शिवलाल खूश होता. १७ जानेवारीला शेती प्रश्नावर पहिली बैठक झाली. शरदारावांनी सारा फौजफाटा बोलावला होता. अधिकाऱ्यांशी चर्चा झाली. अनेक नकार घेऊन अधिकारी बसलेले. आम्ही हतबुद्ध झालो. मुख्यमंत्री सारं ऐकत होते. बैठक संपली. आम्ही म्हटलं, काही खरं नाही. पुन्हा मुख्यमंत्र्यांनी लगेच २२ जानेवारी १९८९ रोजी बोलावलं. तीन तास दिले. बाबा आढाव, अनिल अवचट, अरुण खोरे आणि आमची अख्खी टीमच 'वर्षा'वर बसली होती. मुख्यमंत्र्यांनी भटक्यांच्या अनेक प्रश्नासंबंधीची गंभीर नोंद घेतली, सरकारी फाईली मार्गाला लावल्या; पण सरकारी अधिकारी काही केल्या हलत नव्हते. प्रत्येक वेळी काही ना काही निर्माण करून निर्णय पुढे जात होते. शरदरावांनी खरोखर मनापासून लक्ष घातलं होतं. प्रश्न सुटणार ही आशा बळावली होती, पण यंत्रणा हलत नव्हती. २ फेब्रुवारी १९८९ रोजी तर खुद्द मुख्यमंत्री काहीसे रागावले.

फाईल्स तातडीनं हजर करण्याचे आदेश निघाले. अखेर, ११ जुलै १९८९ ला शासनानं आदेश काढला. 'सदर वहिवाटदारांना दोन एकराचा भूखंड देण्यास ते पात्र आहेत,' अशा रीतीनं ही लढाई आम्ही जिंकली असं वाटून आम्ही हुरळून गेलो; पण कसचं काय अन् मुसळात पाय अशी स्थिती झाली.

ज्या दिवशी जमीन दिल्याची ऑर्डर सत्तर लोकांना मिळाली, त्याच दिवशी शिवलाल खलनायक, डॉ. बाबा आढाव खलनायक नंबर एक आणि मी खलनायक नंबर दोन ठरलो. प्रत्येक सेटलमेंटमध्ये राहणारा माणूस जमीन दे, नाही तर बघून घेतो म्हणून उभा राहिला. आमचं बरं, आम्ही तिथे राहत तरी नव्हतो. शिवलाल मात्र 'हेचि फल काय मम तपाला' म्हणून कपाळाला हात लावून घेऊ लागला. आता भांडणं दोन प्रकारची. एक ज्यांना जमीन मिळाली त्यांना खडकाळ मिळाली म्हणून नको होती, तर दुसऱ्यांना वहिवाटीचीच हवी होती. वाटपावरून मारामाऱ्या सुरू झाल्या, दुसऱ्यांनी यादीच बोगस आहे, पैसे खाऊन यादी बनवली. शिवलाल, लक्ष्मणला दोन-दोन हजार माल मिळाला, यादी त्यांनीच बोगस दिली आणि मुख्य म्हणजे, माझं नाव त्यात नाही, हा मुख्य राग. म्हणजे आबाबान गेला आन् गोसावी दानाला दिला असं झालं. आंधळ्याचा हात... पाहावं तसं. फुकट मिळणारी जमीन ते लोक साधं शेतं कुठं आहे, हे माहीत नाही ते सांगू लागले वहिवाट. तरी बरं रामा शेट्टी गेला. तो बाबांना म्हणाला होता, की 'लवड्याला लुणी लावायला आलायास.' आम्ही आणि बाबा आवाक् झालो होतो. तर आता शंकर म्हणत होता, 'धावसेल-पावसेल झालंया फुकाटं दिवा रातसार जवा आन् उरल्यालं त्याला मिशाला लावा.' सारे हसत होते.

मुख्यमंत्री तरी काय करणार? त्यांनाही रोज पाच-पन्नास जण भेटू लागले. जमिनीची ऑर्डर झाली. आता ७/१२ ला नावं लावायची तर झालं, याचं श्रेय लक्ष्मण माने, शिवलालला मिळणार म्हणून काहींच्या पोटात उलट्या होऊ लागल्या. सोलापूर, मुंबई, बारामतीचे सारे जण काड्या घालू लागले. जमीन नाही मिळाली तरी चालेल, पण श्रेय यांना मिळता कामा नये. मग काहीही होवो. शिवलाल आता शोधयात्रा, टकारी, अधिवेशनं, अनेक परिषदा यांत चांगला पुढारी झाला होता. काडीचंही व्यसन नसणारी ही तरुण मुलं हेच या चळवळीचं बळ आहे आणि जुने संपलेले लोक म्हणूनच यांचा द्वेष करीत नसतील ना? अशी शंका येते. जमिनीची ऑर्डर आली. तलाठ्याकडे चौदा-पंधरा रुपये एकराला भरायला सांगितले. तेव्हा मी, शिवलाल फलटावर होतो. नऊ-दहा पारधी. प्रत्येकानं एकोणतीस रुपये भरायचे होते. त्यांनी जो कालवा केला तो, 'ना भूतो ना भविष्यति', कारण कळेना. पैसे एवढे आणणार कुठून? पैसे नाही तर जमीन जाणार. लक्ष्मण पवार नावाचा आमचा कार्यकर्ता निघाला ना जीव द्यायला. आता काय करणार? गेलो आम्ही मागे

पळत. आणला धरून. शिवलाल म्हणाला, "मी भरतो. मग काय करणार? शिवलालनं दहा पारध्यांचे पैसे भरले. भिकारी झोळी फाटकीच वापरतात. त्यात राजानं दिलेलं दानही असं गळून जाऊ लागतं. तर ह्या जमिनीपाई बदनामी सुरू झाली. साधी वाटखर्चीसुद्धा कुणी मागितली नाही, की कुणाचा चहाही आम्ही प्यालो नाही तर हजार खटलं सुरू. मी तर अलीकडे अशा गोष्टींना सरावून गेलोय. समोरच्या माणसाचा पराभव करता येत नसला, की त्याची बदनामी सुरू करायची. खोटंनाटं वाट्टेल ते बोलायचं, हा उद्योगच काही लोक करत असतात. बरं बोलत होते तोवर ठीक होतं. आता त्यांनी जाऊन जिल्हा अधिकारी साहेबांना लेखी अर्ज दिला. आम्ही जमिनी कसत होतो. आम्हाला जमीन द्या. नोकरशाहीला आधीच उल्हास, त्यात हा फाल्गुन मास. मग काय विचारता, झालं. ७/१२ चं काम रखडलं. खरं म्हणजे, ही सत्तर लोकांची यादी काही कार्यकर्त्यांनी केली नव्हती. ती केली होती मामलेदारानं स्वतः येऊन मोजणी करून. पीक-पाण्याच्या नोंदीही त्यांनीच केल्या होत्या. नुकसानभरपाई देण्यासाठी; पण आंधळं दळतंय अन् कुत्रं पीठ खातंय अशी स्थिती.

यांना हवं शेत. मीही वैतागून गेलो होतो. पदरात पडणार, म्हटलं की असंच. लहानपणी पत्रावळ्या उचलून उकिरड्यावर निघाला, की आमचा एवढा कालवा व्हायचा, एवढी रेटारेटी व्हायची की तो पत्रावळीवाला उकिरड्यात टाकायचा. त्यानं नाही मला, नाही त्याला, घाल कुत्र्याला असं व्हायचं. मला वाटतं आमचे लोक आजही याच मानसिक अवस्थेत असावेत. काही मिळण्याचा प्रसंग आला, की यांच्या आपसात मारामाऱ्या सुरू.

यांच्या जमिनीसाठी मारामाऱ्या सुरू असतात आणि तिकडं पुण्याच्या आसपास दरोडे पडायला लागतात. झालं कुठेही दरोडा पडायला लागला, तरी पोलीस रेडिमेड गुन्हागारांना आधी लॉकअपमध्ये टाकणार. पोलिसांची कुत्री लागली फिरायला. दिसली का घाल गाडीत सत्र सुरू झालं. गोसावी, नंदीवाले हे परंपरेनं गुन्हेगार नसलेलेही डांबले जाऊ लागले. फोडून काढलं जाऊ लागलं. शिवलालचा फोन आला. फलाट्यावरच्या आपल्या कार्यकर्त्यांना पोलिसांनी फोडून काढलंय. मागे असंच झालं होतं आणि आताही तसंच झालं. कोर्ट म्हणालं होतं, "गुंडाच्या टोळीला साजेल, असं वर्तन पोलिसांनी केलं आहे."

अनायसे त्याच दिवशी मुख्यमंत्री शरदराव पवार एका पुस्तक प्रकाशनाला पुण्यात येणार होते. मीही पुणं गाठलं. शिवलाल, लक्ष्मण पवार, अंकुश काळे, मधुकर भीमसेन पवार, जगन गुलाब पवार या अटक केलेल्या पारध्यांना आणि ह्यांच्या माणसांना घेऊन आला होता. शे-पाचशे बायापोरं, लेकरं आली होती. मी सारं शांतपणे ऐकलं. साधी चादर चोरली होती. त्याच्या तपासासाठी सारे पारधी

मारले जात होते, वर मुद्देमाल तर नव्हताच. ते पारधी होते बस्स.

मी सारं मुख्यमंत्र्यांना सांगतो असं म्हणालो, पण लोक ऐकतात त्यांचं म्हणणं आम्ही मुख्यमंत्र्यांना भेटतो. हामी त्यांच्या संग बोलनाव सांगतात म्हारून टाक आम्हाला एकडाव. म्हंजी पुलिस सुटत्याल. इकडे दरोडेसत्र सुरूच होतं. मी त्यांना घेऊन मुख्यमंत्र्यांना भेटण्याचं ठरवलं. त्यांना शासकीय विश्रामधामावर थांबवलं आणि प्रकाशनाच्या कार्यक्रमात मुख्यमंत्र्यांना भेटून त्यांच्या कानावर झाला प्रकार घातला. त्यांनी भेटायला वेळ नाही, पण शेवटचा कार्यक्रम टिळक स्मारक भवनात आहे तो संपल्यावर भेटू, तू घेऊन ये साऱ्यांना असं म्हणाले. मी बाहेर येऊन लोकांना सांगितलं. लोकांना आनंद झाला. पुणे महानगरपालिकेने मुख्यमंत्र्यांना मानपत्र देण्याचा कार्यक्रम ठेवलेला होता. तो सर्वांना खुला होता. आमचे लोक चार वाजल्यापासून टिळक स्मारकाजवळ रेंगाळू लागले. त्यानं पोलिसांचं पित्त खवळलं. पारधी बघितला का पोलिसांचं पित्त खवळतं की काय कोण जाणे? आम्ही सारे शांतपणे 'व्हाईट हाऊस'च्या फूटपाथवर दारात उभे होतो. मुख्यमंत्री येण्याची वेळ जशी जवळ येऊ लागली तशी गर्दी वाढू लागली. त्यात फाटक्या अंगवस्त्रांचे पारधी, त्यांच्या बाया, शेंबडी पोरं, शिवलाल, मुरचंद, विलास, ना. वा. आम्ही सारे शांतपणे उभे. टिळक रोड लहान होता. तेवढ्यात लाल दिव्यांच्या गाड्या भराभरा आल्या आणि झगमगाट करीत टिळक स्मारकापुढे विसावल्या. मी आणि काही निवडक कार्यकर्ते मुख्यमंत्र्यांना भेटायला निघालो. माझी समजूत अशी, लोक आपल्याला नावानं का असेना, ओळखतात. त्यात पत्रकारांचं शासकीय ॲक्रिडिएशन कार्ड असल्यानं पोलीस सोडतील; पण कसचं काय नि कसचं काय? पोलीस काही ऐकेनात. तुम्ही जाऊ शकत नाही एवढंच उत्तर. तेवढ्यात एक पोलीस आला. त्यानं नाव-गाव, धंदा सारं विचारलं. मी त्याला मुख्यमंत्री महोदयांनी बोलावल्याचं सांगितलं. तो वरिष्ठ अधिकाऱ्याकडं गेला आणि आम्ही पुन्हा जाण्याचा प्रयत्न करू लागलो. तसं पोलिसांचं पित्त खवळलं. त्यांनी रेटीत आम्हाला लांब नेलं. मलाही राग आला. आम जनतेला मुख्यमंत्र्यांना भेटायला मज्जाव नाही आणि आम्हाला मुख्यमंत्र्यांनी बोलावलंय म्हणतोय तरी सोडीनात. मग मी आणि सहकारी जबरदस्तीनं टिळक स्मारकाकडे घुसलो तरी पोलिसांची रेटारेटी सुरू झाली. आम्ही रस्त्यात बसू लागलो. वाहतुकीचा अडथळा होणार म्हणून पोलिसांनी उचलून पुन्हा रस्त्यावरल्या फूटपाथवर धरून आपटलं. आता मीही चिडलो होतो. तेवढ्यात एक पोलीस सीनिअर अधिकारी धावत आले. मी त्यांना पत्रकार असल्याचं सांगितलं, नाव सांगितलं, पण त्यांचं डोकं गरम झालं होतं. ते म्हणाले, "कुणीही लुंग्यासुंग्या उठतो, शे-दोनशे माणसं आणतो काय, पुढारी झाल्याचा आव आणतो काय, समजता काय तुम्ही?" "अहो, मी पत्रकार आहे!" "असाल. कुणीही उठून पत्रकार

होऊ लागलाय. काय वाटले काय तुम्हाला?'' ''अहो, मुख्यमंत्र्यांनी बोलावलंय.'' ''काय, भाजीपाला वाटला काय मुख्यमंत्री तुला? गपगुमान उभा राहा.'' तेवढ्यात शिवलाल, पारधी, घुसून निघाले. तसं पोलिसांनी भराभर अटक करून गाडीत घालायला सुरुवात केली. खरं तर, आम्ही शांतपणे उभे होतो. ना घोषणा ना गडबड; पण आम्ही पारधी होतो, फाटक्या अंगाचे होतो. भारतीय नागरिक नाही का? म्हणून मी अधिकाऱ्यांशी हुजत घालू लागलो तेव्हा तो म्हणाला, ''तुम्ही कोण आहात? तुम्हाला पोलीस अधिकारी म्हणजे काय वाटलं काय? वाटेल ते उद्धटासारखं बोलताय. मी तुम्हाला अटक केलीय. इथंच उभं राहायचं. हलायचं नाही.'' मग मला विनोदाची बुद्धी सुचली. मी म्हणालो, ''साहेब मुतायला आलीय,'' तसा तो चिडला. म्हणाला, ''इथंच मुता.'' ''साहेब मागे तिकडे बगू का?'' ''नाही. इथंच फूटपाथला उभं राहा.'' ''साहेब, खाली बसू का?'' ''का, खाली बसायला काय झालं? गप उभं राहा.'' ''मग पाहतो काय ते. मुख्यमंत्री जाऊ द्या, मग पाहतो.'' ''काय नाव तुमचं.'' ''मला नाव नाही साहेब.'' ''काय आगाऊ आहेत? गाव सांगा म्हणतो ना?'' ''गावही नाही मला. साहेब, मसणवाटा, पाणवठा काही काही. बिनचेहऱ्याचा आहे साहेब.'' ''अच्छा, मस्करी करता काय? जाऊ द्या मुख्यमंत्री मग दाखवतो.'' ''मस्करी नाही साहेब, आईशपथ मला नाव नाही, गाव नाही, शिव नाही, काहीच नाही साहेब. जाऊ द्या ना साहेब.'' आता मात्र अधिकारी अतिशय संतापले, धावून आले. आपण डोळे झाकले. म्हटलं हड्डी नरम होणार आता नक्की. तेवढ्यात टिळक स्मारकाकडून कुणीतरी त्यांनी हाक मारली. त्यांनी हात आखडता घेतला. काठी वाचली होती. पलीकडे मुख्यमंत्र्यांचे सचिव धर्माधिकारी उभे होते. पोलिसांना काही विचारत होते. गाड्या भरल्या जात होत्या. शांतपणे सत्याग्रह सुरू होता. पोलिसांची धावाधाव झाली. काही उभे राहिलेले अधिकारी धावत माझ्याकडे आले. ''माफ करा मानेसाहेब, गैरसमज झाला. तुम्ही नावच सांगितलं नाही. कार्यक्रम चालू आहे. आता संपेल. मुख्यमंत्रिसाहेबांचे सचिव आलेत. आपल्याला आत बोलावलंय.'' मी म्हणालो, ''मी येणार नाही. मला तुम्ही तोंडी अटक केलीय. मुतायलाही सोडत नाही म्हणालात. मी येणार नाही.'' अधिकारी दिलगिरी व्यक्त करू लागला. झाला प्रकार धर्माधिकारींना समजला. ते धावत अलीकडे आले. हाताला धरून टिळक स्मारकात घेऊन गेले. तेवढ्यात कार्यक्रम संपला. अटकनाट्यही संपलं. मुख्यमंत्र्यांना सारं सांगितलं. ते अवाक् झाले. ''तुला अटक केली?'' ''होय साहेब, रस्त्यात उभं केलं पोलिसांनी.'' ''लोक कुठं आहेत?'' ''लोक गाड्यांत भरून नेले.'' त्यांनीही कपाळाला हात लावला. ''बरं, सकाळी सहा वाजता ये सर्किट हाऊसला.'' मी परत आलो. पारधी, शिवलाल, सारे अटकेत होते. साऱ्यांना सोडलं. सकाळी मुख्यमंत्र्यांना भेटलो.

त्यांनी पोलीस अधिकाऱ्यांना, त्यांच्या वरिष्ठांना आम्हासमक्ष समज दिली आणि गंमत सांगितली. जो अधिकारी मला मुतायलाही सोडत नव्हता तो भटक्या जमातीचा असल्याचं आणि दुसरा बी. सी. असल्याचं सांगून हसू लागले. हसत हसत बारामतीला घेऊन गेले. त्या दिवशीचा योगच चमत्कारिक होता. मुख्यमंत्र्यांचे सत्कार चालू होते. आमच्या गाडीमागं नळ्याची यात्रा चालू होती. भटक्यांच्या प्रश्नांवर चर्चा चालू होती. अनेक ठिकाणी माझाही आवर्जून त्यांनी सत्कार करायला लावला. खरं तर पोलिसांच्या आगळिकतेची भरपाई होते की काय असं वाटत होतं. शेती फार्मचा सारा प्रकार त्यांना सांगितला. हसून म्हणाले, ''मार्ग काढू या, जरा दमानं घ्या.''

ग्रामीण भागातला हा दौरा. गावोगाव त्यांचे सत्कार, आवर्जून मी, थोर कवी महानोर व्यासपीठावर आमंत्रित असायचो. डोरलेवाडीत अशीच गंमत झाली. मुख्यमंत्र्यांच्या हस्ते पाणीपुरवठ्याचं उद्‌घाटन झालं. आम्ही बाजूला होतो. मुख्यमंत्र्यांनी मला खुणवून जवळ बोलावलं. कार्यक्रम सुरू झाला. मला म्हणाले, ''काय झालं असेल?'' मी न समजून विचारलं, ''काय झालं?'' मला म्हणाले, ''पाणी नेमकं वैदूंना नाही गेलं, बाकी गावाला गेलं.'' ते अस्वस्थ होते. त्यांनी एकेका अधिकाऱ्याला खुणेनं बोलवायला सुरुवात केली. सरपंचापासून साऱ्यांना आदेश दिला. आठ दिवसांत वैदूंना पाणी देण्याची तजवीज करा. अधिकारी मान डोलवत होते. दिवसभराची त्यांची भाषणं, शासनाची दिशा, जातिनिरपेक्ष, धर्मनिरपेक्ष आणि गरिबांच्या बाजूला झुकली असल्याचं सांगत होती. डोरलेवाडीत हा सूर जरा अधिक कठोर झाला. भाषणाची सुरुवातच त्यांनी अशी केली, ''गावात पाणीपुरवठा झाला. त्याचं उद्‌घाटन झालं. गावात पाणी घरोघर गेलं; पण गावकुसाबाहेरच्या वैदू वस्तीत पाणी नाही गेलं. असं झालं का? पाणी कुणा पाटलाच्या घरी नाही गेलं. असं झालं का? गावात ब्राह्मणांच्या घरी पाणी नाही गेलं, असं का झालं? मग असं वैदूंच्या वस्तीत पाणी का नाही गेलं? खरं म्हणजे, शासनाच्या योजनांचा फायदा या समाजातील दुबळ्या घटकांना अधिक व्हायला हवा होता तो झाला नाही. ही गोष्ट आपणा सगळ्यांना कमीपणा आणणारी, लांच्छनास्पद आहे. जातिपातीच्या पलीकडे गेल्याशिवाय आता उपयोग नाही. गावाला वाईट वाटेल; पण मला सांगायचं आहे. ही गोष्ट तुम्ही चांगली नाही केली. आठ दिवसांत वैदूवाडीला पाणी पोहोचलं पाहिजे. तसं झाल्याचं मला समजलं पाहिजे. नाही तर म.जोतिरावांचं, डॉ. बाबासाहेब आंबेडकरांचं नाव आपण फुकाचं घेतो असं होईल.''

शिवलाल मी खूश झालो. गाड्या धुरळा उडवत गेल्या. एक शहाणा माणूस राज्य करतोय असं मनापासून वाटलं; पण रात्रीचा पोलीस अधिकारी, आपसात भांडत बसणारे आमचे लोक मेंदू कुरतडत होते. तो सातारला पोहोचेपर्यंत मी

बाबांना एकदा म्हणालो होतो, ''बाबा तुम्ही आमचे मित्र आहात, आप्त आहात. अगदी तुमचे जरी, राज्य आलं तरी मी रस्त्यावरच असेन. शासन चालवणारा बदलेल; पण व्यवस्था जोवर अशीच राहील तोवर आम्हाला न्याय मिळणार नाही. मग उद्या अगदी कुणीही मीसुद्धा मुख्यमंत्री झालो तरी नागनाथ जाऊन सोमनाथ आला एवढाच बदल होईल. बाबा आम्हाला संघर्ष अटळ आहे. जे द्याल ते घेऊ. त्यासाठी आभार मानू तुमचे. ऋणी राहू. पण जे मिळालेलं नाही त्यासाठी लढत राहू. गेलेली जमीन दिलीत. शरदराव आम्ही आभारी आहोत; पण अजून बावन्न सेटलमेंटच्या जमिनी मिळवायच्या आहेत. आम्हाला थांबता येत नाही.''

❖

किटाळ

लक्ष्मण माने

गोरगरीब माणसं सन्मानाने जगू-वावरू लागली, बरोबरीचा दर्जा मागू लागली, स्वयंप्रज्ञ भूमिका घेऊ लागली, सत्ता मागू लागली की, त्याच्यावर कसलंतरी जीवघेणं बालंट आणून त्याला बदनाम करण्याचा प्रयत्न केला जातो. मध्यंतरी माझ्यावर आलेलं किटाळ हे याच प्रयत्नाचा एक भाग.

वास्तविक, स्त्री-पुरुषाचं नातं किती सुंदर आणि उत्कट! पण काही नालायक माणसं आपल्या पुरुषी वर्चस्वासाठी बाईला पायातल्या पायताणासारखं समजतात, तर काही स्त्रिया आपल्या बाईपणाचा वापर पुरुषाचा काटा काढण्यासाठी किंवा बदला घेण्यासाठी करतात. स्त्री-पुरुषाच्या पवित्र नात्याचा बाजार मांडतात. आपल्या स्वार्थाच्या आणि हितसंबंधाच्या आड येणाऱ्या खंबीर-ध्येयवादी पुरुषाच्या विरोधात बायका उभ्या करून त्याला आयुष्यातून उठविण्याची कट-कारस्थानं केली जातात. पुरुषसत्ताक मानसिकतेतून ही सारी षड्यंत्रं रचली जातात. स्त्रीमुक्तीसाठी काम करणारी मंडळीही कळत-नकळत त्यात सामील होऊन स्त्रियांचंच शोषण करू शकतात. यातून अंतिमत: स्त्रियाही बदफैली ठरतात आणि पुरुषाच्याही खच्चीकरणाचा मार्ग प्रशस्त होतो.

हे असलं काही माझ्या वाट्याला येईल, असं स्वप्नातही वाटलं नव्हतं; पण ते आलं; परंतु सत्य कधी लपून राहत नाही हेही पुढं काळाच्या ओघात सिद्ध झालं. मला आणि माझ्या कार्याला उद्ध्वस्त करू पाहणाऱ्या याच कटाची, किटाळाची आणि किटाळमुक्तीची ही कहाणी.

❖